എം പി വീരേന്ദ്രകുമാറിന്റെ
തിരഞ്ഞെടുത്ത ലേഖനങ്ങൾ

m p veerendrakumarinte
thiranjedutha lekhanangal

●

m p veerendrakumar

●

first edition
april 2019

●

typesetting & published
chintha publishers, thiruvananthapuram

●

cover
sureshbhai

വിതരണം
ദേശാഭിമാനി ബുക്ക് ഹൗസ്
H O തിരുവനന്തപുരം–695 035
phone: 0471-2303026, 6063026
www.chinthapublishers.com
chinthapublishers@gmail.com

ബ്രാഞ്ചുകൾ
ഹെഡ്ഡാഫീസ് ബ്രാഞ്ച് കുന്നുകുഴി ● സ്റ്റാച്യു തിരുവനന്തപുരം ● കെ എസ്
ആർ ടി സി ബസ് സ്റ്റേഷൻ ആലപ്പുഴ ● കെ എസ് ആർ ടി സി ബസ് സ്റ്റേഷൻ
എറണാകുളം ● മച്ചിങ്ങൽ ലെയ്ൻ തൃശൂർ ● ഐ ജി റോഡ് കോഴിക്കോട് ●
മാവൂർ റോഡ് കോഴിക്കോട് ● എൻ ജി ഒ യൂണിയൻ ബിൽഡിങ് കണ്ണൂർ ●
സെൻട്രൽ ബസ് ടെർമിനൽ കോംപ്ലക്സ് താവക്കര കണ്ണൂർ

CO - 2787 / 5016
ISBN - 978-93-88485-50-0

എം പി വീരേന്ദ്രകുമാറിന്റെ തിരഞ്ഞെടുത്ത ലേഖനങ്ങൾ

എം പി വീരേന്ദ്രകുമാർ

ചിന്ത പബ്ലിഷേഴ്സ്
തിരുവനന്തപുരം-695 035

എം പി വീരേന്ദ്രകുമാർ

1936 ജൂലൈ 22 ന് വയനാട്ടിലെ കല്പറ്റയിൽ ജനിച്ചു. പിതാവ്: പ്രമുഖ സോഷ്യലിസ്റ്റ് പാർട്ടി നേതാവും മദിരാശി നിയമസഭാംഗവുമായിരുന്ന എം കെ പത്മപ്രഭാഗൗഡർ. മാതാവ്: മരുദേവി അവ്വ. മദിരാശി വിവേകാനന്ദ കോളേജിൽനിന്ന് ഫിലോസഫിയിൽ മാസ്റ്റർ ബിരുദവും അമേരിക്കയിലെ സിൻസിനാറ്റി സർവ്വകലാശാലയിൽനിന്ന് എം ബി എ ബിരുദവും നേടി. *മാതൃഭൂമി* പ്രിന്റിങ് ആന്റ് പബ്ലിഷിങ് കമ്പനിയുടെ ചെയർമാനും മാനേജിങ് ഡയറക്ടറുമാണ്. ഇന്ത്യൻ ന്യൂസ്പേപ്പർ സൊസൈറ്റിയുടെ എക്സിക്യൂട്ടീവ് കമ്മിറ്റി മെമ്പർ, പി ടി ഐ ഡയറക്ടർ, പ്രസ് ഇൻസ്റ്റിറ്റ്യൂട്ട് ഓഫ് ഇന്ത്യയുടെ ട്രസ്റ്റി, ഇന്റർ നാഷണൽ പ്രസ് ഇൻസ്റ്റിറ്റ്യൂട്ട് മെമ്പർ, കോമൺവെൽത്ത് പ്രസ് യൂണിയൻ മെമ്പർ, വേൾഡ് അസോസിയേഷൻ ഓഫ് ന്യൂസ്പേപ്പേഴ്സ് എക്സിക്യൂട്ടീവ് കമ്മിറ്റി മെമ്പർ, ജനതാദൾ (യു) സ്റ്റേറ്റ് കമ്മിറ്റി പ്രസിഡന്റ് എന്നീ നിലകളിൽ സേവനമനുഷ്ഠിച്ചുവരുന്നു. 1992–'93, 2003–'04, 2011–'12 കാലയളവിൽ പി ടി ഐ ചെയർമാനും 2003–'04 ൽ ഐ എൻ എസ് പ്രസിഡന്റുമായിരുന്നു. സ്കൂൾ വിദ്യാർത്ഥിയായിരുന്ന കാലത്ത് സോഷ്യലിസ്റ്റ് പാർട്ടി നേതാവ് ജയപ്രകാശ് നാരായൺ ആണ് പാർട്ടിയിൽ അംഗത്വം നല്കിയത്. അടിയന്തരാവസ്ഥക്കാലത്ത് സ്വത്തുക്കൾ കണ്ടുകെട്ടുകയും ജയിൽവാസമനുഭവിക്കുകയും ചെയ്തു. 1987 ൽ കേരള നിയമസഭാംഗവും വനം വകുപ്പു മന്ത്രിയുമായി. വനങ്ങളിലെ മരങ്ങൾ മുറിക്കരുതെന്നായിരുന്നു ആദ്യത്തെ ഉത്തരവ്. 48 മണിക്കൂറിനുള്ളിൽ മന്ത്രിസ്ഥാനം രാജിവെക്കുകയും ചെയ്തു. കേന്ദ്രമന്ത്രിസഭയിൽ ധനകാര്യ സഹമന്ത്രിയും പിന്നീട് തൊഴിൽവകുപ്പിന്റെ സ്വതന്ത്ര ചുമതലയുള്ള സഹമന്ത്രിയുമായിരുന്നു. 2004–'09 കാലത്ത് പാർലമെന്റ് അംഗമായും സേവനമനുഷ്ഠിച്ചു.

കേരള സാഹിത്യ അക്കാദമിയുടെ സി ബി കുമാർ എൻഡോവ്മെന്റ് അവാർഡ്, മഹാകവി ജി സ്മാരക അവാർഡ്, ഓടക്കുഴൽ അവാർഡ്, കെ വി ഡാനിയൽ അവാർഡ്, അബുദാബി ശക്തി അവാർഡ്, കേരള സാഹിത്യ അക്കാദമി അവാർഡ്, വയലാർ അവാർഡ്, ബാലാമണിയമ്മ പുരസ്കാരം, ഏറ്റവും മികച്ച യാത്രാവിവരണ കൃതിക്കുള്ള പ്രഥമ കേന്ദ്ര സാഹിത്യ അക്കാദമി അവാർഡ്, കേരള സാഹിത്യ അക്കാദമി ഫെലോഷിപ്പ്, ഗാന്ധിസ്മൃതി പുരസ്കാരം തുടങ്ങി എൺപതിലേറെ അംഗീകാരങ്ങൾക്ക് വീരേന്ദ്രകുമാർ അർഹനായി.

ഇതര കൃതികൾ: *സമന്വയത്തിന്റെ വസന്തം, ബുദ്ധന്റെ ചിരി, ഗാട്ടും കാണാച്ചരടുകളും, രാമന്റെ ദുഃഖം, ആത്മാവിലേക്ക് ഒരു തീർത്ഥയാത്ര, പ്രതിഭയുടെ വേരുകൾതേടി, ചങ്ങമ്പുഴ: വിധിയുടെ വേട്ടമൃഗം, തിരിഞ്ഞുനോക്കുമ്പോൾ, ആമസോണും കുറെ വ്യാകുലതകളും, ലോകവ്യാപാര സംഘടനയും ഊരാക്കുടുക്കുകളും (പ്രൊഫ. പി എ വാസുദേവനുമായി ചേർന്ന്), രോഷത്തിന്റെ വിത്തുകൾ, അധിനിവേശത്തിന്റെ അടിയൊഴുക്കുകൾ, സ്മൃതിചിത്രങ്ങൾ, എം പി വീരേന്ദ്രകുമാറിന്റെ കൃതികൾ (2 വോള്യം), ഹൈമവതഭൂവിൽ, വേണം നിതാന്ത ജാഗ്രത, ഡാന്യൂബ് സാക്ഷി, വിചിന്തനങ്ങൾ സ്മരണകൾ.*

ഭാര്യ : ഉഷ
മക്കൾ : ആഷ, നിഷ, ജയലക്ഷ്മി, ശ്രേയാംസ് കുമാർ
വിലാസം : പുളിയാർ മല എസ്റ്റേറ്റ്, കല്പറ്റ നോർത്ത്,
കല്പറ്റ, വയനാട്.

ഉള്ളടക്കം

പ്രസാധകക്കുറിപ്പ്

നവലിബറൽ സമീപനത്തിന്റെയും ആഗോളവല്ക്കരണത്തിന്റെയും കോർപ്പറേറ്റ്വല്ക്കരണത്തിന്റെയും വിട്ടുവീഴ്ചയില്ലാത്ത വിമർശകനാണ് എം പിയും കേരള, കേന്ദ്രമുൻമന്ത്രിയും എഴുത്തുകാരനുമായ എം പി വീരേന്ദ്രകുമാർ. അദ്ദേഹത്തിന്റെ ലേഖനങ്ങളിലും പുസ്തകഭാഗങ്ങളിലും നിന്ന് തെരഞ്ഞെടുത്ത ചില ലേഖനങ്ങളാണ് ഈ പുസ്തകത്തിലെ ഉള്ളടക്കം. ഇവയിലൂടെ പ്രകാശിപ്പിക്കപ്പെടുന്ന ആശയങ്ങളും നിലപാടുകളും എക്കാലവും പ്രസക്തമായതുകൊണ്ടാണ് ഇപ്രകാരമൊരു തെരഞ്ഞെടുക്കലിന് ഇപ്പോൾ തയ്യാറായിട്ടുള്ളത്. എന്നും പ്രസക്തമായ ഈ വിഷയം വർത്തമാനകാല ഇന്ത്യൻ സാഹചര്യത്തിൽ വീണ്ടും വായിക്കപ്പെടേണ്ടതാണ് എന്നതുകൊണ്ടാണ് ഇത് ഞങ്ങൾ പ്രസിദ്ധീകരിക്കുന്നത്.

വലിയ തോതിൽ സ്വീകരിക്കപ്പെടും എന്നു ഞങ്ങൾ കരുതുന്നു.

ചിന്ത പബ്ലിഷേഴ്സ്

ഗാട്ടിലൂടെ ദാരിദ്ര്യത്തിന്റെ ആഗോളവല്ക്കരണം

ഗാട്ട് സംബന്ധിച്ച് രണ്ടു കേന്ദ്രമന്ത്രിമാരുടെ പരസ്പരവിരുദ്ധവും വ്യത്യസ്തങ്ങളുമായ പ്രസ്താവനകൾ ഈ അടുത്ത ദിവസങ്ങളിൽ പത്രങ്ങളിൽ വരികയുണ്ടായല്ലോ. കേന്ദ്ര ധനകാര്യമന്ത്രി മൻമോഹൻസിങ് ഗാട്ട് സംബന്ധിച്ച് മദിരാശിയിൽ നടന്ന ഒരു സെമിനാറിൽ സംസാരിക്കവേ, ഗാട്ട് ഇന്ത്യക്ക് അങ്ങേയറ്റം ഗുണകരമായിരിക്കും എന്ന് അവകാശപ്പെട്ടപ്പോൾ കേന്ദ്ര വനം-പരിസ്ഥിതി വകുപ്പ് മന്ത്രി കമൽനാഥ് ഇന്ത്യയിലെ അമൂല്യമായ ജൈവസമ്പത്ത് ഇന്ത്യക്കു വെളിയിലേക്ക് നിർബ്ബാധം കടത്തിക്കൊണ്ടുപോകുന്നത് തടയാൻ ആവശ്യമായ നിയമനിർമ്മാണം നടത്തുമെന്നാണ് പ്രഖ്യാപിച്ചിരിക്കുന്നത്. ഗാട്ടിനെപ്പറ്റി നമ്മുടെ ഭരണാധികാരികൾ എത്രമാത്രം ആഴത്തിലുള്ള ആശയക്കുഴപ്പത്തിലാണെന്ന് വിളിച്ചോതുന്നവയാണീ പരസ്പരവിരുദ്ധമായ പ്രസ്താവനകൾ. ഇന്ത്യ ഇപ്പോൾ സ്വീകരിച്ചിട്ടുള്ള സാമ്പത്തിക ഉദാരവല്ക്കരണനയത്തിന്റെ ഉപജ്ഞാതാവും സൂത്രധാരനുമായ മൻമോഹൻസിങ്ങിന്റെ ഗാട്ട് ഇന്ത്യക്കു പ്രദാനംചെയ്യാൻ പോകുന്ന ശോഭനമായ ഭാവിയെക്കുറിച്ചുള്ള സ്വപ്നങ്ങളെല്ലാം സ്വപ്നങ്ങളായിത്തന്നെ അവശേഷിപ്പിക്കും. പുത്തൻ സാമ്പത്തിക നയങ്ങൾ ഇന്ത്യയെപ്പോലെ, നടപ്പിലാക്കിയ അല്ലെങ്കിൽ നടപ്പിലാക്കിക്കൊണ്ടിരിക്കുന്ന വികസ്വരരാജ്യങ്ങൾ ഒന്നുംതന്നെ രക്ഷപ്പെട്ടിട്ടില്ല എന്നതാണ് സമീപകാല ചരിത്രയാഥാർത്ഥ്യം.

ഇന്ത്യയടക്കമുള്ള ലോകത്തിലെ നൂറോളം വികസ്വരരാജ്യങ്ങളിൽ നടപ്പിലാക്കിക്കൊണ്ടിരിക്കുന്ന സാമ്പത്തിക ഉദാരവല്ക്കരണനയം കേവലം ഗാട്ട് മാത്രം ആസ്പദമാക്കിയുള്ളതല്ല. അന്തർദ്ദേശീയ നാണയനിധി (ഐ എം എഫ്), ലോകബാങ്ക് എന്നീ ബ്രെറ്റൻവുഡ്സ് ഇരട്ടകളുടെ കാർമ്മികത്വത്തിൽ വികസ്വരരാജ്യങ്ങൾക്കുവേണ്ടി തയ്യാറാക്കിയി

ട്ടുള്ള 'പുത്തൻ സാമ്പത്തിക വിഭവങ്ങളു'ടെ (new economic menu) ഭാഗ മായിട്ടുവേണം ഇതിനെ കാണാൻ. ഗാട്ട് ബ്രെറ്റൻവുഡ്സ് ഇരട്ടകളുടെ (ഐ എം എഫ് – ലോകബാങ്ക്) ഭാഗമല്ലെങ്കിലും അവയുടെ അനുബ ന്ധമാണ്. 1944 ൽ രൂപവല്ക്കൃതമാകുമ്പോൾ ഉണ്ടായിരുന്ന ലക്ഷ്യങ്ങ ളിൽ നിന്നെല്ലാം തെന്നിമാറി ഐ എം എഫും ലോകബാങ്കും ഇന്നു ലോകത്തെ അതിവികസിതമായ സമ്പന്നരാഷ്ട്രങ്ങളുടെ പൂർണ്ണമായ നിയ ന്ത്രണത്തിലാണ്. തങ്ങൾക്ക് ഇനിയും സമ്പന്നമാകാൻവേണ്ടി ലോകത്തെ, വിശിഷ്യ, വികസ്വരരാജ്യങ്ങളിലെ വിഭവങ്ങൾ ചൂഷണം ചെയ്യാൻ വേണ്ടി യുള്ള വികസിത മുതലാളിത്തരാജ്യങ്ങളുടെ ഉപകരണമായി മാറിയിരി ക്കുന്നു, ഇന്നു ലോകബാങ്കും ഐ എം എഫും. ഇവ രണ്ടും ഇപ്പോൾ സുവർണ്ണജൂബിലി ആഘോഷിക്കുകയാണ്. കഴിഞ്ഞ അരനൂറ്റാണ്ടുകാ ലത്തെ ഇവയുടെ പ്രവർത്തനങ്ങളെക്കുറിച്ച് വിശദമായ പഠനം നടത്തി യിട്ടുള്ള ലോകപ്രശസ്ത ധനതത്ത്വശാസ്ത്രജ്ഞനും കാനഡയിലെ ഒട്ടാവാ സർവ്വകലാശാലയിലെ സോഷ്യൽ സയൻസ് ഫാക്കൽട്ടിയിൽ സാമ്പത്തികശാസ്ത്ര പ്രൊഫസറുമായ മൈക്കിൾ ചോസുഡോവ്സ്കി പറയുന്നു:

1980 മുതൽ ഐ എം എഫും ലോകബാങ്കും വികസ്വരരാജ്യങ്ങ ളുടെ മേൽ അടിച്ചേല്പിച്ചിരിക്കുന്ന 'സാമ്പത്തികക്രമീകരണവും' 'ഘടനാപരമായ മാറ്റങ്ങളും' കോടിക്കണക്കിനു ജനങ്ങളെ ദരിദ്ര വല്ക്കരിക്കുവാനേ സഹായിച്ചിട്ടുള്ളൂ. 'സാമ്പത്തിക പുനഃസംഘ ടന', പ്രമുഖ കൈമാറ്റനിരക്കുകളുടെ (major exchange rates) ദൃഢീകരണം എന്നീ ബ്രെറ്റൻവുഡ്സ് ധാരണയുടെ അന്തഃസ ത്തയ്ക്കു വിപരീതമായി സാമ്പത്തികക്രമീകരണ പരിപാടികൾ നടപ്പാക്കുന്നതിനാൽ വികസ്വരരാജ്യങ്ങളുടെ ദേശീയ കറൻസി യുടെ അസ്ഥിരീകരണവും സമ്പദ്ഘടനയുടെ തകർച്ചയുമാണ് സംഭവിച്ചുകൊണ്ടിരിക്കുന്നത്. വികസ്വരരാജ്യങ്ങളുടെ ആഭ്യന്തര ക്രയശക്തി ക്ഷയിക്കുന്നു; ക്ഷാമം പൊട്ടിപ്പുറപ്പെടുന്നു; ആരോഗ്യ സംരക്ഷണ കേന്ദ്രങ്ങളും സ്കൂളുകളും അടച്ചുപൂട്ടപ്പെടുന്നു; ലക്ഷ ക്കണക്കിനു കുഞ്ഞുങ്ങൾക്ക് പ്രാഥമികവിദ്യാഭ്യാസം പോലും നിഷേധിക്കപ്പെടുന്നു. വികസ്വരരാജ്യങ്ങളുടെ പലഭാഗങ്ങളിലും കോളറ, മലേറിയ, ക്ഷയം തുടങ്ങിയ സാംക്രമികരോഗങ്ങൾ വീണ്ടും തലപൊക്കുന്നതിന് ഈ സാമ്പത്തിക പരിഷ്കാരങ്ങൾ സഹായകമാകുന്നു. 1980 കളുടെ അവസാനം മുതൽ 'ദാരിദ്ര്യ നിർമ്മാർജ്ജനം' (poverty alleviation) എന്ന പേരിൽ ഐ എം എഫും ലോകബാങ്കും നടപ്പിലാക്കുന്ന നയപ്രഖ്യാപനങ്ങൾ വിക സ്വരരാജ്യങ്ങളെ സംബന്ധിച്ചിടത്തോളം അങ്ങേയറ്റം കർക്കശവും ഒട്ടുംതന്നെ ആദായമില്ലാത്തതുമാണ്. മാത്രവുമല്ല, ഏതാണ്ട് നൂറില്പരം രാജ്യങ്ങളിൽ ഈ സാമ്പത്തികപരിഷ്കാരങ്ങൾ

ഒരേസമയം നടപ്പിലാക്കുന്നതിനാൽ 'ദാരിദ്ര്യത്തിന്റെ ആഗോള വല്ക്കരണ' (globalisation of poverty)ത്തിനേ അവ സഹായിക്കൂ. ഈ പ്രക്രിയയിലൂടെ ലോകത്തിന്റെ തെക്കുംവടക്കും കിഴക്കുമുള്ള ജനജീവിതവും സമൂഹവും തകർക്കപ്പെടുകയുമാണ്.

(ഫ്രണ്ട് ലൈൻ-ആഗസ്ത് 12,1994). ചോസുഡോവ്സ്കി വരച്ചുകാട്ടുന്ന ഈ അസന്തുലിതാവസ്ഥ കൂടുതൽ വിപുലീകരിക്കുവാനും വികസിതരാജ്യങ്ങൾ വികസ്വരരാജ്യങ്ങളുടെ സമ്പത്തിന്മേൽ നടത്തുന്ന കൊള്ള കൂടുതൽ സുഗമമാക്കുവാനും ഉതകുന്ന വിധത്തിലാണ് വികസിത രാജ്യങ്ങളുടെ സമ്മർദ്ദത്തിന്റെ ഫലമായി ഗാട്ടിന്റെ എട്ടാം റൗണ്ടായ ഉറുഗ്വേ റൗണ്ടിലൂടെ നടപ്പിൽവന്ന പുതിയ ഗാട്ട് (1994) രൂപപ്പെടുത്തിയിരിക്കുന്നത്. അങ്ങനെ ബ്രെറ്റൻവുഡ്സ് സ്ഥാപനങ്ങളായ ഐ എം എഫും ലോകബാങ്കും അവയുടെ അനുബന്ധമായ ഗാട്ടും വികസ്വരരാജ്യങ്ങളെ ചൂഷണം ചെയ്യുന്നതിലും കൂടുതൽ ദരിദ്രവല്ക്കരിക്കുന്നതിലും പരസ്പര സഹായകമായും പരസ്പരപൂരകമായും വർത്തിക്കുന്നു എന്നകാര്യത്തിൽ സംശയമില്ല. മൂന്നാം ലോകരാജ്യങ്ങളിലെ സമൃദ്ധമായ സസ്യജൈവസമ്പത്തിനെ യാതൊരു പ്രതിഫലവും നല്കാതെ കവർന്നെടുക്കുവാൻ വികസിതരാജ്യങ്ങളിലെ ബഹുരാഷ്ട്രകുത്തകകൾക്ക് എല്ലാ സൗകര്യവും ചെയ്തുകൊടുക്കുന്നതാണ് ഡങ്കൽ നിർദ്ദേശങ്ങളുടെ അടിസ്ഥാനത്തിൽ പൂർത്തിയായ ഗാട്ടിന്റെ ഉറുഗ്വേ റൗണ്ടിലൂടെ നിലവിൽവന്ന 1994 ലെ ഗാട്ടിലെ ബൗദ്ധികസ്വത്തവകാശത്തെ സംബന്ധിക്കുന്ന വ്യവസ്ഥകൾ. അതുകൊണ്ടാണ് കേന്ദ്ര വനം-പരിസ്ഥിതി വകുപ്പുമന്ത്രി കമൽനാഥ് ഇക്കാര്യത്തിൽ ഉൽക്കണ്ഠ പ്രകടിപ്പിച്ചത്.

ഇന്നത്തെ ലോകം സമ്പന്നമായ വടക്കും (North) ദരിദ്രമായ തെക്കും (South) എന്ന നിലയിൽ വിഭജിക്കപ്പെട്ടിരിക്കയാണ്. വ്യാവസായിക രംഗത്തും ശാസ്ത്രസാങ്കേതികരംഗത്തും വൻകുതിച്ചുകയറ്റം നടത്തിയിട്ടുള്ള അതിവികസിത മുതലാളിത്തരാജ്യങ്ങളാണ് വടക്കൻ മേഖലയിലേത്. ബയോടെക്നോളജിയിലും ജിയോടെക്നോളജിയിലും വമ്പിച്ച വികാസവും വളർച്ചയുമാണ് ഈ രാജ്യങ്ങൾ കൈവരിച്ചിട്ടുള്ളത്. എന്നാൽ തെക്കുള്ള രാജ്യങ്ങൾ ദരിദ്രമെങ്കിലും പ്രകൃതിവിഭവങ്ങളാലും സസ്യ-ജൈവവൈവിദ്ധ്യത്താലും സമ്പന്നമാണ്. ബയോടെക്നോളജിയുടെ അനന്തസാദ്ധ്യതകൾ ഉപയോഗിച്ച് തെക്കിന്റെ ഈ സസ്യജൈവ വൈവിദ്ധ്യത്തെ സ്വന്തമാക്കാനാണ് വടക്ക് പരിശ്രമിക്കുന്നത്. അതായത് 'ടെക്നോളജി സമ്പന്ന'മായ ഉത്തരധ്രുവവും 'ജീൻ സമ്പന്ന'മായ (gene rich) ദക്ഷിണധ്രുവവും തമ്മിലുള്ള ഏറ്റുമുട്ടലാണ് പുതിയ ഗാട്ടിലൂടെ നടക്കാൻ പോകുന്നത്. എങ്ങനെയാണ് തെക്കിന്റെ ജീൻസമ്പത്തിനെ വടക്ക് കൈയടക്കുന്നത് എന്നു പരിശോധിക്കാം.

ജീനുകളും ബീജമൂലദ്രവ്യങ്ങളും (Genes and Germplasm)

ഭൂമുഖത്ത് ജീവന്റെ തുടിപ്പുകൾ കണ്ടുതുടങ്ങിയ അന്നുമുതൽ തല മുറ തലമുറകളായി സസ്യ-ജീവിവർഗ്ഗങ്ങളുടെ നിലനില്പിനും വളർ ച്ചയ്ക്കും പരിണാമത്തിനുമെല്ലാം കാരണമായിരിക്കുന്നത് അവയുടെ കോശങ്ങൾക്കുള്ളിൽ കാണപ്പെടുന്ന ജീനുകളാണ്. ഓരോ സസ്യത്തിനും ജീവിക്കും നിരവധി കോശങ്ങളുണ്ട്. ഓരോ കോശത്തിനുള്ളിലും ഇരട്ട യായി കാണപ്പെടുന്ന ക്രോമോസോമുകളുമുണ്ട്. എക്സ് ക്രോമോസോം, വൈ ക്രോമോസോം എന്നിങ്ങനെ. ക്രോമോസോമിനുള്ളിൽ മുത്തുമാല പോലെ കാണപ്പെടുന്നതാണ് ജീനുകൾ. ഒരു ക്രോമോസോമിനുള്ളിൽ ആയിരക്കണക്കിനും ലക്ഷക്കണക്കിനും ജീനുകളുണ്ടാവാം. ഓരോ സസ്യ ത്തിന്റെയും ജീവിയുടെയും വളർച്ച, നിലനില്പ്, നിറം, മണം, രോഗപ്ര തിരോധശക്തി തുടങ്ങിയവയെല്ലാം നിർണ്ണയിക്കുന്നത് ഈ ജീനുകളുടെ ഘടനയനുസരിച്ചാണ്. തലമുറ തലമുറകളായി പാരമ്പര്യത്തിന്റെ സവി ശേഷതകൾ നിലനിർത്തുന്നത് ജീനുകളാണെങ്കിൽ ഈ ജീനുകളുടെ സംശ്ലേഷണ (combination) ത്തെയാണ് ബീജമൂലദ്രവ്യം (germplasm) എന്നു വിളിക്കുന്നത്. ഉദാഹരണത്തിന്, നെല്ലിന്റെയോ ഗോതമ്പിന്റെയോ കോശങ്ങൾക്കകത്തുള്ള ജീനുകളാണ് നെല്ലിനും ഗോതമ്പിനും അതിന്റെ രൂപവും ഗുണങ്ങളും പ്രദാനം ചെയ്യുന്നത്. അതേ സമയം, ഓരോ നെൽവിത്തും ഗോതമ്പുവിത്തും നെല്ലിന്റെയും ഗോതമ്പിന്റെയും ബീജ മൂലദ്രവ്യത്തിന്റെ ഭാഗമാണുതാനും. ഈ ബീജമൂലദ്രവ്യം സ്വർണ്ണമോ എണ്ണയോ അളക്കുന്നതുപോലെ അളക്കാവുന്നതല്ല. ഉറുഗ്വേ റൗണ്ട് ചർച്ച കളിൽ പങ്കെടുത്ത രാജ്യങ്ങളെല്ലാംകൂടി സംഭരിച്ചുവെച്ചിട്ടുള്ള സ്വർണ്ണ ത്തേക്കാൾ അനേകമടങ്ങ് വിലയുള്ള അമൂല്യനിധിയാണ് ലോകത്തുള്ള ബീജമൂലദ്രവ്യങ്ങൾ. അതുകൊണ്ടാണ് ഫുഡ് ആൻഡ് അഗ്രിക്കൾച്ചറൽ ഓർഗനൈസേഷൻ (എഫ് എ ഒ) പറഞ്ഞത്, ലോകത്തെ ഉഷ്ണമേഖ ലാപ്രദേശങ്ങളിലെ വനങ്ങളിൽനിന്നും വിവിധ സസ്യങ്ങളുടെ ബീജമൂല ദ്രവ്യങ്ങൾ ശേഖരിക്കുന്നതിന് ആഗോളതലത്തിൽ വലിയ വെപ്രാളത്തോ ടുകൂടിയ മത്സരങ്ങൾ നടക്കുന്നു എന്ന്.

ഭക്ഷണസാധനങ്ങൾക്കുവേണ്ടി കൃഷിചെയ്യാൻ തുടങ്ങിയനാൾ മുതൽ മനുഷ്യർ പ്രകൃതിയുടെ അക്ഷയമായ ഭണ്ഡാകാരത്തിലുള്ള ജനി തകസ്രോതസ്സുകളെ വിപുലമായി ഉപയോഗിച്ചുവരികയായിരുന്നു. എന്നാൽ കാടുവെട്ടിത്തെളിക്കുന്നതുമൂലവും കാലാവസ്ഥയിലുണ്ടാകുന്ന മാറ്റംമൂലവുമെല്ലാം പ്രകൃതിയുടെ 'അക്ഷയമായ ഈ ഭണ്ഡാകാരം' ശോഷിച്ചുവരികയാണ്. അതുകൊണ്ടാണ് ഭ്രാന്തമായ ആവേശത്തോടെ 'ഭണ്ഡാകാരത്തിൽ' അവശേഷിക്കുന്നവ കൂടി സംഭരിക്കാനുള്ള കിടമത്സ രങ്ങൾ നടക്കുന്നത്.

മനുഷ്യരാശിക്കു മുഴുവൻ പ്രയോജനപ്പെടുന്നതിനുവേണ്ടിയായിരി ക്കണം ഈ സംഭരണം. പ്രകൃതിയുടെ വികൃതികൾക്കൊണ്ടു മാത്രമല്ല

മനുഷ്യന്റെ യുദ്ധക്കൊതിമൂലവും എല്ലാം നശിപ്പിക്കണമെന്നുള്ള ഉൽക്കടമായ ആഗ്രഹംമൂലവും ലോകത്തെ ചില പ്രദേശങ്ങളിൽ ബീജമൂലദ്രവ്യങ്ങൾ പാടേ നശിച്ചുപോയെന്നുവരാം. കമ്പോഡിയയാണ് ഒരുദാഹരണം. പോൾപോട്ടിന്റെ നേതൃത്വത്തിൽ അവിടെ രണ്ടുദശകങ്ങൾക്കുമുമ്പുണ്ടായ ആഭ്യന്തരയുദ്ധത്തിൽ ലക്ഷക്കണക്കിനാളുകളെ വധിക്കുകയും കണ്ണിൽക്കണ്ടതെല്ലാം കിരാതമായി നശിപ്പിക്കുകയും ചെയ്തു. ഐക്യരാഷ്ട്രസഭയുടെ നേതൃത്വത്തിൽ പുനരധിവാസപ്രവർത്തനങ്ങൾ ആരംഭിച്ചപ്പോഴാണ് മനസ്സിലായത്, കൊറിക്കാൻ പോലും ഒരു നെന്മണി ഇല്ലാത്തവിധത്തിൽ എല്ലാം നശിപ്പിക്കപ്പെട്ടിരിക്കുന്നുവെന്ന്. അന്ന് കമ്പോഡിയയുടെ രക്ഷയ്ക്കെത്തിയത് ഫിലിപ്പീൻസിലെ മനിലയിലുള്ള ഇന്റർനാഷണൽ റൈസ് റിസർച്ച് ഇൻസ്റ്റിറ്റ്യൂട്ടായിരുന്നു. അവിടത്തെ നെൽവിത്ത് സംഭരണകേന്ദ്രത്തിൽ സൂക്ഷിച്ചിരുന്ന കമ്പോഡിയയിലെ 150 ഇനം നെൽവിത്തുകൾ കമ്പോഡിയയ്ക്ക് തിരിച്ചുകിട്ടുകയുണ്ടായി. നിക്കറാഗ്വയുടെ അനുഭവവും വ്യത്യസ്തമായിരുന്നില്ല. ആഭ്യന്തരയുദ്ധംമൂലം ആ രാജ്യത്തും സസ്യസമ്പത്ത് മുഴുവൻ നശിപ്പിക്കപ്പെടുകയുണ്ടായി. മെക്സിക്കോയിലെ 'ദി സെൻടോ ഇന്റർനാഷണൽ ഡി മെജോറാമിയെന്റോ മെയ്സി ട്രിഗോ' എന്നറിയപ്പെടുന്ന ചോളം, വിത്തുബാങ്കിൽ അറുപതുകളുടെ തുടക്കം മുതൽ നിക്കറാഗ്വയിൽനിന്നു ശേഖരിച്ചു സൂക്ഷിച്ചിരുന്നു. ഈ ചോളംവിത്തുകളാണ് നിക്കറാഗ്വയെ രക്ഷിച്ചത്. കടുത്ത വരൾച്ച മൂലം എൺപതുകളിൽ എത്യോപ്യയിൽ വൻതോതിൽ പട്ടിണിമരണങ്ങളുണ്ടായി, മാത്രവുമല്ല, പൂർണ്ണമായ കൃഷിനാശവും സംഭവിച്ചു. അന്ന് അമേരിക്കൻ വിത്തുബാങ്കിൽ സൂക്ഷിച്ചിരുന്ന 1700 തരം എത്യോപ്യൻ ബാർലിവിത്തുകൾ എത്യോപ്യയുടെ സഹായത്തിനെത്തുകയുണ്ടായി.

ഇപ്രകാരം മനുഷ്യരാശിക്കു മുഴുവൻ പ്രയോജനകരമാകേണ്ട ലോകത്തെ സസ്യബീജമൂലദ്രവ്യങ്ങളും ജീനുകളും ക്രമേണ ക്രമേണ വികസിതരാജ്യങ്ങളിലെ ബഹുരാഷ്ട്രകുത്തകകളുടെ നിയന്ത്രണത്തിലായിക്കൊണ്ടിരിക്കുകയാണ്.

കൺസൾട്ടേറ്റീവ് ഗ്രൂപ്പ് ഓൺ ഇന്റർനാഷണൽ അഗ്രിക്കൾച്ചറൽ റിസർച്ച് (CGIAR) എന്ന അന്താരാഷ്ട്രസ്ഥാപനത്തിന്റെ ധനസഹായത്തോടെ പ്രവർത്തിക്കുന്ന 18 അന്താരാഷ്ട്ര കാർഷിക ഗവേഷണ സ്ഥാപനങ്ങളിൽ 9 എണ്ണത്തിലും വിവിധ രാജ്യങ്ങളിൽനിന്നുള്ള ജീൻശേഖരം സംഭരിച്ചുവെച്ചിട്ടുണ്ട്. ഇതു ലോകത്തെ ബീജമൂലദ്രവ്യശേഖരത്തിന്റെ 35 ശതമാനത്തിലേറെ വരും. സി ജി ഐ എ ആർ ധനസഹായം ചെയ്യുന്നതും അല്ലാതെയുമുള്ള കാർഷികഗവേഷണ സ്ഥാപനങ്ങളിൽ ഭൂരിപക്ഷവും സമ്പന്നമായ ഉത്തരമേഖലയിലാണ്. ഒരു കനേഡിയൻ ഗവേഷകനും റൂറൽ അഡ്വാൻസ്മെന്റ് ഫൗണ്ടേഷൻ ഇന്റർനാഷണലിന്റെ സജീവപ്രവർത്തകനുമായ പാറ്റ്മൂണി *സീഡ്ലിങ്* എന്ന പ്രസിദ്ധീകരണത്തിൽ എഴുതിയ ഒരു ലേഖനത്തിൽ ചൂണ്ടിക്കാട്ടിയിരിക്കുന്നതു മൂന്നാം ലോകരാജ്യങ്ങളിലെ ബീജമൂലദ്രവ്യങ്ങളിൽ പകുതിയിലധികം ഉത്തരമേഖല

യിലെ ജീൻബാങ്കുകളിലായിക്കഴിഞ്ഞിരിക്കുന്നു എന്നാണ്. ഇവയിൽ 27 ശതമാനം അമേരിക്കയുടെ കൈവശവും 35 ശതമാനം യൂറോപ്പിലെ വിവിധ രാജ്യങ്ങളുടെ കൈവശവുമാണ്. ലോകത്തെ സൂക്ഷ്മജീവിശേഖരത്തിന്റെ 86 ശതമാനവും വളർത്തുമൃഗങ്ങളുടെ ബീജമൂലദ്രവ്യത്തിന്റെ 85 ശതമാനവും ഉത്തരമേഖലയിലാണ്, വിശിഷ്യാ അമേരിക്കയുടെ കൈവശം. ലോകത്തെ 127 അടിസ്ഥാനശേഖരങ്ങളിൽ (Base collections) 81 എണ്ണം വികസിതരാജ്യങ്ങളിലും 29 എണ്ണം അന്താരാഷ്ട്രകാർഷികഗവേഷണ കേന്ദ്രങ്ങളിലും 17 എണ്ണം വികസ്വരരാജ്യങ്ങളിലുമാണെന്ന് മൂണി തുടർന്നു പറയുന്നു. സമ്പന്നമായ ഉത്തരമേഖലയിലുള്ള 81 അടിസ്ഥാനശേഖരങ്ങളിൽ 70 എണ്ണവും റോം ആസ്ഥാനമാക്കിയുള്ള ഇന്റർനാഷണൽ ബോർഡ് ഫോർ പ്ലാന്റ് ജെനറ്റിക് റിസോർസസ് (IBPGR) എന്ന സ്ഥാപനത്തിനു ധനസഹായം ചെയ്യുന്ന കേവലം 13 രാജ്യങ്ങളുടെ കൈവശമാണുതാനും. അമേരിക്കയിലെ കാളറാഡോ സംസ്ഥാനത്തുള്ള ഫോർട്ട് കോളിൻസിലെ നാഷണൽ സീഡ് സ്റ്റോറേജ് ലബോറട്ടറി ഈയിടെ 12 ദശലക്ഷം ഡോളർ ചെലവഴിച്ചു വികസിപ്പിക്കുകയുണ്ടായി. ഇപ്പോൾ 2,32,000 ബീജമൂലദ്രവ്യസംഭരണശേഷിയുള്ള ഈ ലബോറട്ടറിയെ പത്തുലക്ഷത്തിന്റെ സംഭരണശേഷിയുള്ളതാക്കാൻ വേണ്ടിയായിരുന്നു ഇത്. ഈ കെട്ടിടം ഇന്ന് അമേരിക്കയിൽ പെന്റഗണിനേക്കാൾ പ്രാധാന്യവും വിലപിടിപ്പുള്ളതുമാണ്. അമേരിക്കൻ കൃഷിവകുപ്പുമേധാവി ആർ ഡി പ്ലൗമാൻ 'അമേരിക്കൻ ഗവൺമെന്റിന്റെ ഏറ്റവും സുപ്രധാനകെട്ടിടം' എന്നാണ് ഇതിനെ വിശേഷിപ്പിച്ചത്.

ലോകത്തിന്റെ വിവിധഭാഗങ്ങളിൽനിന്നും ഇപ്രകാരം ജനിതകസ്രോതസ്സ് മുഴുവൻ ശേഖരിച്ചു വെയ്ക്കുകയും അവയിൽ നടത്തുന്ന പരീക്ഷണങ്ങളിലൂടെ രോഗപ്രതിരോധശക്തിയും കീടനാശകശക്തിയും കൂടുതൽ ഉല്പാദനശേഷിയുമുള്ള മേത്തരം ഇനങ്ങൾ സൃഷ്ടിക്കുകയും ചെയ്തുകൊണ്ടിരിക്കുന്നതിന്റെ ഫലമായി, ഈ സവിശേഷതകളെല്ലാം ഉള്ള പല സ്വാഭാവിക സസ്യ-ജീവജാല ഇനങ്ങളും ഒന്നൊന്നായി ഇല്ലാതായിക്കൊണ്ടിരിക്കുകയാണ്. കേംബ്രിഡ്ജിലെ വേൾഡ് കൺസർവേഷൻ മോണിറ്ററിങ് സെന്റർ പ്രസിദ്ധീകരിച്ചിട്ടുള്ള സ്ഥിതിവിവരക്കണക്കനുസരിച്ച് 384 സസ്യ ഇനങ്ങൾ ഇതിനകം തന്നെ ഇല്ലാതായിക്കഴിഞ്ഞു. മറ്റൊരു 19078 ഇനങ്ങൾ നാശത്തിന്റെ വക്കിലുമാണ്. പക്ഷി ഇനങ്ങളിൽ 113 എണ്ണം ഭൂമുഖത്തുനിന്നു തുടച്ചുനീക്കപ്പെട്ടു കഴിഞ്ഞു. 1037 ഇനങ്ങൾ നാശത്തിന്റെ ഭീഷണി നേരിടുന്നു. ഇതേവരെ ഏതാണ്ട് 724 ജാതി സസ്യങ്ങൾ, മത്സ്യങ്ങൾ, ഇഴജന്തുക്കൾ, പക്ഷികൾ, സസ്തനജീവികൾ, ഉഭയചരജീവികൾ (Amphibions), അകശേരുമൃഗവർഗ്ഗങ്ങൾ (Invertibrates) എന്നിവ അപ്രത്യക്ഷരായിത്തീർന്നിരിക്കുന്നു. മിസ്സൗറി ബൊട്ടാണിക്കൽ ഗാർഡൻ ഡയറക്ടർ ഡോ. പീറ്റർ റേവന്റെ അഭിപ്രായത്തിൽ, വരുന്ന 30 വർഷങ്ങൾക്കുള്ളിൽ ലോകത്തിലെ സസ്യജാതികളിൽ 20 ശതമാനം പൂർണ്ണമായി ഇല്ലാതാവുമെന്നാണ്.

അമേരിക്കയിലെയും പടിഞ്ഞാറൻ രാജ്യങ്ങളിലെയും പാടശേഖരങ്ങളിലും പഴത്തോട്ടങ്ങളിലും സ്ഥിതി വ്യത്യസ്തമല്ല. അമേരിക്കയിൽമാത്രം 1804 നും 1904 നും ഇടയ്ക്കു കൃഷി ചെയ്തിരുന്ന 7098 ആപ്പിൾ ഇനങ്ങളിൽ 6121 ഇനങ്ങൾ പൂർണ്ണമായി നശിച്ചു. ഇന്ന് ഫ്രാൻസിന്റെ ആപ്പിൾ ഉല്പാദനത്തിന്റെ 93 ശതമാനവും വടക്കെ അമേരിക്കയിൽനിന്ന് ഇറക്കുമതി ചെയ്യുന്ന ഇനങ്ങളെ ആശ്രയിച്ചാണ്. ഇതിന്റെ 71 ശതമാനവും ഗോൾഡൻ ഡിലീഷ്യസ് (Golden Delicious) ഇനത്തിൽപ്പെട്ടതും. ഡച്ച് കൃഷിക്കാരാകട്ടെ വെറും മൂന്നിനം ധാന്യങ്ങളേ ഇന്നു കൃഷി ചെയ്യുന്നുള്ളൂ. ജർമ്മനി മുതൽ തുർക്കിവരെയും ഐസ്‌ലാണ്ടു മുതൽ മാസിഡോണിയ വരെയും സ്ഥിതി ഇതാണ്. പ്രകൃതിയിലെ ജനിതകസ്രോതസ്സുകൾക്കു ശോഷണം സംഭവിച്ചതുകൊണ്ടാണ് ഭീതിജനകമായ ഈ സ്ഥിതിവിശേഷം ഉളവായത്. വിദഗ്ദ്ധരുടെ അഭിപ്രായത്തിൽ ഈ സ്ഥിതി തുടർന്നാൽ യൂറോപ്യൻ കമ്പോളത്തിനാവശ്യമായ ഗോതമ്പ് ഉല്പാദിപ്പിക്കാൻ ഫ്രാൻസിനോടും പാൽ ഉല്പാദിപ്പിക്കാൻ ഹോളണ്ടിനോടും ഉരുളക്കിഴങ്ങ് ഉല്പാദിപ്പിക്കാൻ ജർമ്മനിയോടും മാത്രം ആവശ്യപ്പെടേണ്ടിവരുന്ന കാലവും അതിവിദൂരമല്ല.

ജീനുകളും ബീജമൂലദ്രവ്യങ്ങളും ലോകത്തിന്റെ വിവിധ ഭാഗങ്ങളിൽ നിന്നു ശേഖരിച്ചു സ്വന്തം സംഭരണികളിൽ നിറച്ച വികസിതരാജ്യങ്ങളാണ് ഈ ജനിതക ശോഷണത്തിന് (genetic erosion) ഉത്തരവാദികൾ. ലോകമെമ്പാടുമുള്ള കോടിക്കണക്കിനു ജനങ്ങളുടെ, പ്രത്യേകിച്ചു വികസ്വര-അവികസിത രാജ്യങ്ങളിലെ, ഭക്ഷണത്തിനുള്ള അവകാശത്തിന്മേലാണ് ഈ ജീൻ-ബീജമൂലദ്രവ്യസംഭരണത്തിലൂടെ വികസിതരാജ്യങ്ങൾ കൈവെച്ചിരിക്കുന്നത്. വികസ്വര-അവികസിതരാജ്യങ്ങൾക്കെതിരെ ഭക്ഷണത്തെ ആയുധമാക്കാൻ ആഗ്രഹിക്കുന്ന വികസിതരാജ്യങ്ങളുടെ പടച്ചട്ടയാണിന്ന് ജീനുകളും ബീജമൂലദ്രവ്യങ്ങളും.

റിയോ ഡി ജനീറോയിൽ ചേർന്ന ഭൗമഉച്ചകോടി (earth summit) ഇക്കാര്യത്തിൽ വലിയ ഉൽക്കണ്ഠയും ആശങ്കയും രേഖപ്പെടുത്തുകയുണ്ടായി. ഭൗമഉച്ചകോടിയിൽ അഥവാ ജൈവവൈവിദ്ധ്യ കൺവെൻഷനിൽ ഇന്ത്യ സ്വീകരിച്ച നിലപാടും മുന്നോട്ടുവെച്ച നിർദ്ദേശങ്ങളും ശ്രദ്ധേയമായിരുന്നു. ഓരോ രാജ്യത്തിന്റെയും പ്രകൃതിവിഭവങ്ങളുടെ മേലുള്ള ആ രാജ്യത്തിന്റെ ദേശീയ പരമാധികാരം (National Sovereignty) എന്ന തത്ത്വം പൂർണ്ണമായി പാലിക്കപ്പെടണം. ആ പ്രകൃതിവിഭവങ്ങൾ കൈമാറുകയാണെങ്കിൽ അത് ആതിഥേയരാജ്യത്തിന്റെ വ്യവസ്ഥകൾക്കും നിബന്ധനകൾക്കും വിധേയമായിട്ടായിരിക്കണം. ജൈവവൈവിദ്ധ്യത്തിന്റെ പ്രശ്നങ്ങൾ ബയോടെക്നോളജി പങ്കിടലുമായി ബന്ധപ്പെടുത്തി ചർച്ച ചെയ്യണം. കാരണം ഇവ രണ്ടും വേർപിരിക്കാനാവാത്ത വിധത്തിൽ പരസ്പരബന്ധിതമാണ്. ജൈവവൈവിദ്ധ്യത്തിൽ പ്രവേശനം അനുവദിക്കുമ്പോൾ ബയോടെക്നോളജിയുടെ കാര്യത്തിലും അതേ സമീപനം ഉണ്ടാകണം. എന്നിങ്ങനെ വികസ്വരരാജ്യങ്ങളെയെല്ലാം ഒരുപോലെ ബാധിക്കു

ന്ന, അവയെ സംബന്ധിച്ചിടത്തോളം നിർണ്ണായകമായ നിർദ്ദേശങ്ങളാണ് ഇന്ത്യ മുന്നോട്ടുവെച്ചത്. ഭൗമഉച്ചകോടിയും ഇതേ സമീപനം തന്നെയാണ് സ്വീകരിച്ചത്. നീതിപൂർവ്വകവും സഹായകവുമായ വ്യവസ്ഥകളിൽ ബയോടെക്നോളജി കൈമാറ്റം വരുത്തണം എന്നു നിർദ്ദേശിച്ച ഭൗമഉച്ചകോടി അഥവാ ജൈവവൈവിദ്ധ്യ കൺവൻഷൻ അംഗീകരിച്ച കമ്മ്യൂണിക്കെയുടെ ആർട്ടിക്കിൾ 16 ഇപ്രകാരമാണ്: ‘Recognizing that patents and other intellectual property rights may have an influence on this convention, (we) shall co-operate in this regard subject to national legislation and international law in order to ensure that such rights are supportive of and do not run counter to its objectives.’

(പേറ്റന്റുകളും ബൗദ്ധികസ്വത്തവകാശവും ഈ കൺവെൻഷനെ സ്വാധീനിച്ചേക്കാം എന്ന് അംഗീകരിക്കുന്നതോടൊപ്പം അത്തരം അവകാശങ്ങൾ അവയുടെ ലക്ഷ്യങ്ങൾക്ക് വിപരീതമായി നീങ്ങുകയില്ലെന്നും മറിച്ചു സഹായകമായിരിക്കും എന്ന് ഉറപ്പുവരുത്താൻ ദേശീയനിയമനിർമ്മാണങ്ങൾക്കും അന്തർദ്ദേശീയനിയമത്തിനും വിധേയമായിട്ടായിരിക്കും ഞങ്ങൾ ഇക്കാര്യത്തിൽ സഹകരിക്കുക).

എന്നാൽ ഇതിനെയെല്ലാം കീഴ്മേൽമറിച്ചുകൊണ്ടാണ് 1994 ലെ പുതിയ ഗാട്ട് നിലവിൽ വന്നിരിക്കുന്നത്. ബയോടെക്നോളജി മൂലമുണ്ടാകുന്ന കണ്ടുപിടിത്തങ്ങൾക്ക് പേറ്റന്റ് അവകാശം നിർബ്ബന്ധമാക്കിയും ഓരോ രാജ്യവും അതിന്റെ സസ്യജൈവസമ്പത്തിനെ സംരക്ഷിക്കുവാൻ കൊണ്ടുവരുന്ന നിയമം (sui generis) 1991 ലെ പുതുക്കിയ ‘ഉപോവ്’ (International Union for the Protection of New varieties) മാതൃകയിലായിരിക്കണമെന്നു വ്യവസ്ഥ ചെയ്തും നിലവിൽവന്നിട്ടുള്ള പുതിയ ഗാട്ട് വികസ്വരരാജ്യങ്ങൾക്ക് കണ്ഠകോടാലിയായിത്തീരുകതന്നെ ചെയ്യും. ബയോടെക്നോളജി മുഴുവൻ വികസിതരാജ്യങ്ങളിൽ സ്വകാര്യമേഖലയിലായിരിക്കെ പുതിയ ഗാട്ടിന്റെ വെളിച്ചത്തിൽ വികസ്വരരാജ്യങ്ങളിലെ സസ്യജൈവസമ്പത്ത് ഒന്നൊന്നായി കവർന്നെടുക്കുവാൻ ബഹുരാഷ്ട്രകുത്തകകൾക്ക് നിഷ്പ്രയാസം കഴിയും. ബഹുരാഷ്ട്രകുത്തകകൾക്ക് ബയോടെക്നോളജി അനന്തസാദ്ധ്യതകൾ പ്രദാനം ചെയ്യുന്നവയാണെങ്കിൽ വികസ്വരരാജ്യങ്ങളെ സംബന്ധിച്ചിടത്തോളം ബഹുരാഷ്ട്രകുത്തകകളുടെ ഉടമസ്ഥതയിലുള്ള ബയോടെക്നോളജി അപകടകരം തന്നെയാണ്.

ബയോടെക്നോളജിയുടെ അനന്തസാദ്ധ്യതകളും അപകടങ്ങളും

ശാസ്ത്രസാങ്കേതിക രംഗത്തെ ഏറ്റവും നൂതനമായ സാങ്കേതികവിദ്യയാണ് ബയോടെക്നോളജി. ജനിതക എഞ്ചിനീയറിങ്ങിൽ കൈവരിച്ച അത്ഭുതകരവും അഭൂതപൂർവ്വവുമായ നേട്ടങ്ങളാണ് ബയോടെക്നോളജിയുടെ വിജയത്തിലേക്ക് വഴിതെളിച്ചത്. ജീനുകളെ തമ്മിൽ കൂട്ടിച്ചേർക്കാം (genesplicing) എന്ന ജനിതക എഞ്ചിനീയറിങ്ങിന്റെ കണ്ടു

പിടിത്തത്തോടെ ബയോടെക്നോളജി ഒരു പുതുയുഗത്തിലേക്ക് കടന്നു. എന്നാൽ ഈ പുതിയയുഗം വികസ്വരരാജ്യങ്ങളെ സംബന്ധിച്ചിടത്തോളം അത്ര ശോഭനവും ശുഭകരവുമല്ല. സസ്യങ്ങളും ജീവികളുമടക്കമുള്ള വസ്തുക്കളിലോ, അവയുടെ ഏതെങ്കിലും പദാർത്ഥങ്ങളിലോ സാങ്കേതികവിദ്യകൾ പ്രയോഗിച്ച് വാണിജ്യാവശ്യത്തിനായി പുതിയ വസ്തുവോ അല്ലെങ്കിൽ എന്തെങ്കിലും പരിഷ്കാരമോ മാറ്റമോ വരുത്തുന്ന ആധുനിക സാങ്കേതികവിദ്യയാണ് ബയോടെക്നോളജി. വാണിജ്യപരമായി പ്രാധാന്യമുള്ള സസ്യങ്ങളുടെയും ജീവികളുടെയും എന്തെങ്കിലും സവിശേഷതകൾ പരിഷ്കരിക്കുന്നതും, പരിസ്ഥിതി സംരക്ഷണത്തിനായി പ്രവർത്തിക്കേണ്ടുന്ന സൂക്ഷ്മജീവികളെ വികസിപ്പിച്ചെടുക്കുന്നതും ബയോടെക്നോളജിയുടെ ഭാഗമാണ്. സസ്യങ്ങളിലും മൃഗങ്ങളിലുമുള്ള ജീനുകളിൽ പ്രതികൂലമായി പ്രവർത്തിക്കുന്നവയെ പുറത്തെടുത്ത് പുറമെനിന്നുള്ള അനുകൂലമായി പ്രവർത്തിക്കുന്നവയെ കുത്തിവെച്ച് എന്തു മാറ്റങ്ങളും വരുത്തുവാൻ ബയോടെക്നോളജിക്കു കഴിയും. കോശങ്ങളുള്ള എന്തിനേയും പരിഷ്കരിക്കുവാൻ മാത്രമല്ല, തികച്ചും വ്യത്യസ്തമായ സ്വഭാവത്തോടുകൂടി മാറ്റുവാൻ തന്നെ ഇന്ന് ബയോടെക്നോളജി വളർന്നിരിക്കുന്നു. അധികതൂക്കമുള്ള മത്സ്യങ്ങൾ, സാവകാശം വിളഞ്ഞുപഴുക്കുന്ന തക്കാളികൾ, പ്രകൃതി നല്കിയിട്ടുള്ളതിനേക്കാൾ കൂടുതൽ കാലം നിലനില്ക്കുന്ന പഴവർഗ്ഗങ്ങൾ എന്നിവയെല്ലാം ബയോടെക്നോളജിയുടെ സംഭാവനകളാണ്. എന്തിനേറെ, മിന്നാമിനുങ്ങിന്റെ വെളിച്ചം പ്രസരിപ്പിക്കുന്ന ജീൻ പുല്ലിൽ കുത്തിവെച്ച് വെളിച്ചം പ്രസരിപ്പിക്കുന്ന പുൽത്തകിടികൾപോലും സൃഷ്ടിക്കാൻ ബയോടെക്നോളജിക്ക് കഴിഞ്ഞിരിക്കുന്നു! പുറമേനിന്നുള്ള ജീൻ മറ്റൊരു വസ്തുവിൽ കുത്തിവെക്കുന്ന പരീക്ഷണം വിജയിച്ചത് 1973 ൽ ആയിരുന്നു. ബോയർ, കോഹൻ എന്നീ ശാസ്ത്രജ്ഞരും അവരുടെ സഹായികളും ചേർന്നാണ് വിജയകരമായ ഈ പരീക്ഷണം നടത്തിയത്. കഴിഞ്ഞ 20 വർഷങ്ങൾക്കുള്ളിൽ അത്ഭുതാവഹമായ നേട്ടങ്ങളാണ് ഈ ശാസ്ത്രശാഖ കൈവരിച്ചത്.

വികസിത മുതലാളിത്തരാജ്യങ്ങളിലാണ് ഈ നൂതന സാങ്കേതികവിദ്യ വളർന്നുവികസിച്ചത്. അവിടങ്ങളിലെ ഗവേഷണ വികസന (Research and Development) മേഖല പൂർണ്ണമായും സ്വകാര്യമേഖലയിലാണ്. കോടിക്കണക്കിന് ഡോളർ ആസ്തിയുള്ള ബഹുരാഷ്ട്രകുത്തകകളാണ് ഈ മേഖല കൈയടക്കിയിട്ടുള്ളത്. സ്വകാര്യമേഖലയായതുകൊണ്ട് അവിടങ്ങളിൽ ഈ രംഗത്തെ കണ്ടുപിടിത്തങ്ങൾക്കെല്ലാം പേറ്റന്റ് നിയമവും ബാധകമാക്കിയിട്ടുണ്ട്. ഇതിന് കാരണക്കാരൻ അമേരിക്കയിൽ സ്ഥിരതാമസമാക്കിയിട്ടുള്ള ഇന്ത്യൻ വംശജനായ ആനന്ദ്ചക്രവർത്തി എന്ന ശാസ്ത്രജ്ഞനാണ്. അമേരിക്കൻ സുപ്രീംകോടതിയിൽ നടന്ന പ്രഖ്യാതമായ ഡയമണ്ടും ചക്രവർത്തിയും തമ്മിലുള്ള കേസിൽ ചക്രവർത്തിക്ക് അനുകൂലമായി വിധി ഉണ്ടായതോടെയാണ് ബയോടെക്നോളജി കണ്ടുപിടിത്തങ്ങൾക്ക് പേറ്റന്റ് നിയമം ബാധകമായത്. ബാഹ്യമായ

ജീൻ കുത്തിവെച്ച് ചക്രവർത്തി കണ്ടുപിടിച്ച ഒരു സൂക്ഷ്മജീവിക്ക് പേറ്റന്റ് അവകാശമുണ്ടെന്നായിരുന്നു സുപ്രീംകോടതി വിധി. അമേരിക്കൻ പേറ്റന്റ് നിയമമനുസരിച്ച് മനുഷ്യനിർമ്മിതമായ ജീവനുള്ള ഒരു സൂക്ഷ്മജീവിക്ക് പേറ്റന്റ് നല്കാവുന്നതാണെന്ന് കോടതി വിധിച്ചു. കാരണം അതൊരു 'ഉല്പന്നമോ' (manufacture) പദാർത്ഥങ്ങളുടെ 'ചേരുവയോ' (composition of matter) ആണെന്നായിരുന്നു കോടതിയുടെ വിശദീകരണം. 1980 ൽ ജൂൺ 16 നായിരുന്നു ബയോടെക്നോളജി വ്യവസായത്തിലെ സ്വകാര്യമേഖലയുടെ മനംകുളിർപ്പിച്ച ഈ വിധി.

ആനന്ദ് ചക്രവർത്തി ചില്ലറക്കാരനൊന്നുമല്ല. ജീൻ മാറ്റിവെക്കൽ പ്രക്രിയയിലൂടെ സൃഷ്ടിച്ച സൂക്ഷ്മജീവികളുടെ മുപ്പതോളം പേറ്റന്റ് അദ്ദേഹത്തിനുണ്ട്. ബഗ്സ് (bugs) എന്നാണ് ഈ സൂക്ഷ്മജീവികൾക്ക് (micro-organisms) അദ്ദേഹം നല്കിയിട്ടുള്ള ഓമനപ്പേര്. എണ്ണക്കിണറുകൾ നിറഞ്ഞുതൂവുമ്പോൾ ആ പ്രദേശം ശുദ്ധീകരിക്കാനും, എണ്ണക്കിണറുകൾ വറ്റുമ്പോൾ അവശേഷിക്കുന്ന സാന്ദ്രതകൂടിയ എണ്ണയെ നേർപ്പിക്കുന്നതിനും ആസിഡ് മഴയുണ്ടാകുമ്പോൾ ആസിഡിനെ തിന്നുതീർക്കുന്നതിനുമുള്ള ബഗ്ഗുകളുടെ പേറ്റന്റ് ആനന്ദ് ചക്രവർത്തിയുടെ കൈവശമുണ്ട്. അമേരിക്കൻ സസ്യ പേറ്റന്റ് നിയമം 1930 ൽ നിലവിൽ വന്നതാണെങ്കിലും ആനന്ദ് ചക്രവർത്തിയുടെ കേസിൽ ഉണ്ടായ അമേരിക്കൻ സുപ്രീംകോടതി വിധിയോടെയാണ് പേറ്റന്റ് നിയമത്തിന് പുതിയൊരു മാനവും വ്യാപകത്വവും ലഭിച്ചത്. സസ്യത്തെ മാത്രമല്ല, സസ്യത്തിന്റെ ഓരോ വിഭാഗത്തിനും പേറ്റന്റ് ബാധകമാക്കാമെന്ന് വന്നു. അങ്ങനെ പേറ്റന്റ് നിയമത്തിന്റെ പരിധിക്കുള്ളിൽ വന്നതുകൊണ്ട് ബീജമൂലദ്രവ്യത്തിന് വമ്പിച്ച രാഷ്ട്രീയപ്രാധാന്യം തന്നെ കൈവന്നു. 1985 ൽ ട്രിപ്ടോഫൻ (Tryptophan) എന്ന അമിനോ ആസിഡിന്റെ വർദ്ധിപ്പിച്ച അളവുള്ള ഒരിനം ചോളത്തിന് പേറ്റന്റ് നല്കപ്പെട്ടു. ഇതിനുപുറമെ ഇൻസുലിൻ, രക്തം കട്ടപിടിക്കുമ്പോൾ അലിയിക്കുന്ന ടിഷ്യു പ്ലാസ്മിനോജെൻ ആക്ടിവേറ്റർ (Tissue | Plasminogen Activator) എന്നീ ബയോടെക്നോളജി ഉല്പന്നങ്ങൾ നിർമ്മിക്കാനാവശ്യമായ മനുഷ്യജീനുകൾക്കും പേറ്റന്റ് നല്കുകയുണ്ടായി. ചുരുക്കത്തിൽ ഏതുകാര്യവും ബയോടെക്നോളജി കൊണ്ട് നേടിയെടുക്കാം എന്നായിട്ടുണ്ടിന്ന്. സിംഗപ്പൂരിൽ സാധാരണ ഇന്റലിജൻസ് കോഷ്യന്റിനും (IQ) താഴെ നിലവാരമുള്ള കുട്ടികളുടെ കുടുംബങ്ങൾക്ക് വന്ധീകരണം നടത്തുന്നതിന് ധനപരമായ പ്രോത്സാഹനം നല്കുന്ന രീതി ആരംഭിച്ചിട്ടുണ്ട്. ബാഹ്യമായ ജീനുകൾ കുത്തിവെച്ച് കൂടുതൽ ബുദ്ധിവൈഭവവും സാമർത്ഥ്യവുമുള്ള മനുഷ്യക്കുഞ്ഞുങ്ങളെ ഉല്പാദിപ്പിക്കുന്ന നിലയിലേക്ക് ബയോടെക്നോളജി വളരുകയില്ലെന്ന് ആർക്കറിയാം! പെരുകി വരുന്ന ജനസംഖ്യക്ക് അനുസൃതമായി ഭക്ഷ്യോല്പാദനം നടത്തുവാനും ജൈവവൈവിദ്ധ്യത്തെ സംരക്ഷിക്കുവാനും ബയോടെക്നോളജിക്ക് കഴിയുമെന്നാണ് അവകാശവാദം.

ഏതായാലും ശാസ്ത്രത്തിന്റെ അസൂയാവഹമായ ഈ പുരോഗ

തിയും സാദ്ധ്യതയും മുതലെടുക്കുവാൻ ബഹുരാഷ്ട്രകുത്തകകൾ സർവ്വ വിധ സന്നാഹങ്ങളോടെ രംഗത്തിറങ്ങിക്കഴിഞ്ഞു. മുകളിൽ ചൂണ്ടിക്കാട്ടിയ അമേരിക്കൻ സുപ്രീംകോടതി വിധിയോടെയാണ് ബഹുരാഷ്ട്രകുത്തകകൾക്ക് വഴി തുറന്നുകിട്ടിയത്. വിത്തുല്പാദനം, ഔഷധ നിർമ്മാണം, കീടനാശിനികളുടെ നിർമ്മാണം, ഭക്ഷ്യ-പാനീയവസ്തുക്കളുടെ നിർമ്മാണം എന്നിങ്ങനെയുള്ള എല്ലാ മേഖലകളിലും ബഹുരാഷ്ട്രകുത്തകകൾക്കാണ് ആധിപത്യം. സിബാഗീഗി, ബേയർ, ഐ സി ഐ, മോൺസാന്റോ, ഡ്യൂപോണ്ട്, കാർഗിൽ, ഏലിലില്ലി, അമേരിക്കൻ സൈനമൈഡ്, റോൺ-പൗളൻസ്, ഹെഴ്സ്റ്റ്, ബി എ എസ് എഫ്, സാൻഡോസ്, ഷെൽ, ഷെറിങ്, ഡൗ, എഫ് എം സി, മൈക്കോളിൻ, കാൾജിൻ, നോവോ-നോർസ്ഡിക്ക്, പ്ലാന്റ് ജെനറ്റിക് സിസ്റ്റംസ്, ലുബ്രിസോൾ, പയനിയർ, ലിമാഗ്രെയിൻ, അപ്ജോൺ, പ്രൊവെൻഡർ, ഡേക്കാൾബ്-ഫൈസർ, ഓർസാൻ, കെ ഡബ്ല്യു എസ്, മിറ്റ്സുബിഷി, അജിനോമോട്ടോ എന്നിങ്ങനെയുള്ള നൂറുകണക്കിന് ബഹുരാഷ്ട്രകുത്തകകളാണ് ലോകവ്യാപാര-വാണിജ്യത്തെ നിയന്ത്രിക്കുന്നത്. കോടിക്കണക്കിന് ഡോളർ മുടക്കിയാണ് ഈ കൂറ്റൻ കമ്പനികൾ ബയോടെക്നോളജി വികസിപ്പിച്ചു കൊണ്ടിരിക്കുന്നത്. ഈ സാങ്കേതികവിദ്യ ഇവർ വികസ്വരരാജ്യങ്ങൾക്ക് കൈമാറുകയില്ല. ഓരോന്നിനും പേറ്റന്റ് നേടിയെടുത്ത് വികസ്വര രാജ്യങ്ങളുടെ ജനിതക-ഊർജ്ജസ്രോതസ്സുകളെയെല്ലാം പ്രതിഫലം നല്കാതെ കൈയടക്കുക എന്നതാണ് ഇവയുടെ ലക്ഷ്യം. 1994 ലെ ഗാട്ടിലെ ബൗദ്ധിക സ്വത്തവകാശവ്യവസ്ഥകൾ ഇവയുടെ കൊള്ളയും ചൂഷണവും വിപുലപ്പെടുത്താൻ സഹായിക്കുന്നതാണ്. ഉറുഗ്വേ റൗണ്ട് ചർച്ചാവേളയിൽ ഡങ്കൽ തന്റെ നിർദ്ദേശങ്ങൾ അവതരിപ്പിച്ചപ്പോൾ ജൈവവൈവിദ്ധ്യം ഉപയോഗിക്കാൻ അനുവദിച്ചാൽ അതിന്റെ ഗവേഷണഫലങ്ങൾ പങ്കിടാൻ കൂടി അനുവദിക്കണമെന്നും സാങ്കേതികവിദ്യ കൈമാറണമെന്നുമുള്ള വികസ്വരരാജ്യങ്ങളുടെ ആവശ്യങ്ങളെ തിരസ്കരിക്കുകയാണ് ചെയ്തത്. 95 ജനുവരി ഒന്നുമുതൽ പുതിയ ഗാട്ട് ആഗോളവ്യാപകമായി നടപ്പിൽ വരാൻ പോവുകയാണ്. വികസ്വരരാജ്യങ്ങളുടെ സസ്യ-ജൈവ സമ്പത്ത് ഒന്നൊന്നായി ഈ ബഹുരാഷ്ട്രകുത്തകകൾ കവർന്നെടുക്കും. ഇന്ത്യയുടെ ആര്യവേപ്പിന്റെ കാര്യം 'ആര്യവേപ്പും ആർതർ ഡങ്കലും' എന്ന എന്റെ ലേഖനത്തിൽ ഞാൻ വിശദീകരിച്ചിട്ടുണ്ട്.

മൂന്നാംലോക രാജ്യങ്ങളിൽ ഉല്പാദിപ്പിക്കുന്ന പല നാണ്യവിളകളും ബയോടെക്നോളജിയുടെ സാദ്ധ്യതകൾ ഉപയോഗിച്ച് ഇതേവരെ അവയൊന്നും കൃഷിചെയ്തിട്ടില്ലാത്ത വികസിത രാജ്യങ്ങളിൽ ഉല്പാദിപ്പിക്കാനും അങ്ങനെ വികസ്വരരാജ്യങ്ങളുടെ സമ്പദ്ഘടനയെ തകർക്കാനുമാണ് ബഹുരാഷ്ട്രകുത്തകകൾ ശ്രമിച്ചുകൊണ്ടിരിക്കുന്നത്. ഇതാ ചില ഉദാഹരണങ്ങൾ.

പഞ്ചസാര, കാപ്പി, കൊക്കോ

ബയോടെക്നോളജിയിലൂടെ ആദ്യം അത്യാഹിതം സംഭവിക്കാൻ പോകുന്നത് കരിമ്പിനും പഞ്ചസാരയ്ക്കുമാണ്. അമേരിക്കയിലെ ജി ഡി സിയേർലേ എന്ന കമ്പനി അസ്പാർടെയ്ം (aspartame) എന്നൊരു അമിനോ ആസിഡ് സംയുക്തം കണ്ടുപിടിച്ചു. ഇത് കലോറി കുറവുള്ളതും പഞ്ചസാരയേക്കാൾ 200 ഇരട്ടി മധുരമുള്ളതുമാണ്. ജി ഡി സിയേർലേ എന്ന കൊച്ചുകമ്പനിയെ മൊൺസാന്റോ എന്ന കുത്തകഭീമൻ വിലയ്ക്കെടുത്ത് അസ്പാർടെയ്ം വൻതോതിൽ ഉല്പാദിപ്പിച്ച് കമ്പോളത്തിലിറക്കി. ഇന്ന് ഏതാണ്ട് ഒരു ബില്യൺ ഡോളറിന്റെ (നൂറുകോടി ഡോളർ) കമ്പോളം അത് പിടിച്ചടക്കി കഴിഞ്ഞു. ബഹുരാഷ്ട്രകുത്തകയായ ടേയ്റ്റ് ആന്റ് ലൈൽ 'തൗമാറ്റിൻ' (Thaumatin) എന്ന മറ്റൊരു സംയുക്തത്തെയും കമ്പോളത്തിലിറക്കിയിരിക്കുന്നു. ഇത് പഞ്ചസാരയേക്കാൾ 250 ഇരട്ടി മധുരമുള്ളതാണ്. പടിഞ്ഞാറൻ ആഫ്രിക്കയിലുള്ള ചില പഴവർഗ്ഗങ്ങളിൽനിന്നാണ് ഇത് വികസിപ്പിച്ചെടുത്തത്. ടേയ്റ്റ് ആൻഡ് ലൈൽ എന്ന ബഹുരാഷ്ട്രകുത്തക കമ്പനി ലൈബീരിയ, ഘാന എന്നീ ആഫ്രിക്കൻ രാജ്യങ്ങളിലും ഏഷ്യയിലെ മലേഷ്യയിലും ഇതിനായി വൻകിട പഴത്തോട്ടങ്ങൾ സ്ഥാപിച്ചിട്ടുണ്ട്. എന്നാൽ ഇപ്പോൾ ടിഷ്യുകൾച്ചർ (Tissue culture) എന്ന പ്രക്രിയയിലൂടെ അമേരിക്കയിലെ ലബോറട്ടറിയിൽത്തന്നെ ഈ പഴവർഗ്ഗങ്ങൾ ഉല്പാദിപ്പിക്കാൻ കമ്പനിക്കു കഴിഞ്ഞിരിക്കുന്നു. ഇതോടെ ആഫ്രിക്കയിലേയും മലേഷ്യയിലേയും പഴത്തോട്ടങ്ങളുടെ സ്ഥിതി പരുങ്ങലിലാവും. അമേരിക്കയിൽ തന്നെ ധാന്യങ്ങളിൽനിന്നുള്ള ഒരുതരം സർബത്ത് (cornsyrup) കണ്ടുപിടിച്ചതും പഞ്ചസാരയെ ഒഴിവാക്കുന്നതിനുള്ള കാരണമായി. കൊക്കകോള, പെപ്സിക്കോ ഉൾപ്പെടെയുള്ള അമേരിക്കയിലെ ശീതളപാനീയ നിർമ്മാതാക്കളായ 34 ബഹുരാഷ്ട്രകമ്പനികൾ ഇപ്പോൾ പഞ്ചസാരയ്ക്ക് പകരം ഈ സർബത്താണ് ഉപയോഗിക്കുന്നത്. 1981 ൽ തന്നെ അമേരിക്കയുടെ മൊത്തം പഞ്ചസാര ഇറക്കുമതിയായ ആറ് ദശലക്ഷം ടണ്ണിൽ 1.8 ദശലക്ഷം ടൺ ഈ സർബത്ത് ഉപയോഗംമൂലം കുറവുവന്നിരുന്നു. ജപ്പാനിലും പഞ്ചസാരയുടെ 20 ശതമാനം ഈ ധാന്യസർബത്ത് ഉപയോഗം വഴി കുറഞ്ഞിരിക്കുന്നു. സ്പെയിനിലെ ബാർസലോണ ആസ്ഥാനമായുള്ള ജനറ്റിക് റിസോർസ് ആക്ഷൻ ഇന്റർനാഷണൽ (GRAIN) എന്ന സ്ഥാപനം നടത്തിയ പഠനത്തിൽ വെളിപ്പെടുത്തുന്നത് പഞ്ചസാരയ്ക്കു പകരം പുതിയ അമ്ലങ്ങളുടെയും സർബത്തുകളുടെയും ഉപയോഗം വ്യാപകമായി വരുന്നത് ലോകത്തെ, വിശിഷ്യാ വികസ്വരരാജ്യങ്ങളിലെ, 50 ദശലക്ഷം കരിമ്പുകർഷകരെ പ്രതികൂലമായി ബാധിക്കുമെന്നാണ്. ഈ രാജ്യങ്ങൾക്കു ക്രമേണ അവയുടെ പ്രധാനപ്പെട്ട കയറ്റുമതി വരുമാനങ്ങളിലൊന്ന് നഷ്ടപ്പെടുകയും ചെയ്യും. അമേരിക്കയിലേക്കുള്ള പഞ്ചസാര കയറ്റുമതിയിൽ കരീബിയൻ രാജ്യങ്ങളുടെ വരുമാനം 1981 ൽ 686 ദശലക്ഷം ഡോളറായിരുന്നെങ്കിൽ 1985 ൽ അത് 250 ദശലക്ഷം ഡോളറായി കുറഞ്ഞു. ഫിലിപ്പീൻസിന്റേത് 624 ദശലക്ഷം ഡോളറിൽനിന്ന് 246 ദശലക്ഷം ഡോളറായി

കുറഞ്ഞു. അൺക്ടാഡിന്റെ (UNCTAD) കണക്കനുസരിച്ച് വികസ്വര രാജ്യങ്ങളുടെ കയറ്റുമതി വരുമാനം 1980 ലെ 9,824 ദശലക്ഷം ഡോളറിൽനിന്ന് 1984 ൽ 7,604 ദശലക്ഷം ഡോളറായി കുറയുകയാണ് ഉണ്ടായത്. വർഷങ്ങളായി വികസ്വര രാജ്യങ്ങളിലെ കരിമ്പിൻ തോട്ടങ്ങളും പഞ്ചസാര ഫാക്ടറികളും വിദേശ കമ്പനികളുടെ ഉടമസ്ഥതയിലായിരുന്നു. എന്നാൽ എഴുപതുകളിൽ 'പുതിയ മധുരങ്ങൾ' കമ്പോളത്തിലെത്തിയതോടെ ഈ തോട്ടങ്ങളിലും പഞ്ചസാരഫാക്ടറികളിലും വിദേശികൾക്ക് താല്പര്യമില്ലാതായി. മൂന്നാംലോക രാഷ്ട്രങ്ങളിലെ 1500 ൽപ്പരം കരിമ്പിൻ തോട്ടങ്ങളിൽ കേവലം ഇരുപതോ മുപ്പതോ മാത്രമേ ഇന്ന് വിദേശകമ്പനികളുടെ ഉടമസ്ഥതയിലുള്ളൂ. ഈ സാഹചര്യത്തിൽ ഇന്ത്യയിലെ കരിമ്പുകർഷകരും പഞ്ചസാര ഫാക്ടറികളും അടച്ചുപൂട്ടേണ്ടിവരികയില്ലേ? ഗാട്ടിലൂടെ എങ്ങനെയാണ് ഇന്ത്യക്ക് പഞ്ചസാരകയറ്റുമതി വഴി വിദേശനാണ്യം നേടാനാവുക?

വികസ്വരരാജ്യങ്ങളിലെ കാപ്പികർഷകരും അപകടത്തിലാവാൻ പോകുന്നു. ബയോടെക്നോളജിയിലെ പരീക്ഷണങ്ങൾ ആ വഴിക്കാണ് നീങ്ങുന്നത്. ഒരേ സമയം പൂത്തുവിളയുന്നതും പഴുത്ത കാപ്പിക്കുരുവിനെ ദീർഘിപ്പിക്കുന്ന കൊയ്ത്തുകാലത്തേക്ക് നിലനിർത്തുന്നതുമായ കാപ്പിച്ചെടിയിനങ്ങൾ ഇപ്പോൾ കണ്ടുപിടിക്കപ്പെട്ടിട്ടുണ്ട്. അതുപോലെ മഞ്ഞിനെ ചെറുത്തുനില്ക്കാൻ കഴിയുന്ന ഇനങ്ങളും വികസിപ്പിച്ചെടുത്തിട്ടുണ്ട്. അങ്ങനെ കഫീൻ ഇല്ലാത്തതും നല്ല മണവും രുചിയുമുള്ളതുമായ പുതിയ ഇനം കാപ്പി ഉപഭോക്താക്കൾക്ക് ലഭിക്കാൻ പോവുകയാണ്. സ്വാഭാവിക കാപ്പിച്ചെടിക്ക് മഞ്ഞിനെ ചെറുക്കാനാവാത്തതിനാലാണ് അത് മിതശീതോഷ്ണമേഖലകളിൽ വളരാത്തത്. എന്നാൽ മഞ്ഞിനെ ചെറുക്കാൻ കഴിവുള്ള ഇനം കണ്ടുപിടിക്കപ്പെട്ടതോടെ വികസിതരാജ്യങ്ങളിലെ കാലാവസ്ഥയിലും കാപ്പികൃഷി ചെയ്യാം എന്ന സ്ഥിതിയായിട്ടുണ്ട്. ഇത് ഒരു യാഥാർത്ഥ്യമാകുന്നതോടെ വികസ്വരരാജ്യങ്ങളിൽനിന്നുള്ള കാപ്പികയറ്റുമതിയെ പ്രതികൂലമായി ബാധിക്കും. ലോകത്തെ കാപ്പി ഉല്പാദനത്തിൽ 75 ശതമാനവും 'കഫീയ അറബിക്ക' (Caffea Arabica) ഇനത്തിൽപ്പെട്ടതാണ്. ഇതിന്റെ വിത്തിൽ ബാഹ്യമായ ജീൻ കുത്തിവെച്ച് കൂടുതൽ മണവും രുചിയുമുള്ളതും വിളവുകിട്ടുന്നതും കീടങ്ങളെ ചെറുക്കാൻ കഴിവുള്ളതും കഫീന്റെ അളവ് വളരെ കുറഞ്ഞതുമായ പുതിയ ഇനം കാപ്പി സാൻകാർലോസിലുള്ള ഒരു ബയോടെക്നോളജി കമ്പനി വികസിപ്പിച്ചെടുത്തിട്ടുണ്ട്. 'കഫിയ അറബിക്ക'യിൽ നടത്തിയ ഈ പരീക്ഷണം നാളെ 'റോബസ്റ്റ' ഇനത്തിലും വരുത്തിക്കൂടെന്നില്ല. ബയോടെക്നോളജിയിൽ അതും അസാദ്ധ്യമാവില്ലല്ലോ. അങ്ങനെ സംഭവിച്ചാൽ ഇന്ത്യ, ബ്രസീൽ, കൊളംബിയ, കോസ്റ്റോറിക്ക, ഗ്വാട്ടിമാല, ഇൻഡൊനീഷ്യ, ഘാന, കെനിയ എന്നിങ്ങനെയുള്ള കാപ്പി ഉല്പാദക വികസ്വരരാജ്യങ്ങളുടെയെല്ലാം സമ്പദ്ഘടനയ്ക്ക് ഗുരുതരമായ പരിക്കുപറ്റും. ഇവിടങ്ങളിലെ ചെറുകിട കാപ്പി കർഷകരുടെ ജീവിതം പൂർണ്ണമായി തകരും. വൻകിട തോട്ടമുടമകൾക്കും

വിരലിലെണ്ണാവുന്ന ചില ബഹുരാഷ്ട്രകുത്തകകൾക്കും മാത്രമായിരിക്കും കോടിക്കണക്കിന് ഡോളറിന്റെ നേട്ടം മുഴുവൻ.

'പൈറേത്രം' (Pyrethrum) എന്നൊരു കീടനാശിനിയുണ്ട്. ക്രിസാന്തമം സിനറാറിയഫ്ളിയം (Chrysanthemum Cinerariaeflium) എന്ന ചെടിയുടെ പുഷ്പത്തിൽനിന്നാണ് ഇത് ഉല്പാദിപ്പിക്കുന്നത്. കിഴക്കൻ ആഫ്രിക്കയിലെ 1,95,000 കൃഷിക്കാർ ഈ ചെടി കൃഷി ചെയ്യുന്നുണ്ട്. 'പൈറേത്രം' പുഷ്പങ്ങളിൽ ആറ് കീടനാശക സംയുക്തങ്ങളുണ്ട്. ഇവയെ പൊതുവെ പൈറേത്രിൻ (Pyrethrin) എന്നു വിളിക്കുന്നു. ഇവ കീടങ്ങൾക്ക് മാരകവും മനുഷ്യരെയും സസ്തനങ്ങളെയും ബാധിക്കാത്തതുമാണ്. ഈ പൈറേത്രം ജനിതകഎഞ്ചിനീയറിങ്ങിലൂടെ കൃത്രിമമായി ഉല്പാദിപ്പിക്കുവാൻ അമേരിക്കയിലെ ഉട്ടാ ആസ്ഥാനമാക്കിയുള്ള 'അഗ്രിഡൈൻ ടെക്നോളജീസ്' എന്ന കമ്പനിക്ക് അമേരിക്കൻ വാണിജ്യവകുപ്പ് 1992 ൽ 1.2 ദശലക്ഷം ഡോളറിന്റെ ധനസഹായം നല്കി. മറ്റൊരു മൂന്നു ദശലക്ഷം ഡോളർ കൂടി ചെലവഴിച്ച് സ്വാഭാവിക പൈറേത്രത്തിന് പകരം സെൽ കൾച്ചറിലൂടെ (Cell culture) കൃത്രിമ പൈറേത്രം കണ്ടുപിടിക്കാനുള്ള ശ്രമത്തിലാണ് ഈ കമ്പനി. ഈ പരീക്ഷണം വിജയിച്ചാൽ കെനിയ, ടാൻസാനിയ, റുവാൻഡ, ഇക്വഡോർ തുടങ്ങിയ ആഫ്രിക്കൻ രാജ്യങ്ങളിലെ രണ്ടു ലക്ഷത്തിൽപ്പരം കർഷകരുടെ ജീവിതമാർഗ്ഗം ഇല്ലാതാകും. 'പൈറേത്രം' കയറ്റുമതിയിൽ മുൻപന്തിയിൽ നില്ക്കുന്ന രാജ്യമാണ് കെനിയ. 0.25 മുതൽ ഒരു ഹെക്ടർ വരെയുള്ള ചെറുകിട കൃഷിത്തോട്ടങ്ങളിലാണ് കെനിയയുടെ പൈറേത്രത്തിന്റെ 95 ശതമാനവും ഉല്പാദിപ്പിക്കുന്നത്: കെനിയയിൽ ഏതാണ്ട് ഒരു ലക്ഷം ചെറുകിട കർഷകരുടെ ഉപജീവനമാർഗ്ഗമാണിത്. ഇതിന്റെ കയറ്റുമതി വഴി 1991 ൽ കെനിയ നേടിയ വിദേശനാണ്യം 23 ദശലക്ഷം ഡോളറായിരുന്നു. അമേരിക്ക 100 ദശലക്ഷം ഡോളറിന്റെ പൈറേത്രമാണ് ഇറക്കുമതി ചെയ്യുന്നത്. അമേരിക്കൻ വാണിജ്യവകുപ്പിന്റെ ധനസഹായം ഈ ഇറക്കുമതി അവസാനിപ്പിച്ച് പൈറേത്രം കീടനാശിനിയുടെ കാര്യത്തിൽ സ്വയംപര്യാപ്തത നേടാൻ വേണ്ടിയാണ്. അതോടെ 'പൈറേത്രം' കയറ്റുമതി ചെയ്യുന്ന ആഫ്രിക്കൻ രാജ്യങ്ങളുടെ കഥ കഴിയും.

കൊക്കോ കയറ്റുമതി ചെയ്യുന്ന വികസ്വരരാജ്യങ്ങൾക്കും അപകടം സംഭവിക്കാൻ പോവുകയാണ്. ഘാന, ഗ്രനേഡ, ഐവറികോസ്റ്റ്, കാമറൂൺ, നൈജീരിയ, ഇക്വഡോർ, ബ്രസീൽ, മലേഷ്യ എന്നീ രാജ്യങ്ങളാണ് പ്രമുഖ കൊക്കോ കയറ്റുമതിക്കാർ. 1991 ൽ അമേരിക്കയുടെ കൊക്കോ ഇറക്കുമതി 279 ദശലക്ഷം ഡോളറിന്റേതായിരുന്നു. ഇപ്പോഴിതാ എൻസൈംടെക്നോളജിയിലൂടെ അമേരിക്കയിലെ ചില കമ്പനികൾ സൂര്യകാന്തി എണ്ണയിൽനിന്നും പരുത്തിക്കുരു എണ്ണയിൽനിന്നും സ്വാഭാവിക കൊക്കോയുടെ 90 ശതമാനം ഗുണങ്ങളുമുള്ള കൃത്രിമകൊക്കോ കണ്ടുപിടിച്ചിരിക്കുന്നു. ജപ്പാനിലെ അജിനോമോട്ടോ, ഫുജി ഓയിൽ എന്നീ ബഹുരാഷ്ട്രകുത്തകകളും അമേരിക്കയിലെ ജനെൻകോർ, സി പി ഒ

എന്നീ കമ്പനികളും യൂണിലിവറും നെസ്‌ലെ, ഹെർഷേ എന്നീ കമ്പനികളും ഈ സാങ്കേതികവിദ്യ വികസിപ്പിച്ചെടുത്തിട്ടുണ്ട്. മേൽപ്പറഞ്ഞ ആഫ്രിക്കൻ, ലാറ്റിൻ അമേരിക്കൻ, ഏഷ്യൻ രാജ്യങ്ങളിൽ ചെറുകിട കർഷകരാണ് കൊക്കോ കൃഷിചെയ്യുന്നത്. കൊക്കോ കയറ്റുമതി ഇല്ലാതായാൽ ഇവരുടെ ജീവിതവും തകർന്നതുതന്നെ.

ബാർബസ്കോ ചെടിയിൽ നിന്നെടുക്കുന്ന ഡയോസ്ജെനിൻ (Diosgenin) മെക്സിക്കോയുടെ വലിയ കയറ്റുമതി ഉല്പന്നമായിരുന്നു. ഔഷധനിർമ്മാണത്തിന് അനുപേക്ഷണീയമാണ് 'ഡയോസ്ജെനിൻ'. എന്നാൽ അപ്ജോൺ, സിയേർലെ, മിറ്റ്സുബിഷി, ഷെറിങ്, ജിസ്റ്റ് ബ്രോകേഡ്സ് തുടങ്ങി നിരവധി ബഹുരാഷ്ട്രകുത്തകകൾ ബയോടെക്നോളജിയിലൂടെ 'ഡയോസ്ജെനിൻ' വികസിപ്പിച്ചെടുത്തതോടെ മെക്സിക്കോയുടെ കയറ്റുമതി നിലച്ചു.

ചില ഉദാഹരണങ്ങൾ ചൂണ്ടിക്കാണിച്ചു എന്നുമാത്രം. ഇതാണ് ബയോടെക്നോളജി വികസ്വരരാജ്യങ്ങൾക്ക് നല്കാൻപോകുന്ന സമ്മാനം. ഗാട്ട് അനുകൂലിക്കുന്നവർക്ക് ഇതൊക്കെ എങ്ങനെ ന്യായീകരിക്കാനാവും? വികസ്വരരാജ്യങ്ങളുടെ കാലാവസ്ഥയും സവിശേഷതകളും മറ്റും പരിഗണിക്കാതെ ബയോ ടെക്നോളജിയുടെ സങ്കേതങ്ങൾ പ്രയോഗിച്ചാൽ അവയുടെ മണ്ണിന്റെ ഉല്പാദനക്ഷമത കുറയും. അതാണ് ബഹുരാഷ്ട്രകുത്തകകളുടെ ലക്ഷ്യവും. ചുരുക്കത്തിൽ ആധുനികസാങ്കേതികവിദ്യ പ്രയോഗിച്ച് വികസ്വരരാജ്യങ്ങളെ കൊള്ളയടിക്കാനും പാപ്പരീകരിക്കാനും അങ്ങനെ കൂടുതൽ സമ്പന്നമാകാനും വികസിതരാജ്യങ്ങൾക്ക് വഴി തുറന്നുകൊടുത്തതാണ് ഗാട്ടിന്റെ പരിണാമം.

– 1994,

(ഗാട്ടും കാണാച്ചരടുകളും)

ബഹുരാഷ്ട്ര കുത്തകകളും മൂന്നാം ലോകരാജ്യങ്ങളും

കമ്യൂണിസ്റ്റ് ലോകത്തിന്റെ തിരോധാനത്തോടെ മൂന്നാംലോകം എന്ന സങ്കല്പം ഇല്ലാതായെങ്കിലും ഏഷ്യയിലേയും ആഫ്രിക്കയിലേയും ലാറ്റിനമേരിക്കയിലേയും വികസ്വര-അവികസിത രാജ്യങ്ങളെ ഉദ്ദേശിച്ചാണ് മൂന്നാംലോകരാജ്യങ്ങൾ എന്ന് പ്രയോഗിച്ചിട്ടുള്ളത്.

ബഹുരാഷ്ട്ര കുത്തകകൾക്ക് ഗാട്ട് (1994) ചെയ്തുകൊടുത്തിട്ടുള്ള സൗകര്യം മൂന്നാംലോകരാഷ്ട്രങ്ങളെ കഴിയുന്നത്ര കൊള്ളയടിക്കുകയും അതിലൂടെ ആകാവുന്നിടത്തോളം ലാഭം ഉണ്ടാക്കുകയും ചെയ്യുക എന്നതാണ്. ഗാട്ടിലൂടെ ഉണ്ടാകാൻ പോകുന്ന വ്യാപാര-വാണിജ്യരംഗത്തെ 'കുതിപ്പ്' വികസിതരാജ്യങ്ങൾക്കു മാത്രമാണ് പ്രയോജനപ്പെടുന്നത്. ബയോടെക്നോളജിയുടെ ഗുണഫലങ്ങൾ മുഴുവൻ വികസിതരാജ്യങ്ങൾക്കും ദോഷഫലങ്ങൾ മുഴുവൻ മൂന്നാംലോകരാജ്യങ്ങൾക്കുമെന്നതാണ് ബഹുരാഷ്ട്രകുത്തകകളുടെ നയവും പരിപാടിയും. ബഹുരാഷ്ട്ര കുത്തകകളെ സംബന്ധിച്ചിടത്തോളം ലോകത്ത് രണ്ടു വർഗ്ഗങ്ങളേയുള്ളൂ. ഒന്ന്, അതിസമ്പന്നവും വിദ്യാഭ്യാസത്തിൽ ഏറ്റവും മുന്നിൽ നില്ക്കുന്നതുമായ വടക്ക് (North). രണ്ട്, ദരിദ്രവും നിരക്ഷരതയിൽ കഴിയുന്നതുമായ തെക്ക് (South). ഈയൊരു കാഴ്ചപ്പാടിലൂടെ നീങ്ങുന്നതുകൊണ്ടാണ് വൻകിട ബഹുരാഷ്ട്രകുത്തകകൾക്ക് രണ്ടു തരത്തിലുള്ള ഗുണനിയന്ത്രണ സംവിധാനങ്ങൾ (Quality control regulations) ഉള്ളത്. മൂന്നാംലോകരാജ്യങ്ങളെ ബയോടെക്നോളജി പരീക്ഷണങ്ങൾ നടത്താനുള്ള ടെസ്റ്റിങ് ഗ്രൗണ്ടുകളായും വികസിതരാജ്യങ്ങൾക്ക് ആവശ്യമില്ലാത്ത മരുന്നുകളും മറ്റു വസ്തുക്കളും അവിടങ്ങളിലെ ചപ്പുചവറുകളും ഉച്ഛിഷ്ടങ്ങളും കൊണ്ടുതള്ളാനുള്ള പ്രദേശങ്ങളായും മാത്രമേ ബഹുരാഷ്ട്രകുത്തകകൾ കാണുന്നുള്ളൂ. മൂന്നാം ലോകരാജ്യങ്ങളിലെ മനുഷ്യ

രെപ്പോലും പരീക്ഷണങ്ങൾക്ക് വിധേയമാക്കാൻ ബഹുരാഷ്ട്രകുത്തക കൾക്ക് യാതൊരു മടിയുമില്ല.

1970 കളിൽ അമേരിക്കയിൽ കുട്ടികൾക്കായി നിർമ്മിച്ച് കമ്പോളത്തി ലിറക്കിയ പൈജാമകളിൽ ഉപയോഗിച്ചിരുന്ന 'ട്രിസ്' (Tris) എന്ന രാസ വസ്തു തീയെ ചെറുക്കുന്നതിന് ശക്തിയുള്ളതാണെങ്കിലും ക്യാൻസർ രോഗത്തിന് കാരണമാകുന്ന ഒരു ഏജന്റാണെന്നും തെളിയിക്കപ്പെട്ടു. അമേ രിക്കയിലെ കൺസ്യൂമർ പ്രോഡക്റ്റ് സേഫ്റ്റി കമ്മീഷൻ (നമ്മുടെ ഉപ ഭോക്തൃ സംരക്ഷണസമിതി പോലെ) മുമ്പാകെ കാലിഫോർണിയ സർവ്വ കലാശാലയിലെ ബയോകെമിസ്ട്രിയുടേയും മോളിക്യുലർ ബയോളജി യുടേയും പ്രൊഫസറായിരുന്ന ബ്രൂസ് അമിസ് ആയിരുന്നു 'ട്രിസി'ന്റെ അപകടത്തെപ്പറ്റി തെളിവു നല്കിയത്. ഇതിന്റെ വെളിച്ചത്തിൽ 1975 ൽ 'ട്രിസ്' അമേരിക്കയിൽ നിരോധിച്ചു. കുട്ടികളുടെ പൈജാമ കമ്പോളത്തിൽ നിന്ന് പിൻവലിക്കുകയും ചെയ്തു. എന്നാൽ സ്വന്തം നാട്ടിൽ നിരോധിച്ച ഈ പൈജാമകൾ വികസ്വരരാജ്യങ്ങളിലേക്ക് കയറ്റി അയക്കുവാൻ അമേ രിക്കയ്ക്ക് യാതൊരു മനഃസാക്ഷിക്കുത്തുമുണ്ടായില്ല. ഒരു വർഷത്തിനു ള്ളിൽ ഇരുപത്തിനാല് ദശലക്ഷം പൈജാമകളാണ് അമേരിക്ക കയറ്റി അയച്ചത്.

1976 ൽ സീബാ-ഗീഗി (Ciba-Geigy) എന്ന ബഹുരാഷ്ട്രകുത്തക കാണിച്ചത് ഇതിലും വലിയ ക്രൂരതയാണ്. ഈ കമ്പനിയുടെ ഗാലെ ക്രോൺ (Galecron) എന്ന കീടനാശിനിയുടെ പരീക്ഷണം ഈജിപ്തിലെ പരുത്തികൃഷിത്തോട്ടത്തിൽ ആറ് ഈജിപ്ഷ്യൻ യുവാക്കളെ നിരത്തിനിർത്തി അവരുടെ ശരീരത്തിൽ കീടനാശിനി ചീറ്റിച്ചുകൊണ്ടാ യിരുന്നു. എന്തിനെന്നോ, അത് മനുഷ്യശരീരത്തെ എങ്ങനെ ബാധിക്കു മെന്ന് മനസ്സിലാക്കാൻ! ഈ സേവനത്തിന് ആ ചെറുപ്പക്കാർക്ക് കമ്പനി കൂലിയും നല്കിയത്രേ!! എന്നാൽ സീബാ-ഗീഗി ഈ കീടനാശിനിയെ 1989 ൽ കമ്പോളത്തിൽനിന്ന് പിൻവലിക്കുകയുണ്ടായി. അതേയവസര ത്തിൽ സീബാ-ഗീഗിയുടെ ഇന്ത്യൻ അഫിലിയേറ്ററായ ഹിന്ദുസ്ഥാൻ സീബാ-ഗീഗി അതിന്റെ കീടനാശിനിയായ മോണോക്രോട്ടോഫോസ് (Monocrotophos) മനുഷ്യരെ ബാധിക്കുമോ എന്ന് പരീക്ഷിച്ചത് കുട്ടി കളടക്കമുള്ള 40 പേരുടെ ശരീരത്തിൽ നാലുദിവസം തുടർച്ചയായി അത് ചീറ്റിച്ചുകൊണ്ടായിരുന്നു - 1975 ൽ. ഈ മനുഷ്യത്വഹീനമായ പരിപാടി നടപ്പിലാക്കിയ ബഹുരാഷ്ട്ര കുത്തകക്കെതിരെ ഒരു ചെറുവിരൽ അന ക്കാൻ പോലും ഇന്ത്യൻ ഗവൺമെന്റിനായില്ല.

വികസിതരാജ്യങ്ങളിൽ നിരോധിക്കപ്പെട്ടിട്ടുള്ള മരുന്നുകളും കീടനാ ശിനികളും മറ്റും മൂന്നാംലോകരാജ്യങ്ങളിലേക്കു കയറ്റിഅയച്ചു കോടി ക്കണക്കിനു ഡോളറാണ് ബഹുരാഷ്ട്രകുത്തകകൾ സമ്പാദിക്കുന്നത്. പ്രതിവർഷം ഏതാണ്ട് 20 ബില്യൻ ഡോളറാണ് (2000 കോടി) ഈ വക യിൽ ബഹുരാഷ്ട്രകുത്തകകളുടെ വരുമാനം. മെക്സിക്കോയിലെ ഉപ ഭോക്തൃസംരക്ഷണപ്രസ്ഥാനത്തിന്റെ നേതാവായ ആർടുറോ ലോമെലി

യുടെ (Arturo Lomeli) ഗവേഷണഫലങ്ങൾ വെളിപ്പെടുത്തിയിട്ടുള്ളത് ബഹുരാഷ്ട്രകുത്തകകൾ ഇപ്രകാരം മൂന്നാംലോകരാജ്യങ്ങളിൽ വിറ്റഴിക്കുന്ന വസ്തുക്കളിൽ നല്ലൊരു ശതമാനം ഐക്യരാഷ്ട്രസഭയുടെ ഏറ്റവും പുതിയ ലിസ്റ്റിൽ നിരോധിച്ചിട്ടുള്ളതോ നിയന്ത്രണം ഏർപ്പെടുത്തിയിട്ടുള്ളതോ ആണ് എന്നാണ്. ഇപ്പോഴത്തെ ലിസ്റ്റിൽ കാർഷികാവശ്യത്തിനുള്ള രാസവസ്തുക്കളിലെ 216 ഇനങ്ങൾ ഉൾപ്പെടെ 596 ഉല്പന്നങ്ങളുണ്ട്. ഐക്യരാഷ്ട്രസഭ നിരോധിച്ചിട്ടുള്ള ഈ ഉല്പന്നങ്ങളെല്ലാം ബഹുരാഷ്ട്രകുത്തകകൾ നിർമ്മിക്കുന്നത് അവയുടെ ആസ്ഥാനങ്ങൾ (Head Quarters) ഉള്ള വികസിതരാജ്യങ്ങളിൽ തന്നെയാണ്. എന്നാൽ ഇവയുടെ വില്പന അവിടങ്ങളിൽ നിരോധിച്ചിട്ടുള്ളതിനാൽ എല്ലാം മൂന്നാംലോകരാജ്യങ്ങളുടെ വിപണികളിലെത്തിക്കുകയാണ്. ഗാട്ടിൽ അംഗമായതിനെത്തുടർന്ന് സമ്പദ്ഘടന ഉദാരവല്ക്കരിക്കാൻ നിർബ്ബന്ധിതമായ മെക്സിക്കോയിലേക്ക് ഇത്തരം അപകടകാരികളായ ഉല്പന്നങ്ങളുടെ ഒരു പ്രവാഹം തന്നെയുണ്ടായി എന്നു ലോമെലി ചൂണ്ടിക്കാട്ടുന്നു. മെക്സിക്കോയിലെ ഒരു ഉന്നതഉദ്യോഗസ്ഥന്റെ അഭിപ്രായത്തിൽ 'ഇറക്കുമതിയിന്മേലുള്ള എല്ലാ നിയന്ത്രണവും ഗവൺമെന്റിന് നഷ്ടപ്പെട്ടിരിക്കുന്നു. ഏതൊക്കെ ഉല്പന്നങ്ങൾ എത്രയൊക്കെ ഇറക്കുമതി ചെയ്യുന്നുണ്ടെന്നു ഗവൺമെന്റിന് ഒരു രൂപവുമില്ല.' നാളെ ഇന്ത്യയിലും ഇതുതന്നെയാണ് സംഭവിക്കാൻ പോകുന്നത്.

മോൺസാന്റോ, ഏലിലില്ലി, അമേരിക്കൻ സൈനെഡ്, അപ്ജോൺ, ഇസ്രായേലിന്റെ ബയോടെക്നോളജി ജനറൽ എന്നീ അഞ്ചു ബഹുരാഷ്ട്രകുത്തകകൾ ചേർന്നു വികസിപ്പിച്ചെടുത്ത ബോവൈൻ സോമാറ്റോട്രോപ്പിൻ (Bovine Somattoropin-BST) എന്ന വിവാദപരമായ ഹോർമോണിനും, വികസിതരാജ്യങ്ങളിൽ അതിനു നിരോധനം ഏർപ്പെടുത്തിയ പശ്ചാത്തലത്തിൽ, മൂന്നാംലോകരാജ്യങ്ങളിൽ കമ്പോളം കണ്ടുപിടിക്കാനുള്ള തിരക്കിലാണ് ബഹുരാഷ്ട്രകുത്തകകൾ. മനുഷ്യരുടെയും പശുക്കളുടെയും ആരോഗ്യത്തിന് ഹാനികരമാണ് ഈ ബി എസ് ടി ഹോർമോൺ എന്ന് ബോദ്ധ്യമായതിനാലാണ് അമേരിക്കയിലെ വിസ്കോൻസിൻ, മിന്നസോട്ട തുടങ്ങിയ സംസ്ഥാനങ്ങളിൽ അതിനെ നിരോധിച്ചത്. ഈ ഹോർമോൺ കുത്തിവെച്ച പശുക്കളുടെ പാൽ പോലും അമേരിക്കയിൽ ഉപയോഗിക്കുന്നില്ല. കൃത്രിമമായി നിർമ്മിക്കപ്പെട്ട ഈ ഹോർമോൺ പശുക്കളിൽ കുത്തിവെച്ചാൽ പാൽ ഉല്പാദനം 40 ശതമാനം വർദ്ധിക്കുമെന്നും പശുക്കൾ കൂടുതൽ തീറ്റി എടുക്കുമെന്നും അങ്ങനെ പാൽ ഉല്പാദനത്തിലും മാട്ടിറച്ചി ഉല്പാദനത്തിലും വലിയ കുതിച്ചുകയറ്റം ഉണ്ടാകുമെന്നുമാണ് ബഹുരാഷ്ട്രകുത്തകകളുടെ അവകാശവാദം. എന്നാൽ ഈ ഹോർമോൺ കുത്തിവെച്ച പശുക്കൾക്കു ഗർഭം അലസുകയും ചാപിള്ളയെ പ്രസവിക്കേണ്ടിവരികയും ചെയ്തപ്പോൾ നടത്തിയ അന്വേഷണത്തിലാണ് ഈ പാർശ്വഫലങ്ങൾക്കെതിരെ അവയിൽ അമിതമായ അളവിൽ ടെട്രാസൈക്ലിൻ (Tteracycline), ജെന്റാമൈസിൻ

(Gentamycine) തുടങ്ങിയ ആന്റിബയോട്ടിക്കുകൾ കുത്തിവയ്ക്കുന്നുവെന്നു മനസ്സിലായത്. ഇതിന്റെ വെളിച്ചത്തിലാണ് ആന്റിബയോട്ടിക് കലർപ്പ് (antibiotic contamination) അധികമുള്ള ഈ പശുക്കളുടെ പാൽ നിരോധിക്കണമെന്ന് അമേരിക്കയിലെ ഉപഭോക്താക്കൾ ആവശ്യപ്പെട്ടതും ഗവൺമെന്റ് അങ്ങനെ ചെയ്തതും. എന്നാൽ ഒരു ബില്യൻ ഡോളറിന്റെ (നൂറു കോടി) ഒരു കമ്പോളം ഉപേക്ഷിക്കുവാൻ ബഹുരാഷ്ട്രകുത്തകകൾ തയ്യാറല്ല. അവർ വികസ്വരരാജ്യങ്ങളുടെ മേൽ ഈ ഹോർമോണിന്റെ ഇറക്കുമതിക്കായി സമ്മർദ്ദം ചെലുത്തുകയാണ്. ഇതിനകം റഷ്യ, പഴയ ചെക്കോസ്ലോവാക്യ, ദക്ഷിണാഫ്രിക്ക, നമീബിയ, മെക്സിക്കോ, ബ്രസീൽ എന്നീ രാജ്യങ്ങൾ ബി എസ് ടി ഹോർമോൺ ഇറക്കുമതിക്ക് അനുവാദം നല്കിക്കഴിഞ്ഞു. അപ്പോൾ അമേരിക്കയെന്ന അതിവികസിതരാജ്യത്തിന് ഹാനികരമാവുന്ന ഹോർമോൺ വികസ്വരരാജ്യങ്ങൾക്ക് ഗുണകരമാവും! ഇതാണ് ബഹുരാഷ്ട്ര കുത്തകകളുടെ ഇരട്ടത്താപ്പ്.

ഒന്നുരണ്ട് ഉദാഹരണങ്ങൾകൂടി ചൂണ്ടിക്കാണിക്കട്ടെ. കാനഡയിൽ നിർമ്മിക്കുന്ന ആസ്ബസ്റ്റോസ് പൊതുജനാരോഗ്യകാരണങ്ങളാൽ ആ രാജ്യത്ത് നിരോധിച്ചു. കാനഡയിലെ ആസ്ബസ്റ്റോസ് ഉല്പാദകർ ഗവൺമെന്റുമായി സഹകരിച്ച് ഇത് വിദേശങ്ങളിലേക്ക് കയറ്റി അയക്കുവാൻ ശ്രമിച്ചു. 1989 ൽ അമേരിക്കയിലും ആസ്ബസ്റ്റോസ് നിരോധിച്ചു. ഇപ്പോൾ കാനഡയിലെ ആസ്ബസ്റ്റോസിന്റെ 95 ശതമാനവും മൂന്നാം ലോകരാജ്യങ്ങളിലേക്ക് കയറ്റി അയക്കുകയാണ്. ഇന്ത്യയും തായ്‌ലൻഡുമാണ് ഇതിന്റെ ഏറ്റവും വലിയ കമ്പോളം.

കേരളത്തിലെ വൈപ്പിനും കഷ്ടകാലം

അമേരിക്കയിലെ വ്യാവസായിക ഉല്പന്നങ്ങളുടെ ഉച്ഛിഷ്ടവും ചപ്പുചവറുകളും കൊണ്ടുതള്ളുവാൻ ബഹുരാഷ്ട്രകുത്തകകൾ കണ്ടുപിടിച്ചിട്ടുള്ള ഒരു സ്ഥലമാണ് കേരളത്തിലെ വൈപ്പിൻ. എറണാകുളം ജില്ലയിലെ പ്രകൃതിരമണീയമായ ഈ കടലോരപ്രദേശത്തെ ഒരു ടൂറിസ്റ്റ് കേന്ദ്രമായി വികസിപ്പിക്കുവാൻ ഗവൺമെന്റ് പദ്ധതികൾ ആവിഷ്കരിക്കുമ്പോഴാണ് ബഹുരാഷ്ട്രകുത്തകകളുടെ ദുഷ്ടലാക്കോടെയുള്ള വരവ്. കേരളത്തിലെ ഏറ്റവും ജനസാന്ദ്രതയുള്ള പ്രദേശമാണ് വൈപ്പിൻ മുതൽ മുനമ്പം വരെ നീണ്ടുകിടക്കുന്ന ഈ പ്രദേശം. ഇവിടെയാണ് അമേരിക്കയിൽനിന്ന് ഇറക്കുമതി ചെയ്യുന്ന ഉച്ഛിഷ്ടങ്ങൾ ഉപയോഗിച്ച് 78 മെഗാവാട്ട് വൈദ്യുതി ഉല്പാദിപ്പിക്കുവാനുള്ള ഒരു പദ്ധതിക്ക് ബഹുരാഷ്ട്രകുത്തകകൾ 'സഹായം' നല്കുന്നത്. പ്രോജക്ട് ഗാസെൽ (Project Gazel) എന്നറിയപ്പെടുന്ന ഈ പദ്ധതിക്ക് 250 ദശലക്ഷം ഡോളറാണ് ചെലവഴിക്കുന്നത്. ഇന്ത്യയിൽ ഉച്ഛിഷ്ടങ്ങളും ചവറുകളും കുറവായതുകൊണ്ടായിരിക്കാം അമേരിക്കയിൽനിന്ന് പ്രതിവർഷം ഒന്നര ദശലക്ഷം ടൺ ഉച്ഛിഷ്ടവും ചപ്പുചവറുകളും ഈ പദ്ധതിക്കായി വൈപ്പിനിലേക്ക് ഇറക്കുമതി ചെയ്യുന്നത്! ഏതാണ്ട് ഏഴര ദശലക്ഷം ടൺ ഉച്ഛി

ഷ്ടവും ചപ്പുചവറുകളും അമേരിക്കയുടെ കിഴക്കൻ കടലോരമേഖലകളിൽനിന്ന് കേരളത്തിലെ വൈപ്പിനിൽ വരും വർഷങ്ങളിൽ കുമിഞ്ഞുകൂടും. ഏറ്റവും ജനസാന്ദ്രതയുള്ള ഈ പ്രദേശത്ത് ഇത് ആരോഗ്യപ്രശ്നങ്ങളും പരിസ്ഥിതിപ്രശ്നങ്ങളും സൃഷ്ടിക്കും. അതൊന്നും അമേരിക്കയ്ക്കും ബഹുരാഷ്ട്രകുത്തകകൾക്കും പ്രശ്നമല്ല! അമേരിക്കയിലെ ജനങ്ങൾ സുരക്ഷിതരാണല്ലോ!!

1992 ഫിബ്രവരി-മാർച്ച് മാസങ്ങളിൽ അമേരിക്കയിൽനിന്ന് 2,198,339 പൗണ്ട് പ്ലാസ്റ്റിക് വേസ്റ്റാണ് ഇന്ത്യയിൽ ഇറക്കുമതി ചെയ്തത്. അതിന് ഒരുവർഷം മുമ്പ് ഏതാണ്ട് 200 ദശലക്ഷം പൗണ്ട് പ്ലാസ്റ്റിക് വേസ്റ്റ് അമേരിക്ക, അർജന്റീന, ബ്രസീൽ, ചിലി, ചൈന, ഘാന, ഇക്വഡോർ, ഡൊമിനിക്കൻ റിപ്പബ്ലിക്, ദക്ഷിണകൊറിയ, നൈജീരിയ, മലേഷ്യ, മൊറോക്കോ, ഫിലിപ്പീൻസ്, പാകിസ്ഥാൻ, ദക്ഷിണാഫ്രിക്ക, തായ്‌വാൻ, ടാൻസാനിയ, തായ്‌ലൻഡ്, ട്രിനിഡാഡ് ആന്റ് ടൊബാഗോ തുടങ്ങിയ വികസ്വരരാജ്യങ്ങളിലേക്ക് കയറ്റുമതി ചെയ്യുകയുണ്ടായി.

ഓരോ രാജ്യത്തേക്കുമുള്ള ഇറക്കുമതി ചരക്കുകൾ കർശനമായ ആരോഗ്യസംരക്ഷണ പരിശോധനകൾക്ക് വിധേയമാക്കണമെന്ന് ഗാട്ട് (1994) വ്യവസ്ഥ ചെയ്തിട്ടുണ്ട്. അത്തരം പരിശോധനകൾക്ക് ഒരു അന്താരാഷ്ട്രമാനദണ്ഡവും ഗാട്ട് നിശ്ചയിച്ചിട്ടുണ്ട്. അതിനുമുമ്പുതന്നെ ബഹുരാഷ്ട്രകുത്തകകൾ തങ്ങളുടെ വ്യാവസായിക ഉച്ഛിഷ്ടവും (Industrial waste) ചപ്പുചവറുകളും (garbage) കൊണ്ട് വികസ്വരരാജ്യങ്ങളെ നിറച്ചുകഴിഞ്ഞു. ഗാട്ടിന്മേലുള്ള വികസ്വരരാജ്യങ്ങളുടെ സ്വാധീനം കണക്കിലെടുക്കുമ്പോൾ ഇത്തരം 'കയറ്റുമതി'യിൽ ബഹുരാഷ്ട്രകുത്തകകൾ തുടർന്നും ഏർപ്പെടും എന്ന് ന്യായമായും വിശ്വസിക്കാം.

സാനിറ്ററി ആൻഡ് ഫൈറ്റോ സാനിറ്ററി നടപടികൾ

ഓരോ രാജ്യത്തേക്കുമുള്ള ഇറക്കുമതിയും കയറ്റുമതിയും അഭൂതപൂർവ്വമായി വർദ്ധിക്കുമെന്നാണല്ലോ ഗാട്ട് അനുകൂലികൾ അവകാശപ്പെടുന്നത്. അങ്ങനെ സംഭവിക്കുമ്പോൾ ഇറക്കുമതി-കയറ്റുമതിച്ചരക്കുകൾ മനുഷ്യരിലും മൃഗങ്ങളിലും സസ്യങ്ങളിലും രോഗവ്യാപനത്തിനുള്ള അണുക്കൾ പേറുന്നില്ല എന്നുറപ്പു വരുത്താനാണ് ഗാട്ട് (1994) സാനിറ്ററി ആൻഡ് ഫൈറ്റോ സാനിറ്ററി നടപടികൾ (Sanitary and Phyto Sanitary Measures) എന്ന വ്യവസ്ഥ ഉൾപ്പെടുത്തിയത്. 'ഫൈറ്റോ' (Phyto) എന്ന വാക്കിന്റെ അർത്ഥം സസ്യങ്ങളെ സംബന്ധിക്കുന്നത് എന്നാണ്. മനുഷ്യർക്കും സസ്യങ്ങൾക്കും മൃഗങ്ങൾക്കും പകരാവുന്ന രോഗവ്യാപനം തടയാനാണ് ഇതുകൊണ്ട് ഉദ്ദേശിക്കുന്നത്. അതുകൊണ്ട് കയറ്റുമതി-ഇറക്കുമതി ചരക്കുകൾ കർശനമായ പരിശോധനയ്ക്ക് വിധേയമായിരിക്കണം. ഇറക്കുമതി ചെയ്യുന്ന രാജ്യത്തിന് കയറ്റുമതി ചെയ്യുന്ന രാജ്യത്ത് ചെന്ന് പരിശോധന നടത്താൻ അവകാശം നല്കണം; കയറ്റുമതി രാജ്യങ്ങൾ അവ സ്വീകരിച്ചിട്ടുള്ള പരിശോധനാരീതികൾ മുഴുവൻ ഇറക്കുമതി

ചെയ്യുന്ന രാജ്യത്തെ ബോധ്യപ്പെടുത്തിക്കൊള്ളണം എന്നിങ്ങനെയുള്ള വ്യവസ്ഥകൾ ഗാട്ടിൽ ഉൾക്കൊള്ളിച്ചിട്ടുണ്ട്. മാത്രവുമല്ല ഇത്തരം പരിശോധനകൾക്ക് ഒരു അന്താരാഷ്ട്രനിലവാരം (International Standard) നല്കുവാനായി ചില പൊതു മാതൃകകളും ഗാട്ട് (1994) നിർദ്ദേശിച്ചിട്ടുണ്ട്, ഓരോ രാജ്യത്തിന്റേയും സസ്യവൈവിദ്ധ്യം സംരക്ഷിക്കാനുള്ള സ്വന്തം നിയമം ഉപോവ് (UPOV) മാതൃകയിലായിരിക്കണം എന്ന് നിർദ്ദേശിച്ചതുപോലെ.

ഭക്ഷ്യവസ്തുക്കളുടെ സുരക്ഷിതത്വത്തിന് കോഡെക്സ് അലിമെന്റേറിയസ് കമ്മീഷന്റെ (Codex Alimentarius Commission) ശുപാർശകളും മാർഗ്ഗനിർദ്ദേശങ്ങളും, മൃഗങ്ങളുടെ സുരക്ഷിതത്വത്തിന് ഇന്റർനാഷണൽ ഓഫീസ് ഓഫ് എപ്പിസ്യൂട്ടിക്സിന്റെ (International Office of Epizootics) മാർഗ്ഗനിർദ്ദേശങ്ങളും സസ്യവൈവിദ്ധ്യത്തിന്റെ സുരക്ഷിതത്വത്തിന് ഇന്റർനാഷണൽ പ്ലാന്റ് പ്രൊട്ടക്ഷൻ കൺവെൻഷന്റെ (International Plant Protection Convention) മാർഗ്ഗനിർദ്ദേശങ്ങളും സ്വീകരിക്കണമെന്നാണ് ഗാട്ട് നിർദ്ദേശിച്ചിട്ടുള്ളത്. ഇപ്പറഞ്ഞവയെല്ലാം ബഹുരാഷ്ട്രകുത്തകകളുടെ നിയന്ത്രണത്തിലുള്ള സ്ഥാപനങ്ങളാണുതാനും. ഇവയുടെ ശാസ്ത്രസാങ്കേതിക വൈദഗ്ദ്ധ്യത്തിന്റെ അടിസ്ഥാനത്തിലാണ് ശുപാർശകളും മാർഗ്ഗനിർദ്ദേശക തത്ത്വങ്ങളും ആവിഷ്കരിച്ചിട്ടുള്ളത്. ഈ നിലവാരത്തിലേക്ക് ഉയരാത്ത വികസ്വര-അവികസിത രാജ്യങ്ങളെ ഇക്കാര്യത്തിൽ സഹായിക്കുവാൻ വികസിതരാജ്യങ്ങൾ തയ്യാറാവണമെന്നും ഗാട്ട് വ്യവസ്ഥയിലുണ്ട്. എന്നാൽ എല്ലാ അന്താരാഷ്ട്ര ധാരണകളേയും വിലക്കുകളേയും നിയന്ത്രണങ്ങളേയും പുല്ലുപോലെ കണക്കാക്കുന്ന ബഹുരാഷ്ട്രകുത്തകകൾ ഇതിനൊന്നും തയ്യാറാവുകയില്ല എന്ന് മുമ്പ് പറഞ്ഞ കാര്യങ്ങളിൽനിന്ന് വ്യക്തമാണല്ലോ.

ഫുഡ് ആന്റ് അഗ്രികൾച്ചറൽ ഓർഗനൈസേഷന്റെ (എഫ് എ ഒ) ഭരണപരമായ നേതൃത്വത്തിലും ലോകാരോഗ്യസംഘടനയുടെ (ഡബ്ല്യു എച്ച് ഒ) ധനസഹായത്തോടെയും റോം ആസ്ഥാനമായി പ്രവർത്തിക്കുന്നതാണ് കോഡെക്സ് അലിമെന്റേറിയസ് കമ്മീഷൻ. എന്നാൽ ഇതിന്റെ നേതൃത്വവും ഫലത്തിൽ ബഹുരാഷ്ട്രകുത്തകകൾക്കാണ്. 'കോഡെക്സി'ലേക്കുള്ള അമേരിക്കൻ പ്രതിനിധിസംഘത്തിന്റെ സ്വഭാവംതന്നെ ഇത് തെളിയിക്കുന്നു. അമേരിക്കയിലെ ഫെഡറൽ ഗവൺമെന്റിന്റെ വിവിധ വകുപ്പുകളിലെ ഉദ്യോഗസ്ഥർക്കു പുറമെ ബഹുരാഷ്ട്രകുത്തകകളായ നെസ്‌ലെ, ഹോളണ്ട് ആൻഡ് നൈറ്റ്, കൊക്കോ-കോള, പെപ്സിക്കോ, ഹെർഷെ ഫുഡ് കോർപ്പറേഷൻ എന്നിവയുടെ ഉന്നതരുമാണ് പ്രതിനിധിസംഘാംഗങ്ങൾ. അമേരിക്കൻ കൃഷിവകുപ്പിന്റെ ഒരു ഉന്നത ഉദ്യോഗസ്ഥനാണ് 'കോഡെക്സി'ന്റെ തലപ്പത്ത്. അങ്ങനെ ഫലത്തിൽ 'കോഡെക്സ്' വൈറ്റ്ഹൗസിന്റെ ഒരു അനൗദ്യോഗിക ശാഖയാണ്. ഗാട്ട് ചർച്ചാവേളയിലെന്നപോലെ കോഡെക്സ് കമ്മീഷന്റെ ചർച്ചാവേളയിലും ശാസ്ത്രജ്ഞർക്കും ഉപഭോക്തൃപ്രസ്ഥാനങ്ങൾക്കും ഭാഗഭാഗിത്വമുണ്ടായിരുന്നില്ല.

വികസിതരാജ്യങ്ങളുടെയും ബഹുരാഷ്ട്രകുത്തകകളുടെയും ഉന്നതോദ്യോഗസ്ഥരാണ് എല്ലാം തീരുമാനിച്ചത്. ഈ 'കോഡെക്സ്' കമ്മീഷനെത്തന്നെ ഗാട്ട് മാതൃകയാക്കിയത് ബഹുരാഷ്ട്ര കുത്തകകളുടെ കൊള്ള നിർവ്വിഘ്നം തുടരാൻ വേണ്ടി മാത്രമാണ്. മുകളിൽ പറഞ്ഞ വിവിധ കമ്മീഷനുകളുടെ മാർഗ്ഗനിർദ്ദേശങ്ങളുടെ നിലവാരം വികസ്വരരാജ്യങ്ങളുടെ കയറ്റുമതിച്ചരക്കുകൾക്ക് ഉണ്ടാവുകയില്ലെന്ന കാര്യം നിസ്തർക്കമാണല്ലോ. അപ്പോൾ അക്കാരണത്താൽ തന്നെ അവിടെനിന്നുള്ള ചരക്കുകൾക്ക് നിരോധനം ഏർപ്പെടുത്താൻ വികസിതരാജ്യങ്ങൾക്ക് കഴിയും.

എന്നാൽ ഈ കമ്മീഷനുകളുടെ മാർഗ്ഗനിർദ്ദേശകതത്ത്വങ്ങളൊന്നും, തങ്ങളുടെ നിലവാരം കുറഞ്ഞതും വിഷാംശം കലർന്നതുമായ ഉല്പന്നങ്ങളും ഉച്ഛിഷ്ടവും ചപ്പുചവറുകളും വികസ്വരരാജ്യങ്ങളിലേക്ക് നിർബ്ബാധം കയറ്റി അയക്കാൻ വികസിതരാജ്യങ്ങൾക്ക് ബാധകമല്ലതാനും. ഗാട്ട് (1994) പ്രാബല്യത്തിൽ വരുന്നതിനുമുമ്പ് ബഹുരാഷ്ട്രകുത്തകകൾ വികസ്വര-അവികസിത രാജ്യങ്ങളിൽ തുടക്കംകുറിച്ചിട്ടുള്ള പദ്ധതികളെല്ലാം നിർത്തിവെക്കണമെന്ന് ഗാട്ട് അനുശാസിക്കുന്നില്ല. ഫലം വടക്ക് സുരക്ഷിതമായിരിക്കെ തെക്ക് അരക്ഷിതാവസ്ഥയിലും അനാരോഗ്യത്തിലും തുടരും എന്നതുതന്നെ.

– 1994,

(ഗാട്ടും കാണാച്ചരടുകളും)

അതിജീവനത്തിന്റെ മാഗ്നാകാർട്ട

പെപ്സിക്കോള ലക്ഷക്കണക്കിന് ലിറ്റർ ഭൂഗർഭജലമൂറ്റിക്കൊണ്ടി രിക്കുന്ന പുതുശ്ശേരി പഞ്ചായത്തിലെ ഒരു മരണവീട്ടിൽ മയ്യത്ത് കുളിപ്പി ക്കാനുള്ള വെള്ളം കിട്ടാൻ ബന്ധുക്കൾക്ക് 500 രൂപ കൊടുക്കേണ്ടിവന്നു വെന്ന വാർത്ത കേട്ടത് ലോക ജലസമ്മേളനം സമാപിച്ചതിനു തൊട്ടുപി റകെയാണ്. കുടിക്കാനും കുളിക്കാനും ആവശ്യമായ വെള്ളംപോലും കി ട്ടാത്ത ഈ പ്രദേശത്ത് സുൽത്താന ബീവി എന്ന സ്ത്രീയുടെ മയ്യത്ത് കുളിപ്പിക്കാൻ വെള്ളത്തിനുവേണ്ടി പലരോടും തങ്ങൾ കെഞ്ചുകയായി രുന്നുവെന്ന് ഒരു ബന്ധു പറയുകയുണ്ടായി. കൊക്കകോള പ്രവർത്തി ക്കുന്ന പ്ലാച്ചിമടയിലും ലോകത്തിന്റെ ഇതര ഭാഗങ്ങളിലുമൊക്കെ ഇതിലും ഭീകരമായ അവസ്ഥ വരാനിരിക്കുന്നതേയുള്ളൂ. 2004 ജനവരി 21-ാം തീയതി പ്ലാച്ചിമടയിലാരംഭിച്ച് 23-ാം തീയതി പുതുശ്ശേരിയിൽ സമാപിച്ച ലോകജ ലസമ്മേളനം അംഗീകരിച്ച പ്ലാച്ചിമട പ്രഖ്യാപനത്തിന്റെ കാതൽ ഇതുത ന്നെയാണ്. കുടിവെള്ളത്തിനും അതിജീവനത്തിനുംവേണ്ടി പോരാടുന്ന മനുഷ്യരുടെ അവകാശങ്ങളുടെ മാഗ്നാകാർട്ടയാണ് പ്ലാച്ചിമട പ്രഖ്യാ പനം.

2002 ഏപ്രിൽ 22-ാം തീയതി പ്ലാച്ചിമടയിലെ ആദിവാസികൾ, കോളാ ഫാക്ടറി നടത്തുന്ന ജലചൂഷണത്തിനെതിരെ ആരംഭിച്ച സമരത്തിനു പിന്തുണ നല്കുന്ന പ്രഖ്യാപനം കൊക്കകോളയും പെപ്സികോളയും ബഹിഷ്കരിക്കാൻ ലോകജനതയോട് ആഹ്വാനം ചെയ്തു. ജലചൂഷണ ത്തെക്കുറിച്ച് എഴുതപ്പെട്ട ഒരാധികാരികഗ്രന്ഥമായ *ബ്ലൂ ഗോൾഡി (Blue Gold)* ന്റെ രചയിതാവും കൗൺസിൽ ഓഫ് കനേഡിയൻസ് എന്ന സന്നദ്ധസംഘടനയുടെ അദ്ധ്യക്ഷയുമായ ഡോ. മോഡ് ബാർലൊ ലോ കസമൂഹത്തിനുവേണ്ടി ഇംഗ്ലീഷിലും ലോക ജലസമ്മേളനത്തിന്റെ

സംഘാടകസമിതി അദ്ധ്യക്ഷൻ ഡോ. സുകുമാർ അഴീക്കോട് മലയാള
ത്തിലും വായിച്ച പ്രഖ്യാപനം ആരും ആവശ്യപ്പെടാതെതന്നെ വേദിയും
സദസ്സും ഏറ്റുചൊല്ലിയത് അതിന്റെ അന്തസ്സത്ത സർവ്വാത്മനാ ഉൾക്കൊ
ണ്ടതുകൊണ്ടാണ്. കൊക്കകോളാ കമ്പനിക്കെതിരെ അടരാടുന്നവരുടെ
നേതാവും പെരുമാട്ടി പഞ്ചായത്ത് പ്രസിഡന്റുമായ എ കൃഷ്ണനെ അ
രുകിൽ നിർത്തിക്കൊണ്ട് ഡോ. ബാർലൊ നടത്തിയ പ്രഖ്യാപനം മാന
വരാശിയുടെ ഐക്യപ്രതീകം കൂടിയായിരുന്നു.

പ്ലാച്ചിമട പ്രഖ്യാപനത്തിന്റെ പൂർണ്ണരൂപം

1. ജലം ജീവന്റെ ആധാരമാണ്; അത് പ്രകൃതിയുടെ വരദാനമാണ്;
അത് ഈ ഭൂഗോളത്തിലെ സമസ്ത ജീവജാലങ്ങളുടേതുമാണ്.

2. വെള്ളം ആരുടെയും സ്വകാര്യസ്വത്തല്ല. അത് എല്ലാ ജീവജാലങ്ങ
ളുടെയും നിലനില്പിന്റെ പൊതുവായ പ്രഭവമാണ്.

3. മനുഷ്യന്റെ മൗലികമായ അവകാശമാണ് ജലം. അത് സംരക്ഷിക്കേ
ണ്ടതും പരിപാലിക്കേണ്ടതും അതിന്റെ ദൗർല്ലഭ്യവും മലിനീകരണവും
തടയേണ്ടതും തലമുറകൾക്കുവേണ്ടി അതിനെ സൂക്ഷിക്കേണ്ടതും
നമ്മുടെ മൗലികമായ കർത്തവ്യമാണ്.

4. വെള്ളം കച്ചവടച്ചരക്കല്ല. ജലത്തെ, വിപണനവല്ക്കരണത്തിനും
സ്വകാര്യവല്ക്കരണത്തിനും കുത്തകവല്ക്കരണത്തിനും വിധേയമാ
ക്കുവാനുള്ള എല്ലാ ഉദ്യമങ്ങളെയും ചെറുക്കേണ്ടതാണ്. ലോകത്തെ
ങ്ങുമുള്ള ജനങ്ങൾക്ക് ജലത്തിനുള്ള മൗലികവും അനിരോധ്യവു
മായ അവകാശത്തെ ഈ രീതിയിൽ മാത്രമേ ഉറപ്പുവരുത്താനാവു
കയുള്ളൂ.

5. ഈ കാഴ്ചപ്പാടിന്റെ അടിസ്ഥാനത്തിലായിരിക്കണം ജലനയം രൂപ
പ്പെടുത്തേണ്ടത്.

6. ജലവിഭവങ്ങളുടെ പരിരക്ഷയ്ക്കും ഉപയോഗത്തിനും നടത്തിപ്പിനും
ഉള്ള അവകാശവും ഉത്തരവാദിത്വവും പൂർണ്ണമായും പ്രാദേശികസമൂ
ഹങ്ങൾക്കുള്ളതാണ്. ഇതാണ് ജലജനാധിപത്യത്തിന്റെ അടിത്തറ.
ഈ അവകാശങ്ങളെ ലഘൂകരിക്കുകയോ നിഷേധിക്കുകയോ ചെയ്യു
ന്നത് കുറ്റകരമാണ്.

7. കൊക്കകോള, പെപ്സികോള എന്നീ കോർപ്പറേറ്റ് സ്ഥാപനങ്ങളുടെ
വിഷലിപ്തങ്ങളായ ഉല്പന്നങ്ങളുടെ നിർമ്മാണ-വിപണനങ്ങൾ
നമ്മുടെ അനർഘമായ ജലസമ്പത്തിന്റെ സമ്പൂർണ്ണ വിനാശത്തിനും
മലിനീകരണത്തിനും കാരണമാവുകയും പ്രാദേശികസമൂഹങ്ങളുടെ
നിലനില്പുപോലും അപകടപ്പെടുത്തുകയും ചെയ്യുന്നു.

8. നമ്മുടെ വെള്ളം കൊള്ളയടിക്കുന്ന ഈ രാക്ഷസ വാണിജ്യസംഘ
ങ്ങൾക്കെതിരെയുള്ള ധീരമായ പ്രതിരോധത്തിന്റെ പ്രതിരൂപങ്ങളാണ്
പ്ലാച്ചിമടയിലും പുതുശ്ശേരിയിലും ലോകത്തിന്റെ വിവിധ ഭാഗങ്ങളി
ലും നടക്കുന്ന ചെറുത്തുനില്പുകൾ.

9. പ്ലാച്ചിമടയിൽ ഭീകരവാണിജ്യശക്തികളുടെ പീഡനത്തിനെതിരെ ആദിവാസികൾ ആരംഭിച്ച പ്രതിരോധത്തിന്, ഐക്യദാർഢ്യത്തോടെ സമരാങ്കണത്തിൽ അണിനിരന്ന ഞങ്ങൾ, കൊക്കകോളയുടെയും പെപ്സികോളയുടെയും ഉല്പന്നങ്ങൾ ബഹിഷ്കരിക്കാൻ ആഹ്വാനം ചെയ്യുന്നു. കൊക്കകോളയും പെപ്സികോളയും ഇന്ത്യ വിടുക.

പ്ലാച്ചിമടയിലെ ജനങ്ങൾ നടത്തുന്ന ജീവന്മരണപോരാട്ടത്തിൽ അവർ ഒറ്റയ്ക്കല്ലെന്ന് വിളിച്ചോതുന്നതായിരുന്നു വേദിയിലും സമ്മേളനപ്പന്തലിലും സന്നിഹിതരായ ജനാവലി. ലോകത്തിന്റെ വിവിധ ഭാഗങ്ങളിൽ നിന്നും ഇന്ത്യയുടെ വ്യത്യസ്ത പ്രദേശങ്ങളിൽനിന്നും അവർ നൈസർഗ്ഗികമായ മാനുഷികചോദനകളുൾക്കൊണ്ട് ഒഴുകിയെത്തുകയായിരുന്നു. കാസർഗോഡുമുതൽ തിരുവനന്തപുരംവരെയുള്ള പ്രദേശങ്ങളിൽനിന്നുള്ളവർ തങ്ങളുടെ സഹോദരങ്ങൾക്ക് അഭിവാദ്യങ്ങളും പിന്തുണയുമായെത്തി. വിവിധ സംഘടനകളെ പ്രതിനിധീകരിച്ചെത്തിയ വിദ്യാഭ്യാസ - സാംസ്കാരിക - മനുഷ്യാവകാശപ്രവർത്തകർ അവരിലുൾപ്പെട്ടിരുന്നു. പ്ലാച്ചിമടയിൽ, രാഷ്ട്രങ്ങളുടെയും ദേശങ്ങളുടെയും അതിർത്തികൾ ഇല്ലാതായി. ഭാഷയും സംസ്കാരവും വിശ്വാസപ്രമാണങ്ങളും ജീവിതരീതികളുമൊക്കെ ജീവന്റെ ആധാരമായ കുടിവെള്ളപ്രശ്നത്തിന്റെ മുന്നിൽ ഏകതാളവും ഏകഭാവവുമായി. ജലമില്ലെങ്കിൽ ജീവനില്ല എന്ന സമ്മേളനത്തിന്റെ മുദ്രാവാക്യം മനുഷ്യമനസ്സുകളിൽ ഉൽക്കണ്ഠയുടെയും പ്രതിഷേധത്തിന്റെയും അലകളുണർത്തി. പറഞ്ഞറിയിക്കാനാവാത്ത, അനുഭവിച്ചുതന്നെയറിയേണ്ട വൈകാരികസംവേദനങ്ങൾക്കാണ് ആദിവാസി സഹോദരങ്ങൾ രണ്ടു വർഷത്തോളമായി സമരം ചെയ്യുന്ന പന്തലിനടുത്ത് തയ്യാറാക്കിയ ലോക ജലസമ്മേളനവേദി സാക്ഷ്യംവഹിച്ചത്. സ്ത്രീകളും കുട്ടികളും വൃദ്ധജനങ്ങളുമടങ്ങിയ സദസ്സിൽ അക്ഷരാഭ്യാസംപോലുമില്ലാത്ത നൂറുകണക്കിനാളുകളുണ്ടായിരുന്നു. അവരൊക്കെയും രാവിലെ മുതൽ രാത്രിവരെ നടന്ന ഗൗരവതരമായ ചർച്ചകളുടെയും പ്രഭാഷണങ്ങളുടെയും ഭാഗമായി. വിവിധ വിദ്യാലയങ്ങളിൽനിന്നും എത്തിച്ചേർന്ന കുട്ടികളും സമ്മേളനപരിപാടികളിലും പ്രതിഷേധപ്രകടനങ്ങളിലുമൊക്കെ നിറഞ്ഞുനിന്നു. ജീവജലത്തിനുമേൽ വരുംതലമുറകളുടെ അവകാശപ്രഖ്യാപനമായി അനുഭവപ്പെട്ടു, അവരുടെ സജീവസാന്നിദ്ധ്യം.

ഫ്രാൻസിലെ കർഷകപ്രസ്ഥാനമായ വിയ കം വെസീനയുടെ അനിഷേദ്ധ്യനേതാവായ ഹോസെ ബുവെയാണ് സമ്മേളനം ഉദ്ഘാടനം ചെയ്തത്. ഞാൻ ഫ്രാൻസിൽ പോയപ്പോഴൊക്കെ അദ്ദേഹത്തെ കാണണമെന്ന് ആഗ്രഹിച്ചിരുന്നുവെങ്കിലും പലപ്പോഴും അദ്ദേഹം കർഷകപ്രക്ഷോഭത്തിൽ പങ്കെടുത്തതിന് ജയിൽശിക്ഷയനുഭവിച്ചുകൊണ്ടിരിക്കയാണെന്ന വിവരമായിരുന്നു ലഭിച്ചുപോന്നത്. അവസാനം കേരളത്തിലെ കുഗ്രാമമായ പ്ലാച്ചിമടയിൽനിന്നാണ് ആ വലിയ മനുഷ്യനെ കാണാനും പരിചയപ്പെടാനും കഴിഞ്ഞത്. ആർത്തരും ആലംബഹീനരുമായ മനുഷ്യർക്കുവേണ്ടി മേഘഗർജ്ജനസമാനമായി അദ്ദേഹം നടത്തിയ പ്രസംഗം അതുകേട്ട

വരുടെ ഉള്ളിൽ പ്രതിധ്വനിച്ചുകൊണ്ടിരിക്കും. സ്വാതന്ത്ര്യസമരക്കാലത്ത് ഗാന്ധിജി മുഴക്കിയ ക്വിറ്റ് ഇന്ത്യ മുദ്രാവാക്യം, കോള-പെപ്സി ക്വിറ്റിന്ത്യാ എന്നായി ആ ഫ്രഞ്ച് സമരനായകൻ തിരുത്തി. മഹാത്മജിയുടെ സമരമുറകൾക്ക് ഇന്ത്യയിലെ വർത്തമാനകാലസാഹചര്യങ്ങളിൽ ഏറെ പ്രസക്തിയുണ്ട്. സമരങ്ങളെയും പ്രത്യാശകളെയും ആഗോളീകരിക്കാൻ നമുക്കൊന്നിച്ച് അണിചേരാമെന്ന് ബുവെയുടെ പ്രഖ്യാപനം സാമ്രാജ്യത്വശക്തികളുടെയും കോർപ്പറേറ്റ് കുത്തകകളുടെയും സർവ്വസംഹാരിയായ ആഗോളീകരണത്തിന്റെ മറുപുറം അനാവരണം ചെയ്തു. മാനവരാശിക്ക് പ്രത്യാശകൾ ഉണ്ടായിരിക്കണം. അവ സാക്ഷാൽക്കരിക്കാൻ മനുഷ്യത്വത്തിൽ ഊന്നിനില്ക്കുന്ന പ്രസ്ഥാനങ്ങളും വേണം. ബൊളീവിയയിലെ കൊച്ചബാംബയിലെ ജനങ്ങൾ കുടിവെള്ളത്തിനുവേണ്ടി നടത്തിയ ഐതിഹാസികസമരത്തെയും അവർ നേടിയ വിജയത്തെയും ബുവെ അനുസ്മരിച്ചു. ആ വിജയം പ്ലാച്ചിമടയിലും ആവർത്തിക്കുമെന്ന പ്രവചനം പ്ലാച്ചിമടക്കാരുടെ മാത്രമല്ല, ലോകജനതയുടെ മുഴുവൻ പ്രാർത്ഥനയും പ്രത്യാശയുമാണ്.

ലോകത്തിന്റെ വിവിധ ഭാഗങ്ങളിൽനിന്നെത്തിയ അൻപതോളം മനുഷ്യാവകാശ-പാരിസ്ഥിതികപ്രവർത്തകരിൽ ഭോപ്പാൽ വാതകദുരന്തത്തെക്കുറിച്ച് പുസ്തകമെഴുതിയ അമേരിക്കൻ പ്രതിനിധി ഡോ. വാർഡ് മോർഹൗസ്, യു എസ് കർഷകനേതാവ് വിൽ ആലൻ, കാനഡക്കാരിയായ കാൾ ഫ്ളെക്കർ, ബാരി ലിപ്ടൻ, പത്നി ഡയാന ഗ്രീൻ, സ്വീഡനിൽനിന്ന് ഇൻങ്ഗർ ഷോർലിങ്, ജർമ്മൻകാരനായ ഡോ.ഗബ്രിയേൽ യൂപ്പേഴ്സ്, ഇറ്റലിക്കാരി കരോളിൻ ലോക്ക് ഹാർട്ട്, ബ്രിട്ടനിൽനിന്നുള്ള സ്റ്റീവ് എമ്മോട്ട് തുടങ്ങിയവർ ഉൾപ്പെട്ടു. കൊക്കകോള കമ്പനി ലോകത്തിന്റെ വിവിധ ഭാഗങ്ങളിൽനിന്ന് ജലചൂഷണത്തിലൂടെ കോടിക്കണക്കിനു ഡോളർ ലാഭമുണ്ടാക്കുക മാത്രമല്ല, അന്താരാഷ്ട്ര തലത്തിൽ കൊടിയ ക്രിമിനൽക്കുറ്റങ്ങൾ ചെയ്യുന്നുകൂടിയുണ്ട്. കൊളംബിയയിൽ 22 ട്രേഡ്യൂണിയൻ നേതാക്കളെ വകവരുത്തിയത് കോളാക്കമ്പനിയായിരുന്നുവെന്ന ലിപ്റ്റൺ ദമ്പതിമാരുടെ വെളിപ്പെടുത്തൽ പലർക്കും പുതിയ അറിവായിരുന്നു. കൊളംബിയയിൽ കോളക്കമ്പനി നടത്തിയ നരമേധങ്ങളെക്കുറിച്ച് ഞാൻ മുൻപൊരു ലേഖനത്തിൽ പരാമർശിച്ചിട്ടുണ്ട്. ഗ്വാട്ടിമാല, വെനിസ്വേല, മെക്സിക്കോ, ജപ്പാൻ, സിംബാബ്‌വെ, ഹോങ്കോങ്, ദക്ഷിണാഫ്രിക്ക, അർജന്റീന തുടങ്ങി നിരവധി രാഷ്ട്രങ്ങളിൽ കൊക്കകോള കമ്പനിക്കെതിരെ സമരങ്ങൾ നടന്നുവരുന്നുണ്ട്. പ്രതിവർഷം 1,900 കോടിയിലധികം ഡോളർ ലാഭം കൊയ്യുന്ന കോളാക്കമ്പനി ലാഭം വർദ്ധിപ്പിക്കാൻ അധാർമ്മികമാർഗ്ഗങ്ങൾ അനുവർത്തിക്കുന്നു. സ്കൂൾകുട്ടികൾക്കും അദ്ധ്യാപകർക്കും മറ്റും നിർല്ലോഭം നല്കുന്ന പ്രലോഭനങ്ങൾ അവയിലൊന്നുമാത്രം.

ലോക ജലസമ്മേളനത്തിന്റെ വിജയത്തിന് ആദ്യന്തം പ്രയത്നിച്ച ഡോ. വന്ദനാശിവ പ്ലാച്ചിമടക്കാർക്ക് സുപരിചിതയാണിന്ന്. ഇതിനകം

അവർ പലതവണ അവിടെ എത്തി, പ്രശ്നങ്ങൾ നേരിട്ടുപഠിച്ച് കോളാക്കമ്പനിയുടെ ജലചൂഷണത്തെക്കുറിച്ച് ഇന്ത്യയിലും വിദേശത്തും ബോധവല്ക്കരണം നടത്തിവരികയാണ്. ഈ വർഷം വെള്ളത്തിന്റെ വർഷമാണ്. വെള്ളത്തിനു പകരം മറ്റൊന്നില്ല... പ്ലാച്ചിമടയിലെ ആദിവാസിവനിതകൾ ആരംഭിച്ച ചെറിയ പ്രതിഷേധം ഇന്ന് ലോകത്തിന്റെ ശബ്ദമായിരിക്കുന്നു. സർക്കാർ വെള്ളത്തിന്റെ അധികാരിയല്ലെന്നും ട്രസ്റ്റി മാത്രമാണെന്നുമാണ് പെരുമാട്ടി ഗ്രാമപഞ്ചായത്ത് സമർപ്പിച്ച ഹർജിയിൽ ബഹു. കേരള ഹൈക്കോടതി ജസ്റ്റിസ് കെ ബാലകൃഷ്ണൻനായർ പുറപ്പെടുവിച്ച ഉത്തരവ്. വെള്ളം വില്ക്കാൻ സർക്കാരിനവകാശമില്ല. സമൂഹമാണ് വെള്ളത്തിന്റെ അവകാശി. ഹൈക്കോടതിവിധി പെരുമാട്ടി പഞ്ചായത്തു മാത്രമല്ല, മറ്റെല്ലാ പഞ്ചായത്തുകൾക്കും ബാധകമാണ്. ഇക്കാര്യം പ്രചരിപ്പിച്ചാൽ മാത്രം മതി, കോളാക്കമ്പനികൾക്ക് ഒരിടത്തും പ്രവർത്തിക്കാനാവില്ല - ചർച്ചാസമ്മേളനം ഉദ്ഘാടനം ചെയ്തുകൊണ്ട് വന്ദനാ ശിവ പ്രസ്താവിച്ചു. ജസ്റ്റിസ് ബാലകൃഷ്ണൻ നായരുടെ നിർണ്ണായകമായ വിധിന്യായം സമ്മേളനപ്രതിനിധികൾ സമഗ്രമായി ചർച്ചചെയ്യുകയുണ്ടായി. കുടിവെള്ളപ്രശ്നത്തെക്കുറിച്ചുള്ള ആധികാരികമായൊരു രേഖ എന്നാണത് വിശേഷിപ്പിക്കപ്പെട്ടത്.

വാരണാസിക്കടുത്ത് മെഹന്ദിഗഞ്ചിൽ കൊക്കകോള കമ്പനിയുടെ ജലചൂഷണത്തിനെതിരെ സമരം നയിക്കുന്ന അഫ്ളാത്തൂൺ പ്ലാച്ചിമട നല്കിയ പ്രചോദനത്തിന്റെ ആവേശത്തിലായിരുന്നു. മഹാത്മജിയുടെ പ്രശസ്തനായ സെക്രട്ടറി മഹാദേവദേശായിയുടെ ചെറുമകനാണ് അഫ്ളാത്തൂൺ. രാജസ്ഥാനിലെ പ്രശസ്ത പരിസ്ഥിതിപ്രവർത്തകൻ ഡോ. രാജേന്ദ്രസിങ്ങിന്റെ സാന്നിദ്ധ്യവും പ്രത്യേകം ശ്രദ്ധേയമായി. പെരുമാട്ടി പഞ്ചായത്തിനുവേണ്ടി കോളാക്കമ്പനിക്കെതിരെ കേരള ഹൈക്കോടതിയിൽ കേസ് വാദിച്ച പ്രശസ്ത അഭിഭാഷകൻ രാംകുമാറും സമ്മേളനത്തിൽ സംബന്ധിച്ചു. അദ്ദേഹത്തെ മാറ്റാൻ കോളാക്കമ്പനി പെരുമാട്ടി പഞ്ചായത്തിന് വാഗ്ദാനം ചെയ്തത് വൻതുകയായിരുന്നുവല്ലോ.

ആദിവാസിവനിതകളായ അംബികയും ഭാഗ്യവും കോളാഫാക്ടറി പ്രവർത്തനം ആരംഭിച്ചശേഷം പ്ലാച്ചിമടയിലെയും പരിസരപ്രദേശങ്ങളിലെയും ജനങ്ങൾ അനുഭവിച്ചുകൊണ്ടിരിക്കുന്ന ദുരിതങ്ങൾ വേദിയിൽ അവതരിപ്പിച്ചു. നിരാലംബരും നിസ്സഹായരുമായ അവരുടെ വാക്കുകൾ, ഭാഷ അറിയില്ലെങ്കിൽപ്പോലും വിദേശപ്രതിനിധികളടക്കം ഏവരും ഉൾക്കൊണ്ടു. കോളാ ഫാക്ടറി അടച്ചുപൂട്ടുംവരെ തങ്ങൾ സമരം ചെയ്യുമെന്ന അവരുടെ ഉറച്ച പ്രഖ്യാപനം അടിച്ചമർത്തപ്പെട്ട ചൂഷിതവർഗ്ഗം ഉയർത്തിയ രണഭേരിയായിരുന്നു.

ആഗോളതലത്തിൽ ജലസ്രോതസ്സുകൾ വറ്റിവരണ്ടുക്കൊണ്ടിരിക്കുമ്പോഴാണ് കോളാക്കമ്പനികൾ ഭൂഗർഭ ജലം ഊറ്റിയെടുക്കുന്നത്. ശുദ്ധജലം ലഭിക്കാതെ ലോകമെമ്പാടും കുട്ടികൾ മരിക്കുകയും പ്ലേഗ് പോലുള്ള പകർച്ചവ്യാധികൾ തിരിച്ചുവരികയും ചെയ്തുകൊണ്ടിരിക്കയാ

ണെന്ന് മോഡ് ബാർലൊവിന്റെ നിരീക്ഷണം അർത്ഥവത്താണെന്ന് തെളിയിക്കുന്നതാണ് സമ്മേളനാനന്തരം പ്ലാച്ചിമട സന്ദർശിച്ച അമേരിക്കയിലെയും ലാറ്റിനമേരിക്കയിലെയും ജനകീയ - ആരോഗ്യപ്രസ്ഥാനങ്ങളുടെ പ്രതിനിധികൾ സ്വീകരിച്ച നിലപാട്. ഇക്വഡോറിലെ മുൻ പരിസ്ഥിതിമന്ത്രി എഡ്ഗാർ ഈഷ്, അവിടത്തെ ക്വായൻകാ സർവ്വകലാശാലയിലെ ശിശുരോഗവിഭാഗം പ്രൊഫസർ ആർഥൂ റോ കിഷ്പേ, അർജന്റീനയിൽനിന്നുള്ള ഡോ. ഹൂലിയോ മൊൺസാവൊ, അമേരിക്കയിലെ ആരോഗ്യവിദഗ്ദ്ധൻ ജെഫ് കൊണാന്റ് എന്നിവരായിരുന്നു സംഘാംഗങ്ങൾ. പ്ലാച്ചിമടയിലെ വെള്ളത്തിലുള്ള കാഡ്മിയത്തിന്റെയും കറുത്തീയത്തിന്റെയും അമിതമായ സാന്നിദ്ധ്യം കുട്ടികളിൽ പല മാറാരോഗങ്ങളുമുണ്ടാക്കുമെന്ന് ഡോ. കിഷ്പേ പറഞ്ഞത് ജില്ലാ മെഡിക്കൽ ഓഫീസറുടെ റിപ്പോർട്ടിനെ ശരിവെക്കൽത്തന്നെ. വെള്ളത്തിലും കോളാപാനീയങ്ങളിലും ഖരമാലിന്യങ്ങളിലും അപകടകരമായ വിധത്തിൽ വിഷപദാർത്ഥങ്ങളടങ്ങിയിട്ടുണ്ടെന്ന് ഡൽഹിയിലെ സെന്റർ ഫോർ സയൻസ് ആൻഡ് എൻവയൺമെന്റു പോലുള്ള വിദഗ്ദ്ധസംഘടനകൾ കണ്ടെത്തിയ ശേഷവും, കേരളത്തിലെ മുഖ്യമന്ത്രിയടക്കം ഒരു മന്ത്രിയും ഇന്നുവരെ പ്ലാച്ചിമട സന്ദർശിക്കുകയോ അവിടത്തുകാർ അനുഭവിക്കുന്ന ദുരിതങ്ങളെക്കുറിച്ച് അന്വേഷിക്കുകയോ ചെയ്തിട്ടില്ല. ആദിവാസികൾ അതിജീവനത്തിനുവേണ്ടി നടത്തുന്ന സമരത്തെ അവർ അപഹസിക്കുകയും ചെയ്യുന്നു. പ്ലാച്ചിമടയിൽ മാത്രമല്ല, കേരളത്തിൽ മറ്റു പലയിടത്തും ജനങ്ങളുണ്ട്... കോളയിൽ വിഷമുണ്ടെങ്കിൽ അത് കുടിക്കേണ്ട... അങ്ങനെ പോകുന്നു, പല മന്ത്രിമാരുടേയും കമന്റുകൾ. അവയെയൊക്കെ കടത്തിവെട്ടുന്നതായിരുന്നു ലോക ജലസമ്മേളനത്തെ കോലാഹല മേളയെന്നു വിശേഷിപ്പിച്ച സംസ്ഥാന തദ്ദേശ സ്വയംഭരണ വകുപ്പുമന്ത്രിയുടെ നർമ്മോക്തി നിറഞ്ഞ ഉപമ. അതേക്കുറിച്ചൊരു ലേഖനംതന്നെ എഴുതിക്കളഞ്ഞു, അദ്ദേഹം!

തദ്ദേശവകുപ്പ് മന്ത്രിയുടെ നിലപാടിന്റെ തുടർച്ചയായിവേണം അടുത്തയിടെ കേരള പഞ്ചായത്തുരാജ് നിയമത്തിൽ സർക്കാർ വരുത്തിയ ഭേദഗതിയെ കാണാൻ. 1994 ലെ പഞ്ചായത്തുരാജ് ആക്ട് പ്രകാരം തദ്ദേശ സ്വയംഭരണ സ്ഥാപനങ്ങൾക്ക് കേസ് നടത്താൻ ചെലവഴിക്കാവുന്ന തുകയ്ക്ക് പരിധി നിശ്ചയിച്ചിരുന്നില്ല. എന്നാൽ, പുതിയ ഭേദഗതിയനുസരിച്ച് കേസ് നടത്താൻ അനുവദിച്ചിട്ടുള്ള പരമാവധി തുക 3,000 രൂപ മാത്രമാണ്. സിവിൽ കേസുകൾക്ക് 1500 രൂപയാണ് അനുവദിച്ചിട്ടുള്ള വക്കീൽ ഫീസ്. ഒരു കീഴ്ക്കോടതി വിധിക്കെതിരെ മേൽക്കോടതിയിൽ അപ്പീൽ കേസ് നടത്തുന്നതിന് 2000 രൂപയാണ് പുതിയ പരിധി. കൊക്കകോള-പെപ്സികോള കമ്പനികൾക്കെതിരെ പെരുമാട്ടി - പുതുശ്ശേരി പഞ്ചായത്തുകൾ നിയമനടപടികൾ സ്വീകരിച്ചുകൊണ്ടിരിക്കെ, 2003 ഒക്ടോബർ 31-ാം തീയതി പഞ്ചായത്തുരാജ് നിയമത്തിൽ വരുത്തിയ ഭേദഗതികൾ കോളക്കമ്പനികളെ സഹായിക്കാൻതന്നെയാണ്. കുടിവെള്ളപ്രശ്നത്തിൽ

ഫലപ്രദമായി ഇടപെട്ട് ജനങ്ങളുടെ ദുരിതങ്ങൾക്ക് അറുതിവരുത്തുന്നി ല്ലെന്നതോ പോകട്ടെ, അവയ്ക്ക് ആക്കംകൂട്ടാനാണ് മന്ത്രിമാർ ശ്രമിക്കു ന്നത്. ഇതിനേക്കാൾ വലിയ ക്രിമിനൽക്കുറ്റം എന്താണുള്ളത്.

കേരളത്തിലെ കുഗ്രാമങ്ങളായ പ്ലാച്ചിമടയിലും പുതുശ്ശേരിയിലും കോളാക്കമ്പനികൾക്കെതിരെ വളരുന്ന ജനരോഷത്തെ ലോകത്തിന്റെ മുന്നിൽ കൊണ്ടുവരാൻ ലോക ജലസമ്മേളനത്തിന് കഴിഞ്ഞു എന്നതൊരു ചെറിയ കാര്യമല്ല. അതിനുവേണ്ടി അർപ്പണബോധത്തോടെ പൊരുതി യവരിൽ പ്രമുഖനാണ് ഡോ. സുകുമാർ അഴീക്കോട്. അദ്ദേഹത്തിന്റെ നിരവധി പ്രഭാഷണങ്ങൾ ഞാൻ കേട്ടിട്ടുണ്ട്. എന്നാൽ പ്ലാച്ചിമടയിൽ ഞാൻ കേട്ടത് മറ്റൊരു അഴീക്കോടിനെയായിരുന്നു. അധികാരപ്രമത്തതയ്ക്കും സാമ്രാജ്യത്വത്തിനും ആഗോളീകരണത്തിന്റെ മറവിൽ മനുഷ്യരുടെ മൗലി കാവകാശങ്ങൾവരെ വിറ്റു കാശാക്കുന്ന കോർപ്പറേറ്റ് ആധിപത്യത്തിനു മെതിരെ ഡോ. അഴീക്കോട് പൊട്ടിത്തെറിച്ചു. പെരുമാട്ടി പഞ്ചായത്ത് പ്രസി ഡന്റ് എ കൃഷ്ണനെ അദ്ദേഹം ഹാർദ്ദമായഭിനന്ദിച്ചു. കോളാക്കമ്പനി മുപ്പതു കോടിയിലേറെ രൂപ വാഗ്ദാനം ചെയ്തിട്ടും അത് നിരസിച്ച്, ധീര മായി സമരം തുടരുന്ന കൃഷ്ണനെയോർത്ത് ഉപ്പുസത്യഗ്രഹം നയിച്ച ഗാന്ധിജി സ്വർഗ്ഗത്തിലിരുന്ന് പുഞ്ചിരിക്കുന്നുണ്ടാകുമെന്ന അദ്ദേഹത്തിന്റെ വാക്കുകൾ ആത്മാർത്ഥവും ഔചിത്യപൂർണ്ണവുമായിരുന്നു. വിദേശപ്രതി നിധികളും കൃഷ്ണൻ എന്ന ചെറിയ മനുഷ്യന്റെ വലിപ്പം തിരിച്ചറിഞ്ഞു. അദ്ദേഹത്തിനു പുറമേ സ്വാഗതസംഘം വർക്കിങ് ചെയർമാൻ കെ കൃഷ് ണൻകുട്ടി, ജനറൽ കൺവീനർ എൻ എൻ കൃഷ്ണദാസ് അങ്ങനെ എ ത്രയെത്ര കൃഷ്ണന്മാർ!

ജലസമ്മേളനത്തിന് ശക്തിപകർന്ന സാംസ്കാരികക്കൂട്ടായ്മയിൽ എം ടി, സാറാ ജോസഫ്, വൈശാഖൻ, മുണ്ടൂർ കൃഷ്ണൻകുട്ടി, മുണ്ടൂർ സേതുമാധവൻ, പ്രൊഫ. പി എ വാസുദേവൻ, കുരീപ്പുഴ ശ്രീകുമാർ, വിജയകുമാർ കുനിശ്ശേരി, ഇയ്യങ്കോട് ശ്രീധരൻ തുടങ്ങി പലരും സംബ ന്ധിക്കുകയുണ്ടായി. കൂടാതെ കോമകൻ, മകുടേശ്വരൻ, സുബ്രഭാരതി മണിയൻ, എൻ ജി സുകുമാരൻ തുടങ്ങിയ കവികളും.

'കുഞ്ഞേ മുലപ്പാൽ കുടിക്കരുത്' എന്ന സ്വന്തം കവിതയുടെ ആലാ പനത്തിലൂടെ കവി കടമ്മനിട്ടയും മനസ്സാക്ഷിയുടെ മുഴക്കമായി സമ്മേ ളനപ്പന്തലിൽ മാറ്റൊലിക്കൊണ്ടു. കുടിവെള്ളമടക്കമുള്ള ജീവനോപാധി കൾ മുഴുവൻ വിഷമയമായിക്കൊണ്ടിരിക്കുന്ന വർത്തമാനകാല ഭീകരത യിലേക്കു വിരൽചൂണ്ടുന്നതായിരുന്നു ആ കടമ്മനിട്ടക്കവിത. പ്രകൃതി യുടെ താളവും ലയവും തെറ്റിച്ച് എല്ലാം ലാഭമാക്കി മാറ്റുന്ന കോർപ്പറേറ്റ് സംസ്കാരത്തിനെതിരെ സർഗ്ഗശക്തി ഉണരണം. സാഹിത്യകാരൻ നില നില്പിനുവേണ്ടിയുള്ള മനുഷ്യന്റെ പോരാട്ടത്തിന്റെ ഭാഗമാകണം. അത് കടമയും കർത്തവ്യവുമാണ് എന്ന സന്ദേശമായിരുന്നു, സാംസ്കാരികക്കൂ ട്ടായ്മയുടെ ആകത്തുക.

കേരളത്തിലെ മന്ത്രിമാരെ ആരേയും പ്ലാച്ചിമടയിൽ കണ്ടില്ലെങ്കിലും

പ്രതിപക്ഷനേതാവ് വി എസ് അച്യുതാനന്ദൻ, മുൻ മുഖ്യമന്ത്രി പി കെ വാസുദേവൻനായർ തുടങ്ങി കേരളരാഷ്ട്രീയരംഗത്തെ പല പ്രമുഖരും സമ്മേളനത്തിൽ സംബന്ധിക്കുകയുണ്ടായി. *മാതൃഭൂമി*യുടെ മാനേജിങ് എഡിറ്റർ പി വി ചന്ദ്രനും എഡിറ്റർ കെ ഗോപാലകൃഷ്ണനും സമ്മേളനത്തിൽ പങ്കെടുത്തു.

അമേരിക്കയിലെ അറ്റ്ലാന്റയിൽനിന്ന് പാലക്കാട് ജില്ലയിലെ പ്ലാച്ചിമടയിലെത്തിയ കൊക്കകോളാക്കമ്പനി തങ്ങളുടെ ഇരട്ടി വെള്ളം ആ പ്രദേശത്തിലെ കർഷകർ ഉപയോഗിക്കുന്നതായി പരാതി പറയുന്നു! ഈ വിദേശ കോർപ്പറേറ്റ് കുത്തകയ്ക്ക് പ്ലാച്ചിമടയിലെ കർഷകർ ഉപയോഗിക്കുന്ന വെള്ളത്തിന്റെ കണക്കു പറയാൻ ആരാണ് അവകാശം കൊടുത്തത്? പെപ്സി പ്രവർത്തിക്കുന്ന പുതുശ്ശേരി പഞ്ചായത്ത് പ്രസിഡന്റ് കെ ജി ജയന്തിയെ കമ്പനിക്കകത്ത് കയറ്റുന്നില്ല. എത്ര വെള്ളമെടുക്കുന്നു, ഏതെല്ലാം ഉല്പന്നങ്ങളുണ്ടാക്കുന്നു, അതിലുപയോഗിക്കുന്ന രാസപദാർത്ഥങ്ങളേവ എന്നീ ചോദ്യങ്ങൾ ചോദിച്ച പെരുമാട്ടി പഞ്ചായത്ത് പ്രസിഡന്റ് കൃഷ്ണനോട് ഇതൊന്നും ചോദിക്കാൻ നിങ്ങൾക്കവകാശമില്ലെന്നായിരുന്നു കോളാക്കമ്പനിയുടെ ഔദ്ധത്യം നിറഞ്ഞ മറുപടി. വന്ദനാ ശിവയുടെ നേതൃത്വത്തിൽ സമ്മേളന പ്രതിനിധിസംഘം കോളാ ഫാക്ടറി സന്ദർശിക്കാൻ ശ്രമിച്ചപ്പോൾ കോളാ വിരുദ്ധസമരസമിതി കൺവീനർ വേലൂർ സ്വാമിനാഥനെ അകത്തുകയറ്റില്ലെന്ന് കമ്പനി അധികൃതർ പറഞ്ഞത് കമ്പനിയുടെ ധാർഷ്ട്യത്തിന്റെ മറ്റൊരു ഉദാഹരണം. സ്ഥലവാസികളോട് ഈ കോർപ്പറേറ്റ് കുത്തകയ്ക്ക് ഒട്ടും ബഹുമാനമില്ലത്രേ. പ്ലാച്ചിമടയിലെ പന്ത്രണ്ട് കുടുംബങ്ങൾക്കു മാത്രമേ കോളാക്കമ്പനിയുടെ പ്രവർത്തനംമൂലം ദോഷമുണ്ടാകുന്നുള്ളൂ എന്നും നൂറുകണക്കിനാളുകൾ കമ്പനിയുടെ ഗുണഭോക്താക്കളാണെന്നും പ്രതിനിധിസംഘാംഗങ്ങളെ തെറ്റിദ്ധരിപ്പിക്കാൻ കമ്പനി ഉദ്യോഗസ്ഥർ ശ്രമിക്കുകയുണ്ടായി. കോർപ്പറേറ്റ് കുത്തകകൾക്കു മുന്നിൽ രാഷ്ട്രത്തലവന്മാർ മുട്ടുമടക്കിയാലും അതിജീവനത്തിനുവേണ്ടി പോരാടുന്നവർ മുട്ടുമടക്കില്ല എന്ന സന്ദേശമാണ് പ്ലാച്ചിമട തരുന്നത്. വെള്ളം കിട്ടാതെ മരിക്കുന്നതിലും ഭേദം വെള്ളത്തിനുവേണ്ടി പോരാടിമരിക്കുന്നതുതന്നെ.

കൊക്കകോള, പെപ്സികോള ക്വിറ്റ് ഇന്ത്യ - ഈ മുദ്രാവാക്യം ലോക ജലസമ്മേളനത്തിന്റെ ജീവസ്പന്ദനമെന്നപോലെ ആദ്യന്തം മുഴങ്ങിക്കേട്ടു. സമ്മേളനം ഉദ്ഘാടനം ചെയ്ത ഹോസെ ബുവെ മുതൽ പ്ലാച്ചിമട പ്രഖ്യാപനം നടത്തിയ മോഡ് ബാർലൊയും സുകുമാർ അഴീക്കോടുംവരെ വിളിച്ച മുദ്രാവാക്യവും അതുതന്നെയായിരുന്നു.

ക്വിറ്റ് ഇന്ത്യ എന്ന് മഹാത്മാഗാന്ധി ആവശ്യപ്പെട്ടത് ബ്രിട്ടീഷുകാരോടായിരുന്നുവെങ്കിൽ, കോർപ്പറേറ്റ് കുത്തകകൾ നയിക്കുന്ന നവ കൊളോണിയലിസത്തിനെതിരെ ഇന്ത്യ വിട്ട് പുറത്തുപോവുക! എന്നു കല്പിക്കാനുള്ള കരുത്ത് നാം നേടേണ്ടിയിരിക്കുന്നുവെന്നത് സമ്മേളനത്തിൽ സംബന്ധിച്ച വിദേശികളുടെയും സ്വദേശികളുടെയും വൈകാരികസമന്വ

യമായി അനുഭവപ്പെട്ടു. അവിടെ ഭാഷയോ സാംസ്കാരിക ഭിന്നതയോ ജീവിതരീതിയോ മനുഷ്യരുടെ കൂട്ടായ്മയ്ക്കു തടസ്സമായില്ല. അതുതന്നെ യാണ് പ്ലാച്ചിമടയുടെ വിജയവും. അക്ര പ്രഖ്യാപനത്തെയും കൊച്ച ബാംബ പ്രഖ്യാപനത്തെയുംപോലെ പ്ലാച്ചിമട പ്രഖ്യാപനവും ചരിത്ര ത്തിന്റെ ഭാഗമായിരിക്കുന്നു. അതിജീവനത്തിനും കുടിവെള്ളത്തിനും വേണ്ടിയുള്ള പോരാട്ടത്തിൽ മനുഷ്യരുടെ അടിസ്ഥാനാവകാശങ്ങളെ സംബന്ധിക്കുന്ന പ്ലാച്ചിമട പ്രഖ്യാപനം ചർച്ച ചെയ്യപ്പെട്ടുകൊണ്ടിരിക്കും. അവകാശം നമുക്കാരും സൗജന്യമായി തരുന്നതല്ല; നമ്മിൽനിന്ന് ആർ ക്കുംതന്നെ കവർന്നെടുക്കാനാവാത്തതാണ് അത്.

– ഫിബ്രവരി 1, 2004

(*അധിനിവേശത്തിന്റെ അടിയൊഴുക്കുകൾ*)

മതേതരത്വവും ന്യൂനപക്ഷവും

മതേതരത്വം അഥവാ സെക്കുലറിസം യൂറോപ്പിൽ വികാസംപ്രാപിച്ച ഒരാശയമാണ്. മതത്തെക്കാളേറെ ഒരു പ്രത്യേക രാഷ്ട്രീയവ്യവസ്ഥയ്ക്കാണ് ഈ വാക്ക് ഊന്നൽനല്കുന്നത്. 'മതേതരത്വ'ത്തിന് ഭാരതീയർ കല്പിക്കുന്ന അർത്ഥമല്ല യൂറോപ്യർ നല്കുന്നത്. പത്തൊൻപതാംനൂറ്റാണ്ടിന്റെ പ്രാരംഭഘട്ടംവരെ രാഷ്ട്രഭരണവ്യവസ്ഥ മതാധിഷ്ഠിതമായിരുന്നു. കത്തോലിക്ക മേലദ്ധ്യക്ഷനായ മാർപ്പാപ്പയ്ക്ക് യൂറോപ്പിലെ എല്ലാ രാജ്യങ്ങളുടെ മേലും പരമാധികാരമുണ്ടായിരുന്നു. രാജാക്കന്മാരുടെമേൽ ഭൗതികാധികാരവും ജനങ്ങളുടെമേൽ ആത്മീയാധികാരവും മാർപ്പാപ്പമാർ നിലനിർത്തി. യൂറോപ്പിലെ ഈ വ്യവസ്ഥയ്ക്കെതിരെ ജർമ്മനിയിൽ ലൂഥർ മതനവീകരണ പ്രസ്ഥാനമാരംഭിച്ചു. പതിനെട്ടാംശതകത്തിന്റെ ആദ്യപാദത്തിൽ യൂറോപ്പിൽ ഒരു നവമാനവികത പിറവിയെടുക്കുകയും ഫ്രഞ്ചു വിപ്ലവത്തോടെ ദൈവശാസ്ത്രത്തിൽനിന്നും തത്ത്വശാസ്ത്രത്തെ വേർതിരിച്ചുകൊണ്ടുള്ള ഒരു ചിന്താസരണി രൂപപ്പെടുകയും ചെയ്തു. മതം ആദ്ധ്യാത്മികമണ്ഡലത്തിൽ മാത്രം ഒതുങ്ങിനില്ക്കണമെന്നും രാഷ്ട്രീയവ്യവസ്ഥയിൽ മതം ഇടപെടരുതെന്നുമുള്ള പരിഷ്കരണവാദികളുടെ നിലപാട് കൂടുതൽ ശക്തിപ്രാപിച്ചത് ഈ കാലഘട്ടത്തിലാണ്. അതിന്റെ ഫലമായാണ് രാഷ്ട്രവ്യവസ്ഥ മതനിരപേക്ഷകമായിരിക്കണമെന്ന ചിന്താഗതി ഉരുത്തിരിഞ്ഞുവന്നത്. ഇരുപതാംശതകത്തോടെ മതേതരത്വം എന്ന ആശയം യൂറോപ്പിൽ വ്യാപകമായി അംഗീകരിക്കപ്പെട്ടു.

സ്വാതന്ത്ര്യസമ്പാദനത്തിനുശേഷം ഇന്ത്യ മതേതരത്വത്തിന് ഊന്നൽനല്കുന്ന ഒരു ഭരണഘടനയാണ് അംഗീകരിച്ചത്. പൗരത്വത്തിനും മതേതരസ്വഭാവം നല്കുന്ന ഒന്നായിരുന്നു അത്. എന്നാൽ, യൂറോപ്യൻ മതേതരത്വത്തിൽനിന്നും പൂർണ്ണമായും ഭിന്നമാണ് ഭാരതീയ മതേതരത്വ

സങ്കല്പം. രാജ്യത്തെ വിദേശാധിപത്യത്തിൽനിന്നും മോചിപ്പിച്ച ദേശീയ പ്രസ്ഥാനത്തിൽനിന്നുരുത്തിരിഞ്ഞു വന്നതായിരുന്നു ഇന്ത്യൻ സെക്കുലറിസം. മതവിശ്വാസത്തിലധിഷ്ഠിതമായ ദ്വിരാഷ്ട്രവാദത്തെ ഇന്ത്യൻ ദേശീയനേതാക്കൾ ശക്തമായി എതിർത്തിരുന്നുവെങ്കിലും അവസാനം പാകിസ്ഥാൻ വിഭജിച്ചു നല്കേണ്ടിവന്നു. ഹിന്ദു - മുസ്ലിം തീവ്രവാദികളായിരുന്നു വിഭജനത്തിന്റെ പിന്നിൽ പ്രവർത്തിച്ചവർ.

രാഷ്ട്രപിതാവായ മഹാത്മാഗാന്ധിയെ സംബന്ധിച്ചിടത്തോളം മതസൗഹാർദ്ദം അദ്ദേഹത്തിന്റെ ആത്മാവിന്റെ ഭാഗംതന്നെയായിരുന്നു. പ്രഥമ പ്രധാനമന്ത്രിയായ ജവാഹർലാൽ നെഹ്റുവിനും അദ്ദേഹത്തിന്റെ തലമുറയിൽപ്പെട്ട മറ്റു ദേശീയനേതാക്കൾക്കും മതേതരത്വം മാനുഷികതയുടെയും മാനവസൗഹാർദ്ദത്തിന്റെയും പ്രതീകമായിരുന്നു. മതേതരപൗരത്വത്തിന്റെ അർത്ഥമാകട്ടെ, ഭരണഘടന തയ്യാറാക്കിയ ഡോ. അംബേദ്കർ പൂർണ്ണമായും ഉൾക്കൊള്ളുകയും ചെയ്തിരുന്നു.

നിരവധി മതങ്ങളും മതങ്ങളിൽത്തന്നെ വ്യത്യസ്ത വിഭാഗങ്ങളുമുള്ള ഇന്ത്യയെപ്പോലുള്ള ഒരു രാജ്യത്തിന്റെ നിലനില്പ്, സർവ്വമതങ്ങളെയും അംഗീകരിക്കാനുള്ള സമഭാവനയിൽ അധിഷ്ഠിതമാണ്. ഇന്തോനേഷ്യ കഴിഞ്ഞാൽ ലോകത്തിൽ ഏറ്റവും കൂടുതൽ മുസ്ലീങ്ങൾ അധിവസിക്കുന്ന രാജ്യമാണ് ഭാരതം. ക്രിസ്ത്യാനികളും സിഖുകാരും മറ്റു മതന്യൂനപക്ഷങ്ങളിൽപ്പെട്ടവരും ഇന്ത്യൻ പൗരന്മാരാണ്. ഇപ്രകാരം വ്യത്യസ്ത മതവിശ്വാസികൾ ജീവിക്കുന്ന ഒരു രാജ്യത്തിന് ഒരു 'ഹിന്ദുരാഷ്ട്ര'മെന്ന സങ്കല്പംപോലും ഉൾക്കൊള്ളാനാവില്ല. പ്രവിശാലമാണ് ഇന്ത്യയുടെ ദേശീയ സങ്കല്പം. ഒരു മതേതരഗവണ്മെന്റിനല്ലാതെ വ്യത്യസ്ത മതങ്ങളും സമുദായങ്ങളും ആചാരങ്ങളും ഭാഷകളുമെല്ലാമുള്ള ഇന്ത്യയെപ്പോലുള്ള ഒരു രാജ്യത്തെ ഭരിക്കാനാവില്ല എന്നതൊരു ചരിത്രവസ്തുതയാണ്. ഒരു പ്രത്യേക മതവിഭാഗത്തിൽ ഉൾപ്പെട്ടുവെന്നതുകൊണ്ട് ആർക്കും ഭയപ്പാടോ ആശങ്കയോ ഉണ്ടായിക്കൂടാ. ഏതു മതവിഭാഗത്തിൽപ്പെട്ടവരായാലും ഭരണഘടന പ്രദാനംചെയ്യുന്ന അവകാശങ്ങൾ അനുഭവിച്ച് ജീവിക്കാനുള്ള അവസരം സൃഷ്ടിക്കലാണ് മതേതരത്വത്തിന്റെ അടിസ്ഥാനധർമ്മം.

നൂറുകോടിയിലേറെ വരുന്ന ഇന്ത്യൻ ജനസംഖ്യയിൽ എൺപതു കോടിയിലേറെ ഹിന്ദുക്കളും പത്തു കോടിയിലേറെ മുസ്ലീങ്ങളും ശേഷിച്ചവർ ക്രിസ്ത്യൻ, സിഖ്, പാഴ്സി തുടങ്ങിയ മതവിഭാഗങ്ങളിൽപ്പെട്ടവരുമാണ്. സ്വാതന്ത്ര്യസമരകാലഘട്ടത്തിൽ ഹിന്ദു-മുസ്ലിം കുഴപ്പങ്ങൾ കുത്തിപ്പൊക്കുന്നതിൽ ബ്രിട്ടീഷ് കൊളോണിയൽ ഭരണാധികാരികൾ വലിയ പങ്കുവഹിച്ചതായി ചരിത്രം സാക്ഷ്യപ്പെടുത്തുന്നുണ്ട്. ഹിന്ദു-മുസ്ലിം ഐക്യം ബ്രിട്ടീഷുകാരുടെ രാഷ്ട്രീയ-സാമ്പത്തികസ്വാർത്ഥതാല്പര്യങ്ങൾക്ക് ഹാനികരമായതുകൊണ്ടാണ് ഇന്ത്യയിൽ വർഗ്ഗീയപ്രശ്നങ്ങളുണ്ടാക്കാൻ അവർ മുൻകൈയെടുത്തത്. എന്നാൽ, മഹാത്മജി, ജയപ്രകാശ് നാരായൺ തുടങ്ങിയ ദേശീയനേതാക്കൾ മതസൗഹാർദ്ദം നിലനിർത്താൻ അക്ഷീണം യത്നിച്ചു. വർഗ്ഗീയശക്തികളാകട്ടെ, മതേതരത്വത്തെ നിരാകരി

ക്കുകയും ദേശീയതയെപ്പോലും മതാധിഷ്ഠിതമാക്കുകയും ചെയ്തു. ഹിന്ദുതീവ്രവാദിസംഘടനകളും മുഹമ്മദലി ജിന്നയുടെ നേതൃത്വത്തിലുള്ള മുസ്ലിംലീഗും ഹിന്ദുക്കളും മുസ്ലീങ്ങളും രണ്ടു രാഷ്ട്രങ്ങളാണെന്ന നിലപാടാണ് സ്വീകരിച്ചത്. ദേശീയത ഭൂമിശാസ്ത്രപരമായ ഒന്നല്ലെന്നും അത് മതപരവും സാംസ്കാരികവുമായ വികാരമാണെന്നും ഇരുമതങ്ങളിലെയും തീവ്രവാദികൾ വാദിച്ചു. മഹാത്മജിയും മൗലാന ആസാദും തങ്ങളുടെ മതങ്ങളിൽ ഉറച്ചുവിശ്വസിച്ചിരുന്നുവെങ്കിലും അവർ മതേതരത്വത്തിന്റെ ശക്തരായ വക്താക്കളായിരുന്നു. അവരെ സംബന്ധിച്ചിടത്തോളം അതൊരു നയപരിപാടി മാത്രമായിരുന്നില്ല; പ്രത്യുത ഒരു വിശ്വാസപ്രമാണമായിരുന്നു. ശക്തമായ വെല്ലുവിളികളുണ്ടായിട്ടും സാമുദായിക ഐക്യം നിലനിർത്താൻ കഴിഞ്ഞത് മഹാത്മജിയും ആസാദും വിശ്വസിച്ച തത്ത്വസംഹിത കോടാനുകോടി ഭാരതീയർകൂടി ഉൾക്കൊണ്ടിരുന്നു എന്നതുകൊണ്ടാണ്. ഭദ്രവും സുശക്തവുമായ ഒരു ഭാരതം കെട്ടിപ്പടുക്കാൻ ഏറ്റവും അനിവാര്യമായി വേണ്ടതും ആ വിശ്വാസപ്രമാണത്തിനുള്ള ജനകീയ അംഗീകാരമാണ്.

എന്നാൽ, ദൗർഭാഗ്യകരമായ സംഭവങ്ങളാണ് നമ്മുടെ നാട്ടിൽ നടന്നുകൊണ്ടിരിക്കുന്നത്. ഇന്ത്യാവിഭജനത്തിനു മുൻപ് നിലനിന്നിരുന്ന വർഗ്ഗീയചിന്താഗതി ഇന്നു കൂടുതൽ ശക്തിപ്രാപിച്ചിട്ടുണ്ട്. ദേശീയരാഷ്ട്രീയം പോലും കൂടുതൽ കൂടുതൽ വർഗ്ഗീയവല്ക്കരിക്കപ്പെട്ടുകൊണ്ടിരിക്കുന്നു. മുസ്ലീങ്ങളുടെ വോട്ടവകാശമെടുത്തുകളയണമെന്ന് അടുത്തയിടെ ശിവസേനാനേതാവ് ബാൽതാക്കറെയും വിശ്വഹിന്ദുപരിഷത്ത് നേതാവ് അശോക് സിംഗാളും ആവശ്യപ്പെട്ടത് വളരെ ഗൗരവത്തോടെ കാണേണ്ട പ്രശ്നമാണ്. മുസ്ലിംവോട്ടുകൾക്ക് ദേശീയരാഷ്ട്രീയത്തിൽ നിർണ്ണായക പ്രാധാന്യമുള്ളതുകൊണ്ട് രാഷ്ട്രീയകക്ഷികൾ മുസ്ലീങ്ങളെ പ്രീണിപ്പിക്കാൻ ശ്രമിക്കുന്നുണ്ടെന്നാണ് ഹിന്ദുത്വവാദികൾ ആരോപിക്കുന്നത്. ഈ 'പ്രീണനനയം' അവസാനിപ്പിക്കാൻ ഏറ്റവും നല്ലത് മുസ്ലീം ന്യൂനപക്ഷത്തിന്റെ വോട്ടവകാശംതന്നെ എടുത്തുകളയുകയാണെന്ന് താക്കറെയും സിംഗാളും വാദിക്കുന്നു! മുരളിമനോഹർജോഷി ഇതിനൊരു ഭേദഗതി കൊണ്ടുവന്നു - മുസ്ലീംസമുദായത്തിലെ വഞ്ചകരും ദേശീയവിരുദ്ധരുമായവരുടെ വോട്ടവകാശം മാത്രം എടുത്തുകളഞ്ഞാൽ മതി എന്നായിരുന്നു അത്. ആർ, എന്തടിസ്ഥാനത്തിലാണ് വഞ്ചകനെയും ദേശീയവിരുദ്ധനെയും തെരഞ്ഞെടുക്കുക? മതന്യൂനപക്ഷങ്ങളിൽ തുടങ്ങി ഇന്ത്യൻസമൂഹത്തിലെ ദുർബ്ബലവിഭാഗങ്ങളെ മുഴുവൻ ദേശീയമുഖ്യധാരയിൽനിന്നൊറ്റപ്പെടുത്താനുള്ള ഹിന്ദുത്വവാദികളുടെ രഹസ്യ അജണ്ടയാണ് താക്കറെയുടെയും സിംഗാളിന്റെയും ആവശ്യങ്ങളിലൂടെ വെളിപ്പെടുന്നത്.

1999 ഡിസംബർ 6-ാം തീയതി അയോദ്ധ്യയിലെ ബാബ്റി മസ്ജിദ് തകർത്തുകൊണ്ട് ആരംഭിക്കപ്പെട്ട നികൃഷ്ടപദ്ധതിയുടെ ഭാഗംതന്നെയാണ് താക്കറെ-സിംഗാൾമാരുടെ ഈ അജണ്ടയും. അയോദ്ധ്യാസംഭവത്തെക്കുറിച്ചന്വേഷിച്ച ജസ്റ്റിസ് ലിബർഹാൻ കമ്മീഷന്റെ മുൻപാകെ നിർമ്മലാ

ദേശ്പാണ്ഡെ നല്കിയ മൊഴി, പള്ളി തകർക്കലിന് അധികൃതർ നല്കിയ സംരക്ഷണം വ്യക്തമാക്കുന്നു. ബാബ്റി മസ്ജിദ് പൊളിക്കാൻ നേതൃത്വം നല്കിയവരുടെ ആജ്ഞാനുവർത്തികളെപ്പോലെയാണ് പൊലീസും സംസ്ഥാനഭരണകൂടവും പ്രവർത്തിച്ചത്. ദേശ്പാണ്ഡെയുടെ പാർട്ടിയായ 'അഖിൽ ഭാരത് രചനാത്മക് സമാജി'ലെ പ്രവർത്തകരോട് 'നിങ്ങളും ഒരു ചുറ്റികയെടുത്ത് ബാബ്റി മസ്ജിദിന്റെ ഗോപുരം ഇടിച്ചു തകർക്കുക' എന്ന് പൊലീസുകാർ ആവശ്യപ്പെട്ടുവെന്ന് അവർ കമ്മീഷൻ മുൻപാകെ വെളിപ്പെടുത്തി. നിരവധി ഉയർന്ന ജില്ലാ ഉദ്യോഗസ്ഥർ ഹിന്ദുത്വവാദികൾക്ക് പരിപൂർണ്ണ പിന്തുണ നല്കിയെന്നും അവർ പറഞ്ഞു. അപ്രകാരം പ്രവർത്തിക്കാതിരുന്ന ഉദ്യോഗസ്ഥർ കടുത്ത സമ്മർദ്ദതന്ത്രങ്ങൾക്ക് വിധേയരായിരുന്നു. ഇത് ദേശ്പാണ്ഡെയുടെ മാത്രം സാക്ഷ്യമല്ല. അവരോടൊപ്പം സദൃശമായ അനുഭവങ്ങളുള്ള നിരവധി പേർ വേറെയുമുണ്ട്.

ഇത് വ്യക്തമാക്കുന്നത് ഭരണകൂടത്തിന്റെ വർഗ്ഗീയവല്ക്കരണമാണ്. ഫാസിസ്റ്റ് ജർമ്മനിയിൽ സംഭവിച്ചത് ഉത്തർപ്രദേശ്, ഗുജറാത്ത് തുടങ്ങിയ ഇന്ത്യൻ സംസ്ഥാനങ്ങളിലും ആവർത്തിക്കപ്പെടുന്നു. മതാധിഷ്ഠിത വർഗ്ഗീയവാദത്തെ പ്രോത്സാഹിപ്പിക്കുന്ന ഭരണനേതൃത്വത്തിന് എപ്രകാരമാണ് മതേതരത്വത്തെ സംരക്ഷിച്ച് നിലനിർത്താൻ കഴിയുക? അത് അസാദ്ധ്യമാണെന്ന് ബാബ്റി മസ്ജിദ് തകർക്കലും തുടർന്ന് പല ഇന്ത്യൻ പ്രദേശങ്ങളിലും നടന്ന രക്തരൂഷിതമായ കലാപങ്ങളും തെളിയിച്ചു.

ഹിന്ദുത്വവാദികളുടെ വളർച്ചയ്ക്കും ഭരണകൂടത്തിന്റെ വർഗ്ഗീയവല്ക്കരണത്തിനും 1990 കൾ സാക്ഷ്യംവഹിച്ചു. മതേതരത്വത്തിൽനിന്ന് മതാധിഷ്ഠിത അവസ്ഥയിലേക്ക് ഇന്ത്യ നീങ്ങിക്കൊണ്ടിരിക്കയാണെന്ന അത്യന്തം അപകടകരമായ മുന്നറിയിപ്പാണ് ഇതു നല്കുന്നത്. ഗുജറാത്തിൽ കേശുഭായ് പട്ടേൽ ഗവൺമെന്റിന്റെ ഭരണകാലത്ത് മുസ്ലിം-ക്രിസ്ത്യൻ ന്യൂനപക്ഷങ്ങൾ കഠിനമായി പീഡിപ്പിക്കപ്പെട്ടു. സംഘപരിവാറും ആർ എസ് എസും വിശ്വഹിന്ദുപരിഷത്തുമെല്ലാം ഗുജറാത്തിൽ ശക്തിപ്രാപിച്ചത് ഈ കാലയളവിൽത്തന്നെയാണ്. നരേന്ദ്രമോദി ഗവൺമെന്റിന്റെ ഭരണത്തിൻകീഴിലും ഗുജറാത്ത് നരമേധത്തിന് സാക്ഷ്യംവഹിച്ചുകൊണ്ടിരിക്കുന്നു.

ഗുജറാത്തിൽ 2002 ഫിബ്രവരി അവസാനത്തോടെ ആരംഭിച്ച് മാസങ്ങളോളം തുടർന്ന കൂട്ടക്കുരുതിയും കൊലയും കൊള്ളിവെപ്പും കൂട്ടബലാത്സംഗവുമൊക്കെ ഹിന്ദുത്വ ഫാസിസ്റ്റ് ശക്തികളുടെ വളർച്ചയ്ക്കുള്ള തെളിവുകൾ തന്നെ. ഒരു ലേഖനത്തിൽ എഴുതിയത് ഉദ്ധരിക്കട്ടെ:

> ഗോധ്രയിലായാലും ഗുജറാത്തിലായാലും കൊല്ലപ്പെട്ടത് ആരുടെയൊക്കെയോ മക്കളും ആരുടെയൊക്കെയോ അച്ഛന്മാരും അമ്മമാരും സഹോദരങ്ങളും ആയിരുന്നില്ലേ? മതപരമായ വിഭിന്നതയുടെ പേരിൽ പരസ്പരം കൊല്ലുന്നവർ തമ്മിൽ അടിസ്ഥാനപരമായി യാതൊരു വ്യത്യാസവുമില്ലെന്ന് നാം തിരിച്ചറിയണം. അ

വർ ഒരേ ദേവാലയത്തിലാണ് പ്രാർത്ഥിക്കുന്നത്. അവർ ആരാധി ക്കുന്ന ദൈവം കൊലയാളിയാണ്; ആ ദൈവത്തിനു വേണ്ടത് മനു ഷ്യരക്തവുമാണ്.

വർഗ്ഗീയലഹളകൾ നമ്മെ എവിടേക്കുമെത്തിക്കയില്ല. കൊലയും കൊ ള്ളയും ബലാത്സംഗവും ഇന്ത്യ നേരിട്ടുകൊണ്ടിരിക്കുന്ന പ്രശ്നങ്ങൾക്കു ള്ള പരിഹാരവുമല്ല.

കേന്ദ്രം ഭരിക്കുന്നത് ഭീകരതയ്ക്കെതിരെ അവിരാമം പോരാടുമെന്ന് പ്രഖ്യാപിച്ച ബി ജെ പിയുടെ നേതൃത്വത്തിലുള്ള ഗവൺമെന്റാണ്. ഇഷ്ടാ നുസരണം വളച്ചൊടിച്ച ചരിത്രമാണവർ കുട്ടികളെ പഠിപ്പിക്കുന്നത്. തങ്ങൾക്ക് സ്വാധീനമുള്ള ഗുജറാത്തിനെ ഹൈന്ദവ ഫാസിസ്റ്റ് തന്ത്രങ്ങ ളുടെ ഒരു പരീക്ഷണശാലയാക്കുകയാണവർ ചെയ്യുന്നത്. പ്രധാനമന്ത്രി അടൽ ബിഹാരി വാജ്പേയിയുടെ നേതൃത്വത്തിലുള്ള കേന്ദ്രഗവൺമെന്റ് മുഖ്യമന്ത്രി മോദിക്കും അനുയായികൾക്കും എല്ലാവിധ സംരക്ഷണങ്ങ ളും നല്കി. അതുകൊണ്ടാണ് രാപ്പകൽ വ്യത്യാസമില്ലാതെ കൊലയും കൊള്ളയും ബലാത്സംഗവുമൊക്കെ ഗുജറാത്തിൽ നിർബ്ബാധം നടന്നത്. ഗുജറാത്തിലെ സംഭവവികാസങ്ങൾ വിദേശത്തും ഇന്ത്യയുടെ പ്രതി ച്ഛായയ്ക്ക് മങ്ങലേല്പിച്ചു. നരേന്ദ്രമോദി മുഖ്യമന്ത്രിയെന്ന നിലയ്ക്കല്ല, ഒരു ഹിന്ദുത്വപ്രചാരകനായാണ് കലാപം കത്തിക്കാളിക്കൊണ്ടിരുന്നപ്പോ ഴും പെരുമാറിയത്. ഗുജറാത്തിൽ നടന്ന ദുരന്തങ്ങളെ രാഷ്ട്രീയനേട്ടങ്ങൾ ക്കുപയോഗിക്കാനാണ് കേന്ദ്ര-സംസ്ഥാന ഗവൺമെന്റുകൾ ശ്രമിച്ചുകൊ ണ്ടിരിക്കുന്നത്. കലാപത്തിന്റെ ഫലമായി ന്യൂനപക്ഷ സമുദായത്തിൽ പ്പെട്ടവരാണ് ഏറ്റവും കൂടുതൽ കൊല്ലപ്പെട്ടത്. ബലാത്സംഗത്തിനിരയാ യതും കടുത്ത സാമ്പത്തികനഷ്ടങ്ങൾ അനുഭവിക്കേണ്ടിവന്നതും അവർ ക്കുതന്നെയാണെന്ന് കലാപശേഷമെടുത്ത കണക്കുകൾ വ്യക്തമാക്കുന്നു.

ഗുജറാത്തിലെ കൂട്ടക്കുരുതിക്കുശേഷം ബാംഗ്ലൂരിൽ നടന്ന ആർ എസ് എസ് സമ്മേളനം ഭൂരിപക്ഷ സമുദായക്കാരുടെ പിന്തുണയും സൗമന സ്യവും നേടാൻ ശ്രമിക്കണമെന്ന് മുസ്ലീങ്ങളെ ആഹ്വാനം ചെയ്തു. ജനാ ധിപത്യത്തിന് അനുഗുണമായ ഒരാഹ്വാനമായിരുന്നില്ല അത്. ഫാസിസ ത്തിന്റെ ഇരുണ്ട മുഖമാണ് അത് അനാവരണം ചെയ്തത്. പ്രശസ്ത എഴുത്തുകാരിയായ അരുന്ധതി റോയ് പറയുന്നത് ഈ പശ്ചാത്തലത്തിൽ സവിശേഷ ശ്രദ്ധയർഹിക്കുന്നു:

രണ്ടാംലോകമഹായുദ്ധത്തിനുശേഷമുള്ള ജർമ്മനിക്കും ഇപ്പോ ഴത്തെ ഇന്ത്യക്കും തമ്മിൽ പൊതുവായി പലതുമുണ്ട്. ജർമ്മനി യെപ്പോലെ ഇന്ത്യയിൽ ഒരു ഹിറ്റ്ലറില്ലെങ്കിലും ആർ എസ് എസിന് ജന്മം നല്കിയവർ ഹിറ്റ്ലറുടെയും അദ്ദേഹത്തിന്റെ പ്രവർത്തന പരിപാടികളുടെയും ആരാധകരായിരുന്നു. സംഘപരിവാർ അ തിന്റെ തുല്യപ്രാധാന്യമുള്ള ഘടകങ്ങളായ ബി ജെ പി, ആർ എ സ് എസ്, വി എച്ച് പി, ബജ്റംഗ്ദൾ എന്നിവയെ ഉപയോഗിച്ച്

ജർമ്മൻ ഏകാധിപതിയേക്കാൾ വൈദഗ്ദ്ധ്യത്തോടെ ഒരു വശത്തെ നശിപ്പിക്കുന്ന പ്രക്രിയ ആരംഭിച്ചുകഴിഞ്ഞു...

അത്യന്തം സംഭീതമായ ഒരു രംഗക്രമമാണ് ഈ വിലയിരുത്തൽ അനാവരണം ചെയ്യുന്നത്.

ഇത് വിരൽചൂണ്ടുന്നത് ഗവൺമെന്റിന്റെ ഹിന്ദുത്വവല്ക്കരണത്തിന്റെ മഹാവിപത്തിലേക്കാണ്. ഗവൺമെന്റിൽ കുറച്ച് ന്യൂനപക്ഷവിഭാഗങ്ങളെ ഉൾപ്പെടുത്തുന്നതുകൊണ്ടോ അത്തരത്തിലുള്ള മറ്റു ലഘുനടപടികൾകൊണ്ടോ സ്ഥിതിഗതികൾ മെച്ചപ്പെടുത്താനാവില്ല. വർഗ്ഗീയവാദികളെ ഒറ്റപ്പെടുത്തുകയും അവരെ അധികാരത്തിൽനിന്ന് പുറന്തള്ളുകയും ചെയ്താൽ മാത്രമേ ന്യൂനപക്ഷവിഭാഗങ്ങളുടെ സംരക്ഷണം ഉറപ്പുവരുത്താനാവൂ. ഇതിന് എളുപ്പവഴികളില്ല. ജാതിക്കും സമുദായത്തിനും മതത്തിനും അതീതമായ മാനവസ്നേഹമെന്ന വികാരം ജനഹൃദയങ്ങളിൽ വേരൂന്നിയാൽ മാത്രമേ സാമുദായികവും ജാതീയവും മതപരവുമായ സ്പർദ്ധ ഇല്ലാതാക്കാൻ കഴിയൂ. ഭൂരിപക്ഷസമുദായത്തിൽപ്പെട്ട ഭൂരിപക്ഷം പേരും സാമുദായികവും മതപരവുമായ സമാധാനം കാംക്ഷിക്കുന്നവരാണ്. ഏതാനും ചിലർ മാത്രമാണ് വർഗ്ഗീയവാദികൾ. ന്യൂനപക്ഷവർഗ്ഗീയതയുടെ കാര്യത്തിലും ഇതുതന്നെയാണ് വസ്തുത.

സമാധാനം ആഗ്രഹിക്കുന്നവർ പരസ്പരം അറിയാനാണ് യത്നിക്കേണ്ടത്. മനുഷ്യസ്നേഹികളുടെ ഒരു അനന്തമായ നിര രൂപപ്പെടുത്താൻ ഈ അന്വേഷണത്തിലൂടെ സാദ്ധ്യമാകും. സംഘടിതമായ ബോധവല്ക്കരണദൗത്യങ്ങൾക്ക് മതങ്ങൾക്കതീതമായ ഒരു നവമാനവികതയ്ക്ക് ജന്മം നല്കാനാവും. അർപ്പണബോധമുള്ള മതസൗഹാർദ്ദപ്രവർത്തകർക്കു മാത്രമേ ഈ ലക്ഷ്യം നേടാൻ കഴിയൂ. അവർക്ക് ചരിക്കാനുള്ള പാതയാകട്ടെ, പ്രയാസങ്ങളും വെല്ലുവിളികളും നിറഞ്ഞതുമാണ്.

നേരത്തെ സൂചിപ്പിച്ചതുപോലെ മതേതരത്വമെന്നാൽ മതനിഷേധമല്ല. ഗാന്ധിജിയും ആസാദും അടിയുറച്ച മതവിശ്വാസികളായിരുന്നു. അവർ ശക്തരായ മതേതരത്വവാദികളുമായിരുന്നു. അതിനവർക്ക് കഴിഞ്ഞത് തങ്ങളുടെ മതങ്ങൾ ഉദ്ഘോഷിച്ച ദർശനങ്ങളിൽ അർപ്പണബോധത്തോടെ വിശ്വസിച്ചതുകൊണ്ടാണ്. ഈ ദർശനമാണ് ഇന്നത്തെ ഇന്ത്യൻ സാഹചര്യങ്ങളിൽ അടിയന്തരപ്രാധാന്യമർഹിക്കുന്നത്. യഥാർത്ഥ മതവിശ്വാസികൾക്കു മാത്രമേ ശക്തരായ മതേതരവാദികളാകാൻ കഴിയൂ. ന്യൂനപക്ഷങ്ങളുടെ സുരക്ഷയും ഇതോടു കൂട്ടിവായിക്കേണ്ടതുണ്ട്.

- ആഗസ്ത് 22, 2002

(*അധിനിവേശത്തിന്റെ അടിയൊഴുക്കുകൾ*)

ഇനി വിയോജിപ്പും കുറ്റകരം

സർക്കാർതീരുമാനങ്ങൾക്കെതിരെ അഭിപ്രായം പ്രകടിപ്പിക്കുന്നത് കുറ്റമാണെന്ന അപകടകരമായ പ്രവണതകൾക്കാണ് കേരളം ഈയിടെ സാക്ഷ്യംവഹിച്ചത്. കൊച്ചിയിൽ ആഗോളനിക്ഷേപകസംഗമം (ജിം) നട ക്കുന്നതിനു തൊട്ടുമുൻപും സമ്മേളനവേളയിലും സംസ്ഥാനത്തിന്റെ വിവിധഭാഗങ്ങളിൽ നടന്ന അറസ്റ്റുകളും റെയ്ഡുകളും അതാണ് വ്യക്ത മാക്കുന്നത്. *മാധ്യമം* ദിനപത്രത്തിന്റെ ലേഖകൻ പ്രകാശനടക്കം ഒട്ടേ റെപ്പേർ അറസ്റ്റിലായി. ആഗോളീകരണത്തിലെ മനുഷ്യനിരാസത്തിനെ തിരെ തിരുവനന്തപുരം രക്തസാക്ഷിമണ്ഡപത്തിൽ ഒരു മണിപ്പന്തൽക്കെട്ടി പ്രതിഷേധിക്കാൻ മുതിർന്ന ഡോ. എൻ എ കരീം, പ്രൊഫ. പി എ വാസു ദേവൻ, അഡ്വ. സുന്ദർരാജ്, കെ പി കോസലരാമദാസ് തുടങ്ങിയ സാമൂ ഹികപ്രവർത്തകർക്ക് അതിനുള്ള അനുമതി നിഷേധിക്കപ്പെട്ടു. പൊലീസ് പന്തൽ പൊളിച്ചുമാറ്റുകയും ചെയ്തു. വയനാട്ടിലും കോഴിക്കോട്ടും കൊ ച്ചിയിലും പാലക്കാട്ടും തിരുവനന്തപുരത്തും സംസ്ഥാനത്തിന്റെ മറ്റു പല കേന്ദ്രങ്ങളിലും സമാധാനപരമായി പ്രതിഷേധപ്രകടനങ്ങൾ നടത്തിയ നൂറിലേറെപ്പേരെ കുറ്റവാളികളെയെന്നോണമാണ് അധികൃതർ കൈകാര്യം ചെയ്തതും ജയിലിലടച്ചതും. ഭരണസിരാകേന്ദ്രമായ സെക്രട്ടറിയേറ്റിൽ പൊതുജനങ്ങൾക്ക് പ്രവേശനം നിഷേധിക്കപ്പെട്ടു. ഇത് അധികാരികളിൽ പെരുകിവരുന്ന അസഹിഷ്ണുതയുടെ തുടക്കം മാത്രം.

അഭിപ്രായപ്രകടനത്തിനെതിരെ അധികാരികൾക്കുള്ള അസഹിഷ് ണുതയ്ക്ക് കേരളത്തിലും ഇന്ത്യയിലുമെന്നല്ല, അന്താരാഷ്ട്രതല ത്തിൽത്തന്നെ നിരവധി ഉദാഹരണങ്ങളുണ്ട്. കുറച്ചുമുൻപ് ഇറ്റലിയിലെ ജനോവയിൽ 'ജി-8' എന്ന സമ്പന്നരാഷ്ട്രങ്ങളുടെ സംഘടനയുടെ യോഗം നടന്നുകൊണ്ടിരിക്കെ, അവരുടെ നയപരിപാടികൾക്കെതിരെ പ്രതിഷേ

ധിച്ച കാർലൊ ഗ്വിലാനി എന്ന 23 കാരനെ പൊലീസ് നിർദ്ദാക്ഷിണ്യം പോയന്റ് ബ്ലാങ്ക് റേഞ്ചിൽ വെടിവെച്ചു കൊന്നു. സ്വീഡനിലെ ഗൊട്ടൻ ബർഗിൽ കോർപ്പറേറ്റ് ആഗോളീകരണത്തിനെതിരെ പ്രതിഷേധം പ്രകടിപ്പിച്ചവരെ പൊലീസ് അതിക്രൂരമായാണ് നേരിട്ടത്.

പാശ്ചാത്യനാടുകളിൽ ബഹുരാഷ്ട്രകുത്തകകളുടെയും ഐ എം എഫ്, ലോകബാങ്ക് തുടങ്ങിയ അന്തർദ്ദേശീയ ഏജൻസികളുടെയും ലോകവ്യാപാര സംഘടനയുടെയും കാർമ്മികത്വത്തിൽ നടന്നുവരുന്ന കോർപ്പറേറ്റ് ആഗോളീകരണത്തിനെതിരെ പ്രതിഷേധിച്ചതിന് സോൾനിറ്റ് അറസ്റ്റിലായിരുന്നു. വധിക്കപ്പെട്ട സാൻഡനിസ്റ്റുകളുടെ പേർ ഒരു സർക്കാർകെട്ടിടത്തിന്റെ ചുവരിന്മേൽ എഴുതിവെച്ചതായിരുന്നു അദ്ദേഹം ചെയ്ത പ്രധാന കുറ്റം. അമേരിക്കയിൽ ശിക്ഷിക്കപ്പെട്ടയാൾ കാനഡയിലും ക്രിമിനലായാണ് പരിഗണിക്കപ്പെട്ടുവരുന്നത്. ഏതായാലും വിൻഡ്സറിൽ നടന്ന പ്രകടനത്തിനുശേഷം സോൾനിറ്റിനെ അധികാരികൾ മോചിപ്പിച്ചു. അദ്ദേഹത്തിന്റെ സന്ദേശം അഹിംസാത്മകമായിരുന്നു. സമരമാർഗ്ഗം തീർത്തും സമാധാനപരവും. എന്നിട്ടും അധികൃതർ സോൾനിറ്റിനെ ഭയപ്പെട്ടു.

കാനഡക്കാരനായ ഇന്ത്യൻ വംശജൻ ജഗ്ഗിസിങ്ങിനും ഇതേ അനുഭവമാണുണ്ടായത്. കോർപ്പറേറ്റ് ആഗോളീകരണവിരുദ്ധൻ എന്നറിയപ്പെടുന്ന സിങ് സദാ പൊലീസിന്റെ നിരീക്ഷണത്തിലാണ്. പലതവണ കള്ളക്കേസിൽ കുടുക്കി അധികാരികൾ അദ്ദേഹത്തെ ജയിലിലടച്ചിട്ടുണ്ട്.

ഫ്രാൻസിൽ ജോസ് ബോവിന്റെ നേതൃത്വത്തിൽ ഫ്രഞ്ച് കർഷകർ അമേരിക്കൻ ഇറക്കുമതിനയത്തിനെതിരെ ശബ്ദമുയർത്തി. അത് ഫലിക്കാതെ വന്നപ്പോൾ അവർ ബഹുരാഷ്ട്രകുത്തകയായ മാക്ഡൊണാൾഡ് ഭക്ഷ്യശൃംഖലയുടെ പാരീസിലെ ഒരു കേന്ദ്രം ബഹിഷ്കരിച്ചു. അതിനു ഫലമുണ്ടായി. കൃഷിക്കാരുടെ താല്പര്യങ്ങൾക്കെതിരെയുള്ള കടന്നുകയറ്റത്തെ പ്രതിരോധിക്കാൻ ഒരു പ്രതിഷേധപ്രസ്ഥാനം കരുത്താർജ്ജിച്ചുവരികയാണ് ഫ്രാൻസിൽ. ഞാൻ കഴിഞ്ഞ വർഷം നവംബറിൽ പാരീസിലുണ്ടായിരുന്നു. ആയിടെ മാത്രം ജയിൽ വിമോചിതനായ ബോവയെ കാണണമെന്നാഗ്രഹമുണ്ടായിരുന്നുവെങ്കിലും അദ്ദേഹം പാരീസിനു പുറത്തായിരുന്നതിനാൽ അതിനു കഴിഞ്ഞില്ല.

കുറച്ചുമുൻപ് ഐ എം എഫും ലോകബാങ്കും കോർപ്പറേറ്റ് ആഗോളീകരണത്തിന്റെ 'ഗുണഫലങ്ങളെ'ക്കുറിച്ച് ചർച്ച ചെയ്യാൻ ചെക്കോസ്ലോവാക്യയിലെ പ്രേഗിൽ സമ്മേളിച്ചപ്പോൾ 'മുതലാളിത്തം കൊലയാളിയാണ്' എന്നു വിളിച്ചുപറഞ്ഞുകൊണ്ട് ആയിരങ്ങൾ നഗരവീഥികളിൽ പ്രകടനം നടത്തി. പൊലീസ് പ്രകടനക്കാരെ അടിച്ചൊതുക്കി.

വാഷിങ്ടണിൽ ഇരുപതു വയസ്സിനു താഴെയുള്ള കുട്ടികൾ കണ്ണീർവാതകപ്രയോഗത്തിൽനിന്ന് രക്ഷപ്പെടാനുള്ള ഉപായങ്ങളുമായാണ് പ്രതിഷേധപ്രകടനങ്ങൾക്കെത്തുന്നത്. ജനാധിപത്യത്തിന്റെ അപ്പോസ്തലമാരെന്ന് സ്വയം വിശേഷിപ്പിക്കുന്നവരുടെ നാട്ടിൽ പോരാടുന്ന അസംഖ്യം

പേരുണ്ട്. ആഗോളീകരണത്തിനും പുതു ഉദാരീകരണത്തിനും ജന്മം നല്കിയ അമേരിക്കയിലെ സാൻഫ്രാൻസിസ്കൊ നഗരത്തിൽനിന്നുള്ള ഡേവിഡ് സോൾനിറ്റ് അവരിൽ പ്രധാനിയാണ്. അദ്ദേഹമാണ് സിയാറ്റിലിൽ ലോകവ്യാപാരസംഘടനയുടെ യോഗം നടന്നുകൊണ്ടിരിക്കെ അതിന്റെ നിഗൂഢ അജണ്ടയ്ക്കെതിരെ നടന്ന പ്രതിഷേധപ്രകടനത്തിന് നേതൃത്വം നല്കിയത്. അടുത്തയിടെ കാനഡയിലെ വിൻഡ്സർ സർവ്വകലാശാലയിലെ വിദ്യാർത്ഥികളോട് യു എസ് ഭരണകൂടത്തിന്റെ നേതൃത്വത്തിലുള്ള 'ഓർഗനൈസേഷൻ ഓഫ് അമേരിക്കൻ സ്റ്റേറ്റ്സ്' എന്ന കൂട്ടായ്മയിൽ അന്തർഭവിച്ചിട്ടുള്ള അപകടങ്ങളെക്കുറിച്ചദ്ദേഹം സംസാരിച്ചു. പ്രസ്തുത സംഘടനയ്ക്കെതിരെ ഒരു പ്രകടനത്തിന് ഒരുക്കങ്ങൾ ചെയ്തിരുന്നു. പ്രകടനത്തിന് 24 മണിക്കൂർ മുൻപ് സോൾനിറ്റ് കനേഡിയൻ പൊലീസിന്റെ പിടിയിലായി. നാലുദിവസം അദ്ദേഹത്തിന് ജയിലിൽ കഴിയേണ്ടിവന്നു. പതിനഞ്ചു വർഷങ്ങൾക്കു മുൻപ് മദ്ധ്യഅമേരിക്കയിൽ യു എസ് ഭരണകൂടത്തിന്റെ സൈനിക ഇടപെടലിന്റെ സ്ഥിതിയാണിത്.

കാനഡയിലെ വാൻകൂവറിൽ നടന്ന 'ഏഷ്യ-പസഫിക് ഫോറ'ത്തിന്റെ സമ്മേളനത്തിനെതിരെ പ്രകടനം നയിച്ച കോളേജ് വിദ്യാർത്ഥികളെ പൊലീസുകാർ കുരുമുളകുവെള്ളത്തിൽ അഭിഷേകം ചെയ്തു. ഭീകരരെയെന്നപോലെയാണ് പൊലീസിവരെ നേരിട്ടത്. പ്രതിഷേധം കുറ്റമാണെന്ന ധാരണ ക്രമേണ യുവാക്കളിൽ പലരേയും യഥാർത്ഥ ക്രിമിനലുകളാക്കുന്ന അനുഭവങ്ങളുമുണ്ട്.

ഇനി വില്ക്കാൻ വായുമാത്രം

കോർപ്പറേറ്റ് ആഗോളീകരണം പാശ്ചാത്യനാടുകളിൽ വിജയകരമായും അനായാസേനയും നടപ്പിലാക്കിവരികയാണെന്നും സർവ്വവിധ പ്രശ്നങ്ങൾക്കും 'ഏക പരിഹാരമായ' അതിനെതിരെ ഇവിടെമാത്രം ചില വിവരദോഷികൾ ശല്യമുണ്ടാക്കിക്കൊണ്ടിരിക്കയാണെന്നും അർത്ഥം വരത്തക്കവിധം ബഹുമാനപ്പെട്ട നമ്മുടെ ചില മന്ത്രിമാർ ഉദ്യോഗസ്ഥന്മാരെ ഇടത്തും വലത്തുമിരുത്തി ജനങ്ങളെ 'ബോധവല്ക്കരിക്കാൻ' തീവ്രയത്നങ്ങൾ നടത്തിക്കൊണ്ടിരിക്കുകയാണ്. കൂടുതൽ പ്രബോധനം നടത്തുന്നത് ഉദ്യോഗസ്ഥന്മാരാണെന്നതും സവിശേഷ ശ്രദ്ധയർഹിക്കുന്നു. ബഹുരാഷ്ട്ര കുത്തകകളുടെയും ഐ എം എഫ്, ലോകബാങ്ക്, ഏഷ്യാവികസനബാങ്ക്, ലോകവ്യാപാരസംഘടന തുടങ്ങിയവയുടെയും നേതൃത്വത്തിൽ നടപ്പിലാക്കിവരുന്ന ആഗോളീകരണത്തെ വെള്ളപൂശാൻ അസത്യങ്ങളും അർദ്ധസത്യങ്ങളും അച്ചടി - ദൃശ്യമാധ്യമങ്ങളിലൂടെ വിളിച്ചുപറയുവാൻ അവർക്കശേഷം മടിയില്ല.

ഏതാനും ചില പാശ്ചാത്യനാടുകളിൽ വളർന്നുവരുന്ന ആഗോളീകരണ വിരുദ്ധ പ്രസ്ഥാനങ്ങളെക്കുറിച്ച് കഴിഞ്ഞ ലേഖനത്തിൽ സൂചിപ്പിച്ചിരുന്നു. കൊച്ചിയിൽ ആഗോളനിക്ഷേപസംഗമം നടക്കുന്നതിന് കുറച്ചുമുൻപ് ജനുവരി രണ്ടാംതീയതിമുതൽ ആറു ദിവസം ഹൈദരാബാ

ദിൽ ഏഷ്യൻ സോഷ്യൽഫോറ (എ എസ് എഫ്)ത്തിന്റെ ആഭിമുഖ്യത്തിൽ കോർപ്പറേറ്റ് ആഗോളീകരണത്തിനെതിരെ ഒരു മഹാസമ്മേളനം നടന്നു. സമ്മേളനത്തിൽ 20,000 ത്തിലധികം പ്രതിനിധികൾ പങ്കെടുത്തു. അവരിൽ 789 പേർ വിദേശനാടുകളിൽനിന്നുള്ളവരായിരുന്നു. 840 സംഘടനകളിൽനിന്നുള്ളവർ ഹൈദരാബാദിലെത്തി. ആഗോളീകരണത്തിന്റെ വിവിധ വശങ്ങളെ കേന്ദ്രീകരിച്ച് 10 കോൺഫറൻസുകളും അത്രയും പാനൽ ചർച്ചകളും സമ്മേളനത്തിന്റെ ഭാഗമായി നടന്നു. കൂടാതെ 160 സെമിനാറുകളും 164 വർക്ക്ഷോപ്പുകളും സംഘടിപ്പിക്കപ്പെട്ടിരുന്നു. ഏറെത്താമസിയാതെ ഇന്ത്യയിൽ നടക്കാനിരിക്കുന്ന ലോക സോഷ്യൽ ഫോറത്തിന്റെ മുന്നോടിയായാണ് ഈ ഒത്തുചേരലുണ്ടായത്. കേരളീയനായ മുൻ രാഷ്ട്രപതി കെ ആർ നാരായണൻ, നർമ്മദാ ബച്ചാവോ പ്രസ്ഥാനത്തിന്റെ നേതാവും പ്രക്ഷോഭകാരിയുമായ മേധാപട്കർ, സീതാറാം യെച്ചൂരി, ജവഹർലാൽ നെഹ്റു, സർവ്വകലാശാലയിലെ ധനശാസ്ത്ര പ്രൊഫസർ പ്രഭാത് പട്നായിക്ക്, പ്രശസ്ത ധനശാസ്ത്രജ്ഞനായ ജീൻ ഡ്രെസി, വൃന്ദാ കാരാട്ട്, മലേഷ്യൻ സാമൂഹികപ്രവർത്തകൻ മൊഹിദീൻ അബ്ദുൾ ഖാദിർ തുടങ്ങി പല പ്രഗല്ഭരും സമ്മേളനത്തിൽ സംബന്ധിച്ചിരുന്നു.

ബൊളീവിയയിലെ കൊച്ചബാംബയിൽ അരങ്ങേറിയ ഐതിഹാസിക കുടിവെള്ളപ്രക്ഷോഭത്തിനു നേതൃത്വം നല്കിയ ഓസ്കാർ ഒളിവീനയും സമ്മേളനത്തിലുടനീളം സജീവ സാന്നിദ്ധ്യവും പ്രചോദനവുമായി. വിദേശത്തുനിന്നെത്തിയ ശ്രദ്ധേയയായ മറ്റൊരു പ്രതിനിധി അർജന്റീനക്കാരിയായ നോറാ കോർട്ടിനാസ് ആയിരുന്നു. 1977 മെയ് 15-ാം തീയതി സ്വദേശത്തുനിന്ന് 'അപ്രത്യക്ഷനായ' ഗുസ്റ്റാവ് കാർലോസിന്റെ അമ്മയാണ് നോറ. അക്കാലത്ത് പട്ടാളഭരണത്തിൻ കീഴിലായിരുന്നു അർജന്റീന. പട്ടാളത്തിന്റെ കിരാതവാഴ്ചയുടെ രക്തസാക്ഷിയായ മകന്റെ ആദർശങ്ങൾക്കുവേണ്ടി പോരാടിക്കൊണ്ടാണ് ആ അമ്മ മകന്റെ ഓർമ്മകൾ അനശ്വരമാക്കുന്നത്. ലോകത്തിന്റെ വിവിധ ഭാഗങ്ങളിൽ നടന്നുവരുന്ന പുരോഗമനപ്രസ്ഥാനങ്ങളിൽ നോറ പങ്കെടുത്തുവരുന്നു. ആസുരമായ കോർപ്പറേറ്റ് ആഗോളീകരണം, ഉദാരീകരണം തുടങ്ങിയ പ്രതിലോമപ്രസ്ഥാനങ്ങൾക്കൊക്കെ അവർ എതിരാണ്. 'അർജന്റീനയിൽ വായു ഒഴികെ എല്ലാം തന്നെ ബഹുരാഷ്ട്രകുത്തകകൾക്ക് വിറ്റുകഴിഞ്ഞിരിക്കയാണെന്ന്' അവർ സമ്മേളനത്തിൽ അറിയിച്ചു.

പട്ടാള ഏകാധിപത്യത്തിനെതിരെ പ്രതിഷേധിച്ചതിന് നിരവധി വർഷങ്ങൾ ജയിലിൽ കഴിയേണ്ടിവന്ന വിശ്വപ്രശസ്തയും അവിടെ വളർന്നുവരുന്ന ജനാധിപത്യപ്രസ്ഥാനത്തിന്റെ നായികയുമായ ആങ്സാൻ സൂകി സമ്മേളനത്തിൽ വായിക്കാനായി ഒരു പ്രഭാഷണം അയച്ചിരുന്നു. നോബൽസമ്മാന ജേതാവുകൂടിയായ സൂകി, ഏഷ്യയിലെ കോടിക്കണക്കിന് യാതനയനുഭവിക്കുന്ന പാവപ്പെട്ടവർക്ക് ഏഷ്യൻ സോഷ്യൽ ഫോറം പ്രചോദനമാകുമെന്ന് പ്രത്യാശിച്ചു. ഇപ്പോഴും മ്യാൻമർ വിട്ടു പുറത്തു

പോകാൻ സൂകിക്ക് അനുവാദമില്ലാത്തതിനാൽ ടെലിഫോണിലൂടെയാണ് അവർ തന്റെ പ്രഭാഷണം വായിച്ചത്. അത് ടേപ്പ് ചെയ്ത് സമ്മേളനത്തിൽ കേൾപ്പിക്കുകയായിരുന്നു. അടിച്ചമർത്തലുകൾക്കെതിരെ സൂകി ഇന്നും അടരാടിക്കൊണ്ടിരിക്കുന്നു.

ഏഷ്യൻ സോഷ്യൽ ഫോറത്തിൽ പരിസ്ഥിതി, ആഗോളനിരായുധീകരണം, പാർശ്വവല്ക്കരിക്കപ്പെട്ട സമൂഹങ്ങളിലെ പ്രശ്നങ്ങൾ, ലോകസമാധാനം തുടങ്ങി വർത്തമാനകാല പ്രസക്തിയുള്ള പല വിഷയങ്ങളെക്കുറിച്ചും ചർച്ചകൾ നടന്നുവെങ്കിലും അവയുടെയൊക്കെ അന്തർദ്ധാര സമ്പന്നനാടുകളുടെ പ്രത്യേകിച്ച് അമേരിക്കയുടെ നേതൃത്വത്തിൽ നടന്നുവരുന്ന കോർപ്പറേറ്റ് ആഗോളീകരണപ്രക്രിയയായിരുന്നു. ഇത് യഥാർത്ഥത്തിൽ സാമ്രാജ്യത്വത്തിന്റെ തിരിച്ചുവരവുതന്നെയാണെന്ന് ഫോറം വിലയിരുത്തി. കടക്കെണിയിലകപ്പെട്ട വികസ്വരനാടുകൾക്ക് രാഷ്ട്രീയപരമാധികാരംപോലും നഷ്ടമായിരിക്കുന്നു. ജപ്പാനിൽനിന്നുള്ള പ്രതിനിധികൾ അമേരിക്കയുടെ ലോകാധിപത്യത്തെ ഫാസിസത്തോടാണ് ഉപമിച്ചത്. കോർപ്പറേറ്റ് ആഗോളീകൃത സമ്പദ്വ്യവസ്ഥയിൽ ക്ഷേമരാഷ്ട്രം (Whmianh odadh), യുദ്ധരാഷ്ട്ര (Wanianh odadh) ത്തിന് വഴിമാറിയിരിക്കുന്നു. കഴിഞ്ഞ ഒരു ദശകത്തിനകം ആഗോളീകരണം സമ്പന്ന - ദരിദ്ര വിഭാഗങ്ങൾക്കിടയ്ക്കുള്ള അന്തരം നിരവധി മടങ്ങുകൾ വർദ്ധിപ്പിച്ചിട്ടുണ്ട്. വ്യക്തികളുടെയും സമൂഹങ്ങളുടെയും രാഷ്ട്രങ്ങളുടെയും സ്വയംനിർണ്ണയാവകാശം ആഗോളീകരണത്തിന്റെ കുത്തൊഴുക്കിൽ മുങ്ങിപ്പോയിരിക്കുന്നുവെന്ന് ഏഷ്യൻ സോഷ്യൽ ഫോറം വിലയിരുത്തി.

ട്രേഡ് യൂണിയനുകൾ, കർഷകർ, ദളിത് - ഗിരിവർഗ്ഗ വിഭാഗം, ഗവൺമെന്റേതര സംഘടനകൾ തുടങ്ങിയവയുടെ പ്രതിനിധികൾ കോർപ്പറേറ്റ് ആഗോളീകരണവ്യവസ്ഥയ്ക്കെതിരെ പ്രതികരിച്ചത് ഏകസ്വരത്തിലായിരുന്നു. അസമത്വജടിലമായ സാമൂഹിക-സാമ്പത്തിക ക്രമങ്ങൾ തകർക്കാൻ അവർ ആഹ്വാനം ചെയ്തു.

സമാപനസമ്മേളനത്തിൽ മുഖ്യാതിഥിയായി പങ്കെടുത്ത മുൻ രാഷ്ട്രപതി കെ ആർ നാരായണൻ കോർപ്പറേറ്റ് ആഗോളീകരണത്തെ 'ഹൃദയശൂന്യമായ പടയോട്ട'മെന്നാണ് വിശേഷിപ്പിച്ചത്. വിവിധ രാഷ്ട്രങ്ങളെയും വ്യത്യസ്ത സംസ്കാരങ്ങളെയും ഉൾക്കൊള്ളുന്ന ലോകം ഭരിക്കാൻ ഏകമായ ശക്തിക്കൊരിക്കലും സാദ്ധ്യമാവില്ല. സമൂഹത്തിന്റെ അടിത്തട്ടിലുള്ളവരെയാണ് ബഹുരാഷ്ട്രകുത്തകകളുടെ ആഗോളീകരണം ഏറ്റവും കൂടുതൽ ചൂഷണം ചെയ്യുന്നത്. 'പരിഷ്കാരങ്ങൾ ആവശ്യമാണ്. എന്നാൽ എന്തിനാണ്, ആർക്കുവേണ്ടിയാണ് പരിഷ്കാരങ്ങൾ എന്നതിനെക്കുറിച്ച് സുവ്യക്തമായ ധാരണയും അത്യന്താപേക്ഷിതമാണ്. തൊഴിലവസരങ്ങൾ സൃഷ്ടിക്കുന്നതും ദാരിദ്ര്യം ഇല്ലായ്മ ചെയ്യുന്നതുമായിരിക്കണം പരിഷ്കാരം' - മുൻ രാഷ്ട്രപതി പ്രസ്താവിച്ചു. സമ്മേളനത്തിൽ സംബന്ധിക്കാനെത്തിയ ആയിരക്കണക്കിനാളുകൾ അദ്ദേഹത്തെ ആവേശഭരിതനാക്കി. അദ്ദേഹം കൈവീശി, എല്ലാ പ്രോട്ടോക്കോളുകളും ലംഘിച്ച്, അവ

രുടെ ഇടയിലേക്കിറങ്ങിച്ചെന്നു.

ഏഷ്യാസോഷ്യൽ ഫോറം നടക്കുന്ന വേളയിൽത്തന്നെ ഹൈദരാബാദിൽ വിദേശനിക്ഷേപകരുടെയും വ്യവസായികളുടെയും ഗവൺമെന്റ് തലവന്മാരുടെയും സമ്മേളനം ഒരു പഞ്ചനക്ഷത്ര ഹോട്ടലിൽ നടക്കുന്നുണ്ടായിരുന്നു. അതിനെതിരെ പ്രതിഷേധിച്ചതിനെത്തുടർന്ന് അറസ്റ്റിലായ മുന്നൂറ് ഏഷ്യൻ സോഷ്യൽഫോറം പ്രതിനിധികളെ ഉടൻ മോചിപ്പിക്കണമെന്നും മുൻ രാഷ്ട്രപതി ആവശ്യപ്പെട്ടു.

ആഗോളീകരണത്തിന്റെ അടിസ്ഥാന ഘടകമാണ് ബഹുരാഷ്ട്രകുത്തകകളുടെ വളർച്ച. ഇതിൽ രാഷ്ട്രീയനേതാക്കൾ നിർണ്ണായക പങ്കുവഹിച്ചിട്ടുണ്ട്. മൈക്രോസോഫ്റ്റ്, ഷെൽ ഓയിൽ, മോണസാൻടൊ, ഓക്സിഡന്റൽ പെട്രോളിയം, ഗാപ്, ഫിലിപ് മോറിസ്, നൈക്ക്-ഇങ്ങനെ പോകുന്നു ഉദാഹരണങ്ങൾ. യു എസ് പ്രസിഡന്റ് ജോർജ് ബുഷ് അടക്കമുള്ളവരുടെ തിരഞ്ഞെടുപ്പുവിജയത്തിനു പിന്നിൽ ബഹുരാഷ്ട്രകുത്തകകളുടെ കനത്ത സംഭാവനകളുണ്ട്. പല കുത്തകസ്ഥാപനങ്ങളിലും രാഷ്ട്രീയക്കാർക്കും ഭരണം നിയന്ത്രിക്കുന്ന വൻബ്യൂറോക്രാറ്റുകൾക്കും ഓഹരികളും താല്പര്യങ്ങളുമുണ്ട്. ഇന്ത്യയടക്കമുള്ള വികസ്വരനാടുകളിലെ സ്ഥിതിയും ഭിന്നമല്ല. കോർപ്പറേറ്റ് ആഗോളീകരണത്തിനെതിരെ സമ്പന്നനാടുകളിലും ദരിദ്രനാടുകളിലും പ്രതിഷേധസമരങ്ങൾ അലയടിച്ചുയരുന്നുണ്ട്. അധികാരികളുടെ അടിച്ചമർത്തലുകൾക്കൊന്നും ഈ ജനകീയപ്രസ്ഥാനത്തെ അടിച്ചമർത്താനായിട്ടില്ല. ഹൈദരാബാദിൽ നടന്ന ഏഷ്യൻ സോഷ്യൽഫോറം ഈ പ്രസ്ഥാനത്തിന്റെ തുടർച്ചയും വളർച്ചയുമാണ്.

പ്രധാനമന്ത്രീ, ഞങ്ങൾ എതിരല്ല

മുൻ യൂറോപ്യൻ യൂണിയൻ പ്രസിഡന്റും ബെൽജിയം പ്രധാനമന്ത്രിയുമായ ഗയ് വെർഹോവ്സ്റ്റാറ്റ് ആഗോളീകരണവിരുദ്ധ പ്രസ്ഥാനപ്രവർത്തകർക്ക് കുറച്ചു മുൻപൊരു തുറന്ന കത്തെഴുതി. ആഗോളീകരണം സംബന്ധിച്ച അവരുടെ ആശങ്കകൾ പ്രസക്തമാണെന്നു സമ്മതിച്ച അദ്ദേഹം പറഞ്ഞത് അതുയർത്തുന്ന വേവലാതികൾക്കുള്ള ഏകപരിഹാരം കൂടുതൽ കൂടുതൽ ആഗോളീകരണമാണെന്നാണ് (നമ്മുടെ പ്രധാനമന്ത്രിയടക്കമുള്ളവരുടെ സുചിന്തിത അഭിപ്രായവും ഇതുതന്നെ). പരിസ്ഥിതി, തൊഴിൽബന്ധങ്ങൾ, സാമ്പത്തികനയങ്ങൾ എന്നിവയുമായി ബന്ധപ്പെട്ട ഒരു ആഗോള സാന്മാർഗ്ഗികസമീപനമാണാവശ്യം എന്ന് യൂറോപ്യൻ യൂണിയൻ പ്രസിഡന്റ് പ്രസ്താവിച്ചു. ആഗോളീകരണത്തെ എതിർത്ത് തോല്പിക്കുകയല്ല, അതിന് സാന്മാർഗ്ഗികമായൊരു അടിത്തറ പാകുകയാണ് വേണ്ടതെന്നായിരുന്നു അദ്ദേഹത്തിന്റെ കത്തിന്റെ കാതൽ. ബഹുരാഷ്ട്രകുത്തകകളെയും ഐ എം എഫ് അടക്കമുള്ള അന്തർദ്ദേശീയ സാമ്പത്തിക ഏജൻസികളെയും അവരുടെ ചൂഷണനയങ്ങളെയും ന്യായീകരിച്ച അദ്ദേഹത്തിന്റെ കത്ത് അതിരൂക്ഷമായ വിമർശനങ്ങളുയർത്തി. ആ പശ്ചാത്തലത്തിൽ അദ്ദേഹം ബെൽജിയത്തിലെ ഘെന്റ് നഗരത്തിൽ

ഒരു അന്തർദ്ദേശീയ ആഗോളീകരണസമ്മേളനം വിളിച്ചുകൂട്ടി. ഇതിനകം ഏറെ ചർച്ചചെയ്തുകഴിഞ്ഞ *നോ ലോഗൊ (No Logo), ഫെൻസസ് ആൻഡ് വിൻഡോസ് (Fences and Windows)* എന്നീ കൃതികൾ രചിച്ച വിഖ്യാത കനേഡിയൻ പത്രപ്രവർത്തക നവോമി ക്ലീനിനെയും വെർഹോവ്സ്റ്റാറ്റ് റെലന്റ് സമ്മേളനത്തിൽ സംബന്ധിക്കാൻ ക്ഷണിച്ചിരുന്നു. നാവോമി ക്ലീനിന്റെ നോ ലോഗൊ ഇതിനകം 25 ഭാഷകളിലേക്ക് വിവർത്തനം ചെയ്യപ്പെട്ടിട്ടുണ്ട്. കനേഡിയൻ നാഷണൽ ബിസിനസ് ബുക്ക് അവാർഡിനും ഫ്രഞ്ച് അംഗീകാരമായ ലെപ്രിക്സ് മെഡിറ്റേഷൻസിനും ഈ രചന അർഹമായിട്ടുണ്ട്. കോർപ്പറേറ്റ് ആഗോളീകരണത്തിനെതിരെയുള്ള പ്രചാരണപ്രവർത്തനങ്ങൾക്കായി അമേരിക്ക, യൂറോപ്പ്, ഏഷ്യ, ലാറ്റിനമേരിക്ക തുടങ്ങിയ ഭൂഖണ്ഡങ്ങളിലെ നിരവധി രാഷ്ട്രങ്ങൾ സന്ദർശിച്ച ഇവർ കാനഡയിലെ *ദ ഗ്ലോബ് ആൻഡ് മെയിൽ*, ബ്രിട്ടനിലെ *ഗാർഡിയൻ* എന്നീ പത്രങ്ങളിലെ കോളമിസ്റ്റാണ്. ഹാർവാർഡ്, എയ്ൽ എന്നീ സർവ്വകലാശാലകളിലും ലണ്ടൻ സ്കൂൾ ഓഫ് ഇക്കണോമിക്സിലും ഗസ്റ്റ് ലക്ചറർകൂടിയാണ് നവോമി ക്ലീൻ.

ഈ സമ്മേളനത്തിൽ ക്ലീൻ നടത്തിയ പ്രഭാഷണം ശ്രദ്ധേയമായിരുന്നു. പാർശ്വവല്ക്കരണം അല്ലെങ്കിൽ കോർപ്പറേറ്റ്, ആഗോളീകരണത്തെ അന്ധമായി അനുകൂലിക്കൽ, അതുമല്ലെങ്കിൽ കുറ്റവാളികളാകൽ - ഇതു മാത്രമേ സർവ്വതും കച്ചവടച്ചരക്കാക്കി ലാഭം കൊയ്തുകൂട്ടുന്ന ബഹുരാഷ്ട്രകുത്തകകളെയും ആഗോളീകരണത്തെയും എതിർക്കുന്നവർക്കു മുന്നിൽ അവശേഷിച്ചിട്ടുള്ളൂവെന്ന് അവർ പ്രസ്താവിച്ചു. ആഗോളീകരണത്തെക്കുറിച്ച് ചർച്ച ചെയ്യുന്നതിനുപകരം ഇതിന്റെ പ്രണേതാക്കൾ അതിനെതിരെ ലോകമെങ്ങും നടന്നുവരുന്ന പ്രസ്ഥാനങ്ങളെ അടിച്ചമർത്തുകയാണ്. തങ്ങൾ ആഗോളീകരണത്തിന് എതിരല്ല. എതിർപ്പ് സമ്പന്നരാഷ്ട്രങ്ങളും ബഹുരാഷ്ട്ര കുത്തകകളും അന്തർദ്ദേശീയ സാമ്പത്തിക ഏജൻസികളും ചേർന്ന് വികസ്വരരാജ്യങ്ങളുടെ വികസനത്തെ തടസ്സപ്പെടുത്താൻ കെട്ടിയുയർത്തുന്ന വേലിക്കെട്ടുകളോടാണ്. ഇവിടെ ജനാധിപത്യപ്രക്രിയതന്നെ അട്ടിമറിക്കപ്പെടുകയാണ്. എങ്ങനെ, ഏതെല്ലാം വിതാനങ്ങളിൽ ആഗോളീകരണം ഒരു സമ്പൂർണ്ണ രാഷ്ട്രീയപ്രക്രിയ എന്ന നിലയ്ക്ക് പ്രായോഗികമാക്കണം എന്നതാണ് തർക്കവിഷയം. കോർപ്പറേറ്റ് ആഗോളീകരണത്തിന്റെ ഉപജ്ഞാതാക്കൾ പ്രോത്സാഹിപ്പിക്കുന്ന 'ലാഭകരമായ കച്ചവടം' എന്ന ആശയം സംസ്കാരം, മനുഷ്യാവകാശങ്ങൾ, പരിസ്ഥിതി, ജനാധിപത്യം, വൈവിദ്ധ്യം തുടങ്ങിയ സർവ്വമൂല്യങ്ങളെയും അപ്പാടെ വിഴുങ്ങിക്കൊണ്ടിരിക്കുകയാണെന്ന് അവർ പറഞ്ഞു.

2001 സെപ്തംബർ 11 നുശേഷം അമേരിക്ക ഭയക്കുന്നത് ആസ്പത്രികൾ, തപാലാപ്പീസുകൾ, വിമാനത്താവളങ്ങൾ, ജലവിതരണശൃംഖലകൾ തുടങ്ങിയവയെല്ലാം ഭീകരാക്രമണഭീഷണിയിലാണെന്നാണ്. ഇതിന്റെ മറവിൽ അമേരിക്കയടക്കമുള്ള സമ്പന്നരാജ്യങ്ങളുടെ സ്വാർത്ഥതാല്പര്യങ്ങൾ സംരക്ഷിക്കാനുള്ള നിഗൂഢ അജണ്ടയാണ് നടപ്പിലാക്കിവരുന്നത്.

അമേരിക്കയുമായുള്ള സ്വതന്ത്രവ്യാപാരത്തിന് കാനഡയ്ക്ക് അടിയറവെക്കേണ്ടിവന്നത് രാജ്യത്തിന്റെ അതിർത്തികളായിരുന്നുവെന്ന് ക്ലീൻ ചൂണ്ടിക്കാട്ടി. ആരും വ്യാപാരത്തിനെതിരല്ല. എന്നാൽ, വ്യാപാരം മനുഷ്യന്റെ മൗലികാവകാശങ്ങളെയും രാജ്യങ്ങളുടെ സ്വയംഭരണാവകാശത്തെയും തുരങ്കംവെക്കുന്നതാകരുത്. ആഗോളീകരണവാദികൾ പറയുന്നത് അന്തർദ്ദേശീയവ്യാപാരം, ദരിദ്രരാജ്യങ്ങൾക്ക് പ്രത്യേകിച്ചും, ആവശ്യമാണെന്നാണ്. ശരിതന്നെ. എന്നാലതിനു ചില സാമാന്യനിയമങ്ങളൊക്കെ വേണ്ടേ? 'കൈയൂക്കുള്ളവൻ കാര്യക്കാരൻ' എന്ന ഇപ്പോഴത്തെ നിലയ്ക്കു പോയാൽ മതിയോ? സുതാര്യവും ജനങ്ങളോട് ഉത്തരവാദിത്വവും ബാദ്ധ്യതയുമുള്ള സ്വയംനിർണ്ണയാവകാശത്തിൽ അധിഷ്ഠിതമായ ഒരു അന്തർദ്ദേശീയ അടിത്തറ ഈ കച്ചവടത്തിന് ആവശ്യമല്ലേ? മൂലധനത്തെ സ്വതന്ത്രമാക്കുന്നതിനുപകരം ജനങ്ങളെ വിമോചിപ്പിക്കുന്ന വ്യാപാരമല്ലേ വേണ്ടത് തുടങ്ങിയ കാതലായ ചില ചോദ്യങ്ങൾ ക്ലീൻ ഉന്നയിച്ചു. അന്തർദ്ദേശീയ വ്യാപാരത്തെ നയിക്കുന്ന നിയമങ്ങൾ ജനാധിപത്യത്തിൽ അധിഷ്ഠിതവും പ്രാദേശിക-ദേശീയ ശാക്തീകരണത്തിന് ഊന്നൽനല്കുന്നതുമായിരിക്കണം. ദരിദ്രരാജ്യങ്ങളെ ഉദ്ധരിക്കുവാൻ വാക്കുകളല്ല പ്രവൃത്തികളാണാവശ്യം. ധനികരും ദരിദ്രരും തമ്മിലുള്ള അന്തരം വർദ്ധിച്ചുകൊണ്ടേയിരിക്കുന്നു. അടിസ്ഥാനസൗകര്യങ്ങൾപോലും ലഭ്യമല്ലാത്ത ജനങ്ങൾ കോടിക്കണക്കിന് പെരുകിക്കൊണ്ടിരിക്കുകയാണ്.

കൊട്ടിഘോഷിക്കപ്പെടുന്ന തുറന്ന സമീപനത്തിനും സ്വാതന്ത്ര്യത്തിനുമിടയ്ക്ക് ലോകത്തിന്റെ വിവിധ ഭാഗങ്ങളിൽ ഉയർന്നുവരുന്നത് സത്യത്തെ മറച്ചുവെക്കുന്ന മതിൽക്കെട്ടുകളാണ്. ആസ്ട്രേലിയൻ മരുഭൂമിയിലെ അഭയാർത്ഥി ക്യാമ്പുകളും അമേരിക്കയിൽ ലക്ഷോപലക്ഷം മനുഷ്യരെ പാർപ്പിച്ചിട്ടുള്ള ജയിലുകളും ഉത്തര അമേരിക്ക, യൂറോപ്പ്, ആഫ്രിക്ക തുടങ്ങിയ ഭൂഖണ്ഡങ്ങളും അപ്രതിരോധ്യങ്ങളായ കോട്ടകൾക്കുള്ളിലായിക്കഴിഞ്ഞു. എവിടെയാണ് സ്വാതന്ത്ര്യവും സുതാര്യതയും? ഇവിടെ തകർക്കപ്പെടുന്നത് ആഗോളീകരണത്തിന്റെ അടിസ്ഥാനലക്ഷ്യങ്ങൾത്തന്നെയാണ്. ആഗോളീകരണത്തിന്റെ മറ്റൊരു ലക്ഷ്യം രാഷ്ട്രങ്ങൾ തമ്മിലുള്ള തുല്യതയാണ്. എന്നാൽ, സമ്പന്നർ കൂടുതൽ സമ്പന്നരാകുകയും ദരിദ്രർ കൂടുതൽ ദരിദ്രരാവുകയും ചെയ്തുകൊണ്ടിരിക്കുന്ന വ്യവസ്ഥിതി മാറ്റമില്ലാതെ തുടരുന്നു. ധനികരാഷ്ട്രങ്ങൾ രൂപംനല്കിയ നിയമങ്ങളാണ് ദരിദ്രരാജ്യങ്ങളെ ഭരിക്കുന്നത്. വികസ്വരനാടുകളുടെ സബ്സിഡി, താരിഫ് എന്നീ നയങ്ങൾ ധനികരാജ്യങ്ങളും അന്തർദ്ദേശീയ സാമ്പത്തിക ഏജൻസികളുമാണ് തീരുമാനിക്കുന്നത്. ലോകവ്യാപാരസംഘടന ആ നയങ്ങൾ നടപ്പിലാക്കാനുള്ള കുറ്റമറ്റ സംവിധാനവുമാണ്.

ദരിദ്രനാടുകൾ നേരിട്ടുവരുന്നത് കടുത്ത സാമ്പത്തികപ്രതിസന്ധിയാണ്. അവിടെ ഐ എം എഫും ലോകബാങ്കും എ ഡി ബിയുമൊക്കെ കർശനമായ ചെലവുചുരുക്കൽ ശുപാർശ ചെയ്യുന്നു. അതേസമയം അമേരിക്കയിൽ സാമ്പത്തിക മാന്ദ്യമുണ്ടാകുമ്പോൾ യു എസ് ഗവൺമെന്റ്

ഉദാരമായ നികുതിയിളവുകളും സബ്സിഡികളും പ്രഖ്യാപിക്കുന്നു. ഈ ആശ്വാസനടപടികൾ ദരിദ്രരാജ്യങ്ങൾക്ക് നിഷേധിക്കുന്നതിനെന്തു നീതീ കരണമാണുള്ളത്? ഇത് അതിക്രൂരമായ ഇരട്ടത്താപ്പാണ്, നവോമി ക്ലീൻ പ്രസ്താവിച്ചു.

ഏതെങ്കിലും പകർച്ചവ്യാധിയെ തുടർന്ന് ഏതെങ്കിലും രാജ്യം ഒരു ദേശീയ ദുരന്തത്തെ നേരിടുമ്പോൾ, ജീവൻരക്ഷാ ഔഷധങ്ങൾ ലഭിക്കു ന്നതിനായി ഔഷധപാറ്റന്റ് നിയമങ്ങളെ മറികടക്കാമെന്ന് ലോകവ്യാ പാരസംഘടന വ്യക്തമാക്കിയിട്ടുണ്ട്. എന്നാൽ, എയ്ഡ്സ് രോഗം അപ കടകരമായി പടർന്നുപിടിച്ചപ്പോൾ ദക്ഷിണാഫ്രിക്കൻ ഗവൺമെന്റ് എയ് ഡ്സ് ഔഷധങ്ങൾ കിട്ടുന്നതിനായി അതിന്റെ പാറ്റന്റ് നിയമം മറികടന്നു. അതേത്തുടർന്ന് ഔഷധക്കമ്പനികൾ ഗവൺമെന്റിനെതിരെ കേസെടുത്തു.

ഇതേ അനുഭവംതന്നെയാണ് ബ്രസീലിലുമുണ്ടായത്. രോഗികളുടെ ജീവന് ഔഷധ പാറ്റന്റിനേക്കാളോ കടം തിരിച്ചടയ്ക്കുന്നതിനേക്കാളോ വലിയ വിലയൊന്നുമില്ലെന്നാണ് ലോകബാങ്ക് പറയുന്നത്. രോഗം ചികി ത്സിച്ചു മാറ്റുന്നതിനേക്കാൾ 'ലാഭകരം' രോഗബാധ തടയുന്നതാണെന്നാണ് ലോകബാങ്കിന്റെ വിചിത്രതത്ത്വശാസ്ത്രം. ദക്ഷിണാഫ്രിക്കയും ബ്രസീലും അഭിമുഖീകരിച്ച അവസ്ഥ ധനികരാജ്യങ്ങളിലായിരുന്നുവെങ്കിൽ പാറ്റന്റ് നിയമം കാറ്റിൽപ്പറത്തപ്പെടുകയും കുറഞ്ഞവിലയ്ക്ക് സമൃദ്ധമായി ജീവൻ രക്ഷാഔഷധങ്ങൾ അവിടങ്ങളിലേക്ക് ഒഴുകുകയും ചെയ്യുമായിരുന്നു വെന്ന് നവോമി ക്ലീൻ സോദാഹരണം സമർത്ഥിച്ചു. ലോകവ്യാപാരസംഘ ടനയുടെ നിയമങ്ങൾ ദരിദ്രരാജ്യങ്ങൾക്കു മാത്രമേ ബാധകമാവൂ. കോർ പ്പറേറ്റ് ആഗോളീകരണത്തിന്റെ അടിസ്ഥാനശിലകൾ ശക്തിയും അധി കാരവും പണവുമാണ്. അവ കൈയാളുന്നവർ ഉരിയാടുന്നതാണ് ദരിദ്ര രാഷ്ട്രങ്ങൾ അനുസരിക്കേണ്ട നിയമങ്ങൾ! നീതിയും സമത്വവും കോർ പ്പറേറ്റ് ആഗോളീകരണം വിഭാവനം ചെയ്യുന്നുപോലുമില്ല. വികസ്വരനാടു കൾ അഭിമുഖീകരിക്കുന്ന പ്രശ്നം ദാരിദ്ര്യമോ ഏകാധിപത്യമോ ഭീകര പ്രവർത്തനമോ വരൾച്ചയോ പ്രളയക്കെടുതികളോ എന്തുമായിക്കൊള്ളട്ടെ, ആഗോളീകരണവാദികൾ പരിഹാരമായി നിർദ്ദേശിക്കുന്നതൊന്നുമാത്രം - വ്യാപാരം, കൂടുതൽ വ്യാപാരം.

'ബൽജിയൻ പ്രധാനമന്ത്രീ, ഞങ്ങൾ ആഗോളീകരണ വിരുദ്ധരല്ല: ഞങ്ങളുടെ രീതിയിൽ ആഗോളീകരണം നടപ്പിലാക്കുകയാണ് ഞങ്ങൾ. ഞങ്ങൾക്ക് കാര്യങ്ങളൊക്കെ നന്നായറിയാം. ധനികരുടെയും ദരിദ്രരു ടെയും സങ്കല്പത്തിന്റെയും യാഥാർത്ഥ്യത്തിന്റെയും വാക്കിന്റെയും പ്രവൃ ത്തിയുടെയും ഇടയ്ക്കുള്ള വിടവുകൾ നികത്തേണ്ടതുണ്ട്. കൂടാതെ, ആ ഗോളീകരണ പ്രലോഭനങ്ങളുടെയും അതിന്റെ യഥാർത്ഥ രൂപത്തിന്റെ യുമിടയ്ക്കുള്ള വിടവും അടിയന്തരമായി നികത്തപ്പെടണം' - നവോമി ക്ലീൻ തന്റെ പ്രസംഗം ഉപസംഹരിച്ചു.

മാധ്യമമേഖലയിലെ ചില മാദ്ധ്യമങ്ങൾ

പാലക്കാട്ടെ ഒരു കുഗ്രാമമായ പ്ലാച്ചിമടയിൽ റിപ്പബ്ലിക് ദിനത്തിൽ ഐതിഹാസികമായൊരു സംഭവം നടന്നു. പ്രശസ്ത പരിസ്ഥിതി-സാമൂഹിക പ്രവർത്തകയായ മേധാപട്കറുടെ നേതൃത്വത്തിൽ 'ദേശ് ബചാവൊ, ദേശ് ബഹാവൊ' എന്ന പ്രസ്ഥാനത്തിന്റെ ഉദ്ഘാടനവേദിയിലായിരുന്നു സംഭവം. തൊണ്ണൂറ്റിനാലു വയസ്സിലേറെ പ്രായമുള്ള, സ്വാതന്ത്ര്യസമരസേനാനിയും ഗാന്ധിയനുമായ രാജസ്ഥാൻ സ്വദേശി സിദ്ധരാജ ഢഡ്ഡ സമ്മേളനത്തിൽ സംബന്ധിക്കാനെത്തിയിരുന്നു, സാധാരണക്കാരിൽ സാധാരണക്കാരനായ ഒരാൾ. റിപ്പബ്ലിക് ദിനത്തോടനുബന്ധിച്ച് കേന്ദ്രസർക്കാർ വിശിഷ്ടവ്യക്തികൾക്ക് പ്രഖ്യാപിച്ച പദ്മഭൂഷൺ പുരസ്കാരത്തിന് അദ്ദേഹം അർഹനായിരുന്നു. പ്ലാച്ചിമടയിലെ ഇതിനകം കുപ്രസിദ്ധമായിക്കഴിഞ്ഞ, കൊക്കകോളാഫാക്ടറിയുടെ തൊട്ടുമുന്നിൽ സജ്ജമാക്കിയ സമ്മേളനവേദിയിൽ ആയിരക്കണക്കിന് ആദിവാസികളെയും സാമൂഹികപ്രവർത്തകരെയും സാക്ഷിനിർത്തി, കുടിവെള്ളമടക്കം സർവ്വതും വിറ്റുതുലയ്ക്കുന്ന കേന്ദ്രസർക്കാരിന്റെ പദ്മഭൂഷൺ ബഹുമതി തനിക്കാവശ്യമില്ലെന്ന് സിദ്ധരാജ ഢഡ്ഡ പ്രഖ്യാപിച്ചു. അത്ഭുതാദരങ്ങളോടെയാണ് സദസ്സ് ആ പ്രഖ്യാപനം ശ്രവിച്ചത്. പ്രതികരണശേഷി നഷ്ടപ്പെട്ടിട്ടില്ലാത്തവർ ഇപ്പോഴും നമ്മുടെ സമൂഹത്തിലുണ്ട് എന്നതിന്റെ തെളിവാണ് അദ്ദേഹത്തിന്റെ പ്രഖ്യാപനം. പ്രശസ്തിക്കോ പദവിക്കോ വേണ്ടിയായിരുന്നില്ല അത്. കോർപ്പറേറ്റ് ആഗോളീകരണ വക്താക്കൾക്കെതിരെയുള്ള തുറന്ന വെല്ലുവിളിയായിരുന്നു ആ പുരസ്കാര തിരസ്കാരം. ജീവന്റെ നിലനില്പിനെത്തന്നെ ചോദ്യംചെയ്യുന്ന നയപരിപാടികൾക്കെതിരെ ജനങ്ങൾ പ്രതികരിക്കേണ്ടതുണ്ട്. പ്ലാച്ചിമടയിലെ സമ്മേളനത്തിൽ ബ്രസീലിൽനിന്നുള്ള ഡ്രിച്ചി എന്ന വനിതയും സംബന്ധിച്ചിരുന്നു. ഇതൊന്നും മാധ്യമങ്ങളിൽ വലിയ വാർത്തയായി പ്രത്യക്ഷപ്പെട്ടില്ല.

കോർപ്പറേറ്റ് ആഗോളീകരണത്തിന് അന്തർദ്ദേശീയ സാമ്പത്തിക ഏജൻസികൾ, ലോകവ്യാപാരസംഘടന തുടങ്ങിയവയുടെ അനുഗ്രഹാശിസ്സുകൾക്കു പുറമേ ലോകവാർത്താവിനിമയത്തെ നിയന്ത്രിക്കുന്ന മാധ്യമകുത്തകകളുടെ ശക്തമായ പിന്തുണയുമുണ്ട്. ചിന്തകനും എഴുത്തുകാരനുമായ ബെൻ ബാഗ്ദ്ക്യാൻ തന്റെ പ്രശസ്ത കൃതിയായ *മീഡിയാ മൊണോപൊളിയിൽ, ടൈം വാർണർ, ഡിസ്നി, ബെൽടെൽസ്മാൻ, വിയാകോം, ന്യൂസ് കോർപ്പറേഷൻ, ടി സി ഐ, ജനറൽ ഇലക്ട്രിക്, സോണി, സീഗ്രാം* എന്നീ ഒൻപത് കുത്തക കോർപ്പറേഷനുകളാണ് ആഗോളമാധ്യമങ്ങളെ നിയന്ത്രിക്കുന്നതെന്ന് കണ്ടെത്തി (നേരത്തെ ഞാൻ എഴുതിയ 'തഴച്ചുവളരുന്ന ജയിൽവ്യവസായം' എന്ന ലേഖനത്തിൽ ഇക്കാര്യം സൂചിപ്പിച്ചിരുന്നു). ഇവരെല്ലാം ബഹുരാഷ്ട്ര കുത്തകകളുടെയും ഏതാനും സമ്പന്നരാജ്യങ്ങളുടെയും താല്പര്യങ്ങൾ സംരക്ഷിക്കാൻ ബാദ്ധ്യസ്ഥരാണ്. ഏതുതരം വാർത്തകളാണ് ലോകത്തെ അറിയിക്കേണ്ടതെന്ന് ഇവർ ആദ്യം തീരുമാനിക്കുന്നു. വികസ്വരനാടുകൾ നേരിടുന്ന

യഥാർത്ഥപ്രശ്നങ്ങൾ അവതരിപ്പിക്കുന്നതിനു പകരം അവിടെയുള്ള പാമ്പാട്ടികളെയും ആചാരങ്ങളെയുമൊക്കെ പരിഹാസച്ചുവ കലർത്തി ലോകസമക്ഷം അവതരിപ്പിക്കുവാനാണ് ഈ മാധ്യമകുത്തകകൾക്ക് താല്പര്യം. വാർത്തകൾ തെരഞ്ഞെടുക്കുന്നതിൽ ഇവർക്ക് യാതൊരു തത്ത്വദീക്ഷയുമില്ല. പരസ്യങ്ങളുടെ വർണ്ണപ്രപഞ്ചമൊരുക്കി തങ്ങളുടെ ഹിതാനുസാരിയായ വിവരങ്ങൾ നല്കുകയാണ് ഇവർ ചെയ്യുന്നത്. എയ്ഡ്സ് രോഗികൾക്ക് സുഖമരണം പ്രദാനം ചെയ്യുന്ന 'അത്യുത്തമമായ' വിഷത്തെക്കുറിച്ചുള്ള ആകർഷകമായ പരസ്യങ്ങൾ നല്കി, രോഗികളെ പ്രലോഭിപ്പിച്ച്, വിഷത്തിന്റെ 'മധുരം' നുണഞ്ഞ് മരണത്തിന്റെ മാസ്മരികതയിലേക്ക് അവരെ ആകർഷിക്കുന്ന പരസ്യങ്ങൾ മാധ്യമങ്ങളിൽ പ്രത്യക്ഷപ്പെട്ടാൽ അത്ഭുതപ്പെടേണ്ടതില്ല. മാധ്യമകുത്തകകൾക്ക് ലാഭത്തിൽ മാത്രമാണ് നോട്ടം. മൂല്യങ്ങൾ അവർക്ക് അന്യമാണ്.

2002 അവസാനത്തിൽ ഞാൻ ചില യൂറോപ്യൻ രാജ്യങ്ങളും കാനഡയും സന്ദർശിക്കുകയുണ്ടായി. ഇറാഖിനെതിരെ അമേരിക്ക നടത്തുന്ന യുദ്ധസന്നാഹങ്ങൾക്കെതിരെ സ്പെയിനിലെ ബാർസിലോണാ നഗരത്തിൽ ഒരു പടുകൂറ്റൻ പ്രകടനം ഞാൻ കണ്ടു. സ്ത്രീകളും വൃദ്ധരും വിദ്യാർത്ഥികളുമടങ്ങുന്ന ആയിരങ്ങൾ യു എസ് പ്രസിഡന്റ് ജോർജ് ബുഷിനും അമേരിക്കയ്ക്കുമെതിരെ മുദ്രാവാക്യങ്ങൾ വിളിച്ചുകൊണ്ട് നഗരവീഥി നിറഞ്ഞുകവിഞ്ഞ് നീങ്ങുന്നത് ആവേശകരമായൊരു കാഴ്ചയായിരുന്നു. ആംസ്റ്റർഡാമിലും ഇതേപോലെ മറ്റൊരു പ്രകടനം നടക്കുകയുണ്ടായി. ആ മഹാപ്രതിഷേധത്തിന്റെ ചെറിയൊരു ഭാഗമായിത്തീരാൻ പ്രകടനത്തിൽ ഞാനും അണിചേർന്നു. യൂറോപ്പിലുടനീളം അമേരിക്കൻ സാമ്രാജ്യമോഹങ്ങൾക്കും യുദ്ധക്കൊതിക്കുമെതിരെ പ്രതിഷേധം ശക്തിപ്രാപിച്ചിട്ടുണ്ട്. പക്ഷേ, അവയൊന്നും മാധ്യമകുത്തകകൾ ലോകജനതയെ അർഹിക്കുന്ന പ്രാധാന്യത്തോടെ അറിയിക്കുന്നില്ല എന്നുമാത്രം. വാർത്തകളുടെ തമസ്കരണമാണ് നടക്കുന്നത്.

കഴിഞ്ഞ ഒരു ദശകത്തിനിടെ ഇന്ത്യ, ഫിലിപ്പീൻസ്, ഇന്തോനേഷ്യ, ബ്രസീൽ, ബൊളീവിയ, അമേരിക്ക, ബ്രിട്ടൻ, കാനഡ, മെക്സിക്കോ, അർജന്റീന, വെനിസ്വല, ഫ്രാൻസ്, ജർമ്മനി, ഇറ്റലി, ചെക്കോസ്ലോവാക്യ, സ്പെയിൻ, സ്വീഡൻ, ന്യൂസിലാൻഡ്, ആസ്ത്രേലിയ, കെനിയ, ദക്ഷിണാഫ്രിക്ക, തായ്‌ലാൻഡ്, മലേഷ്യ തുടങ്ങിയ നിരവധി രാജ്യങ്ങളിൽ കോർപ്പറേറ്റ് ആഗോളീകരണത്തിനെതിരെ ശക്തമായ ജനമുന്നേറ്റം നടന്നുകൊണ്ടിരിക്കുന്നു. ഇതിൽ അന്തർഭവിച്ചിട്ടുള്ള വസ്തുതകളെ ജനങ്ങളെ ധരിപ്പിക്കുന്നതിനുപകരം അവരെ തെറ്റിദ്ധരിപ്പിക്കുകയാണ് മുഖ്യധാരാമാധ്യമങ്ങൾ ചെയ്തുകൊണ്ടിരിക്കുന്നതെന്ന് 'ദി ഇന്റർ നാഷണൽ ഫോറം ഓൺ ഗ്ലോബലൈസേഷൻ' (ഐ എഫ് ജി) പ്രസിദ്ധീകരിച്ച അപഗ്രഥനാത്മകമായൊരു റിപ്പോർട്ടിൽ വിലയിരുത്തുന്നു. വാഷിങ്ടൺ ആസ്ഥാനമായി പ്രവർത്തിക്കുന്ന ഇൻസ്റ്റിറ്റ്യൂട്ട് ഓഫ് പോളിസി സ്റ്റഡീസിന്റെ ഡയറക്ടറും ഐ എഫ് ജിയുടെ വൈസ് പ്രസിഡന്റുമായ ജോൺ കാവനാഗ്,

ഐ എഫ് ജി ബോർഡ് പ്രസിഡന്റും പബ്ലിക് മീഡിയാസെന്ററിന്റെ സീനിയർ ഉപദേഷ്ടാവുമായ ജെറി മാൻഡർ, ഇൻസ്റ്റിറ്റ്യൂട്ട് ഓഫ് പോളിസി സ്റ്റഡീസിന്റെ ഡയറക്ടറായ സാറാ ആൻഡേഴ്സൺ, കൗൺസിൽ ഓഫ് കനേഡിയൻസിന്റെ ചെയർമാൻ മോഡെ ബാർഗെ, ബാങ്കോക്ക് ആസ്ഥാനമായി പ്രവർത്തിക്കുന്ന ഫോക്കസ് ഓൺ ഗ്ലോബൽ സൗത്തിന്റെ എക്സിക്യൂട്ടീവ് ഡയറക്ടർ വാൾഡൻ ബെല്ലോ തുടങ്ങി 19 അന്തർദ്ദേശീയ വിദഗ്ദ്ധർ ചേർന്നാണ് ഈ ആധികാരിക റിപ്പോർട്ട് തയ്യാറാക്കിയിട്ടുള്ളത്.

*ന്യൂയോർക്ക് ടൈംസി*ലെ കോളമിസ്റ്റും കോർപ്പറേറ്റ് ആഗോളീകരണത്തിന്റെ സ്തുതിപാഠകനുമായ തോമസ് ഫ്രീഡ്മാൻ ലോകരാഷ്ട്രങ്ങളിൽ അലയടിച്ചുയരുന്ന പ്രതിഷേധത്തെ വിശേഷിപ്പിക്കുന്നത് 'വിവരമില്ലാത്ത സംരക്ഷണവാദികളുടെ അനാവശ്യപ്രകടനങ്ങളെ'ന്നാണ്. പൊതുമേഖലാവാദികളും സ്വകാര്യമേഖലാ പ്രയോക്താക്കളും അല്ലെങ്കിൽ അരക്ഷിതാവസ്ഥാ ഉപാസകരും യഥാർത്ഥ ജനാധിപത്യവിശ്വാസികളും തമ്മിലുള്ള സമരമാണ് നടന്നുവരുന്നതെന്ന് ഫ്രീഡ്മാനെപ്പോലെ ലോകമാധ്യമ മേഖലയിൽ സ്വാധീനമുള്ള പല പത്രപ്രവർത്തകരും സംഘടിതമായി പ്രചരിപ്പിക്കുന്നു. നമ്മുടെ നാട്ടിലെ സ്ഥിതിയും ഇതുതന്നെ.

ദരിദ്രജനവിഭാഗങ്ങൾക്കെതിരാണ് കോർപ്പറേറ്റ് ആഗോളീകരണ വിരുദ്ധമുന്നേറ്റമെന്നും പ്രചാരണങ്ങളുണ്ട്. ഇതിൽ പങ്കെടുക്കുന്നവരിൽ ഭൂരിഭാഗവും ദരിദ്രജനവിഭാഗങ്ങളാണെന്ന സത്യം മാധ്യമകുത്തകകൾ സമർത്ഥമായി മൂടിവെക്കുന്നു. ഈ ജനമുന്നേറ്റത്തിന് അന്തർദ്ദേശീയ പ്രസക്തിയുണ്ടെന്നും ഭൂമിയിലുള്ള ഏവർക്കും സാമ്പത്തികനീതി ലഭ്യമാക്കുകയാണ് ഈ പ്രസ്ഥാനത്തിന്റെ ലക്ഷ്യമെന്ന വസ്തുതയും ഇവർ ജനങ്ങളെ അറിയിക്കുന്നില്ല.

2001 ലും 2002 ലും ബ്രസീലിലെ പോർട്ടോ അലിഗ്രെയിൽ കോർപ്പറേറ്റ് ആഗോളീകരണത്തെ എതിർക്കുന്ന 'വേൾഡ് സോഷ്യൽ ഫോറ'ത്തിന്റെ സമ്മേളനങ്ങൾ നടന്നു. ഇപ്പോൾ അവിടെത്തന്നെ ഫോറം സമ്മേളിച്ചുവരികയാണ്. മാധ്യമകുത്തകകൾ ഇതൊന്നും കണ്ടതായിപ്പോലും ഭാവിക്കുന്നില്ല. അവരെ സംബന്ധിച്ചിടത്തോളം, പഞ്ചനക്ഷത്ര ഹോട്ടലുകളിൽ ബഹുരാഷ്ട്രകുത്തകകളും സാമ്പത്തിക ഏജൻസികളും ചേർന്ന് വെള്ളവും മണ്ണും വിത്തും സ്വന്തമാക്കി വിറ്റ് കാശാക്കാനുള്ള ഗൂഢയത്നങ്ങളെ ന്യായീകരിക്കലാണ് പ്രധാനം. ചരക്കുകൾ, പണം, കോർപ്പറേഷനുകൾ തുടങ്ങിയവയ്ക്ക് അതിരുകളില്ലാതാകുന്നതോടെ, സമ്പദ്സമൃദ്ധിയുണ്ടാകുമെന്നാണ് അവരുടെ പ്രചാരണം. അതേസമയം, കോർപ്പറേറ്റ് ആഗോളീകരണം മാനവസംസ്കൃതിയെയും ജൈവസമ്പത്തിന്റെ നിലനില്പിനെയും ജനാധിപത്യസംവിധാനത്തെയും തകർക്കുമെന്ന ആഗോളീകരണവിരുദ്ധരുടെ യുക്ത്യധിഷ്ഠിതമായ നിലപാടിന് മാധ്യമങ്ങളിൽ ഇടം കിട്ടുന്നില്ലെന്ന് ഐ എഫ് ജി റിപ്പോർട്ട് ചൂണ്ടിക്കാട്ടുന്നു. വളരെ കുറച്ച് സമ്പന്നർ ഊഹിക്കാൻപോലുമാകാത്ത ധനം കൈയാളുന്ന ലോകത്തിൽ 200 കോടിയിലേറെ കുട്ടികൾക്ക് ആവശ്യത്തിനുള്ള ആഹാരം കി

ട്ടുന്നില്ല; 14 കോടി കുട്ടികൾ വിശന്നു മരിക്കുന്നു; 100 കോടി കുട്ടികൾ തെരുവുകളിൽ ജോലി ചെയ്ത് ദുരിതപൂർണ്ണമായ ജീവിതം നയിക്കുന്നു. ഇത് ദരിദ്രനാടുകളിലെ മാത്രം സ്ഥിതിയല്ല. അമേരിക്കയിൽ 61 ലക്ഷം മുതിർന്നവരും 33 ലക്ഷം കുട്ടികളും ദാരിദ്ര്യത്തിന്റെയും വിശപ്പിന്റെയും പിടിയിലാണ്. ബ്രിട്ടൺ തുടങ്ങിയ മറ്റു ധനികരാജ്യങ്ങളിലും ഇതുതന്നെയാണ് അവസ്ഥ. ദരിദ്രനാടുകളിലെ ദുരിതങ്ങൾ ഒരു സ്ഥിതിവിവരക്കണക്കിന്റെ നിർവ്വികാരതയോടെ കുത്തകമാധ്യമങ്ങൾ റിപ്പോർട്ട് ചെയ്യുമ്പോൾ, സമ്പന്നരാഷ്ട്രങ്ങളിലെ വിശക്കുന്നവരുടെയും യാചകരുടെയും ബാലവേലയുടെയും കഥകൾ അവ പുറത്തുവിടുന്നതേയില്ല. കോർപ്പറേറ്റ് ആഗോളീകരണം അവിടങ്ങളിൽ സമ്പദ്സമൃദ്ധി വിളയിച്ചിരിക്കുന്നു എന്നു വരുത്തിത്തീർക്കാൻകൂടിയാണ് ഈ തമസ്കരണം.

ഈയിടെ ഹൈദരാബാദിൽ ഏഷ്യൻ സോഷ്യൽ ഫോറത്തിന്റെ ആഭിമുഖ്യത്തിൽ നടന്ന കോർപ്പറേറ്റ് ആഗോളീകരണ സമ്മേളനത്തെക്കുറിച്ച് അധികമാരും അറിഞ്ഞതേയില്ല. കേരളത്തിലെ പത്രങ്ങളിൽപ്പോലും ആയിരക്കണക്കിന് പേർ പങ്കെടുത്ത പ്രസ്തുത സമ്മേളനം വാർത്തയായിരുന്നില്ല. ഇതിന്റെയൊക്കെ പിന്നിൽ സ്വാർത്ഥതാല്പര്യങ്ങൾ മുറുകെപ്പിടിക്കുന്ന ഒരുകൂട്ടം മാധ്യമ പ്രവർത്തകരുണ്ട്. തങ്ങൾക്ക് ലാഭകരമായതും തങ്ങൾക്ക് ഹിതകരമായതും മാത്രമേ ഇവർ പ്രസിദ്ധീകരിക്കാൻ അനുവദിക്കൂ.

അവരുടെ 'നമ്മളി'ൽ നമ്മളില്ല

വാർത്തകൾ തമസ്കരിക്കപ്പെടുന്നതിനെക്കുറിച്ച് നേരത്തെ പരാമർശിക്കപ്പെട്ട കനേഡിയൻ പത്രപ്രവർത്തകയും ഗ്രന്ഥകാരിയുമായ നവോമി ക്ലീൻ സ്വീഡനിലെ സ്റ്റോക്ക് ഹോമിൽ നടത്തിയ ഒരു പ്രഭാഷണത്തിൽ സ്വാനുഭവങ്ങളുടെ വെളിച്ചത്തിൽ, പൊള്ളുന്ന ചില സത്യങ്ങൾ പറഞ്ഞു.

മനസയിലെ ഒരു പത്രത്തിൽ അവർ ജോലി ആരംഭിച്ച കാലമായിരുന്നു. അന്നവർക്ക് വയസ്സ് 23. രാത്രി 11 മണിയോടെ പത്രം അച്ചടിക്ക് തയ്യാറാകും. എന്നാൽ, പ്രധാനപ്പെട്ട പുതിയ സംഭവവികാസങ്ങളെന്തെങ്കിലും ഉണ്ടാവുകയാണെങ്കിൽ ഒന്നാംപേജ് 'പൊളിച്ച്' അത്തരം വാർത്തകൾകൂടി ഉൾപ്പെടുത്താനായി രണ്ടുപേർ രാത്രി ഒരു മണിവരെ ന്യൂസ് റൂമിൽ നില്ക്കേണ്ടതുണ്ടായിരുന്നു. അവരിലൊരാൾ നവോമി ക്ലീനായിരുന്നു. ആദ്യരാത്രിയിൽ അമേരിക്കയുടെ പ്രാന്തപ്രദേശത്തുണ്ടായ ഒരു ചുഴലിക്കാറ്റിൽ മൂന്നുപേർ മരണമടഞ്ഞു എന്ന വാർത്ത വന്നു. കൂടെയുണ്ടായിരുന്ന സീനിയർ എഡിറ്റർ അച്ചടിക്ക് തയ്യാറായ പേജ് വീണ്ടും തുറന്ന് ആ വാർത്ത ചേർക്കാൻ തീരുമാനിച്ചു.

അതിനടുത്ത ദിവസം അഫ്ഗാനിസ്ഥാനിൽ 114 പേർ കലാപത്തിൽ മരണമടഞ്ഞതായി വാർത്ത വന്നു. ചുഴലിക്കാറ്റിൽ മൂന്നുപേർ മരിച്ചത് വലിയ വാർത്തയാണെങ്കിൽ 114 പേരുടെ മരണം നിശ്ചയമായും അടിയന്തരപ്രാധാന്യമുള്ള വാർത്തയാണല്ലോ എന്നു കരുതി ക്ലീൻ ഉടനെത്തന്നെ

സീനിയർ എഡിറ്ററെ വിവരമറിയിച്ചു. അഫ്ഗാനിസ്ഥാനിൽ ആളുകൾ പരസ്പരം കൊല്ലുന്നത് സാധാരണയാണെന്നും അത് വാർത്തയേ അല്ലെന്നുമാണ് അദ്ദേഹം ക്ലീനിനോട് പറഞ്ഞത്.

2001 സെപ്തംബറിൽ നടന്ന ഭീകരാക്രമണത്തിൽ അമേരിക്കയിൽ നിരവധി പേർ ദാരുണമായി കൊല്ലപ്പെടുകയുണ്ടായല്ലോ. ലോകമാധ്യമങ്ങൾ ഈ ദുരന്തത്തെ, വലിയ പ്രാധാന്യത്തോടെ ആവർത്തിച്ചാവർത്തിച്ച് റിപ്പോർട്ട് ചെയ്തുകൊണ്ടേയിരുന്നു. മരണം ഏതു രാജ്യത്ത് നടന്നാലും ദുഃഖകരമാണ്. എന്നാൽ, ചില രാജ്യങ്ങളിലെ ജനങ്ങളുടെ രക്തം 'വിലപിടിപ്പു'ള്ളതും മറ്റു ചിലേടങ്ങളിലെ ആളുകളുടെ ചോര 'വില കുറഞ്ഞതു'മാണെന്ന മാധ്യമകുത്തകകളുടെ കാഴ്ചപ്പാടിനോട് ഒരിക്കലും യോജിക്കാനാവില്ലെന്ന് ക്ലീൻ പ്രസ്താവിച്ചു. തങ്ങൾ അദൃശ്യരും അഗണ്യകോടിയിൽ തള്ളപ്പെട്ടവരുമാണെന്ന് ദരിദ്രനാടുകളിലെ ജനങ്ങൾക്ക് ബോദ്ധ്യമായിട്ടുണ്ട്. കുത്തക മാധ്യമപ്രഭുക്കളാണ് ആരുടെയൊക്കെ കഥകൾ ആകർഷകവർണ്ണങ്ങളിലും ആരുടെയൊക്കെ നരച്ചനിറങ്ങളിലും അവതരിപ്പിക്കണമെന്നു തീരുമാനിക്കുന്നത്. ഏതെല്ലാം ദുഃഖസംഭവങ്ങളെയാണ് 'ദുരന്തം' എന്നു വിളിച്ച് വിലപിക്കേണ്ടതെന്നും ഏതെല്ലാം ദുരന്തങ്ങളെ 'വെറും സാധാരണം' എന്ന് മുദ്രകുത്തി വിലകുറച്ച് കാണേണ്ടതെന്നും അവർ തീരുമാനിക്കുന്നു.

1998 ൽ നടന്ന അമേരിക്കൻ എംബസി സ്ഫോടനത്തിൽ കൊല്ലപ്പെട്ട ആഫ്രിക്കക്കാർ 'അജ്ഞാതരായ കുറെ മനുഷ്യർ' മാത്രമായപ്പോൾ ന്യൂയോർക്കിലെ വേൾഡ് ട്രേഡ് സെന്റർ ദുരന്തത്തിൽ കൊല്ലപ്പെട്ട അഗ്നിശമനപ്രവർത്തകരും മറ്റും ഹീറോകളായി. അവരുടെയും അവരുടെ ഭാര്യമാരുടെയും മക്കളുടെയും കണ്ണീരിൽ ചാലിച്ച കഥകൾ മാധ്യമങ്ങളിൽ നിരന്നു. അവരുടെ മരണം അതിദാരുണംതന്നെ. അതുപോലെത്തന്നെയായിരുന്നില്ലേ, എംബസി സ്ഫോടനത്തിൽ കൊല്ലപ്പെട്ട ആഫ്രിക്കക്കാരുടേതും? നവോമി ക്ലീൻ ചോദിച്ചു.

ന്യൂയോർക്കിലെ ദന്തഗോപുരങ്ങൾ തകർന്നുവീഴുന്നത് കുറെക്കാലത്തോളം ആവർത്തിച്ച് ദൃശ്യമാധ്യമങ്ങളിൽ കാണിച്ചുകൊണ്ടേയിരുന്നു. ഇതിനു സമാനമായ ദുരന്തങ്ങൾ ലോകത്തിന്റെ മറ്റു ഭാഗങ്ങളിൽ ഉണ്ടായപ്പോൾ ദൃശ്യമാധ്യമങ്ങൾ അവയിലേക്ക് തങ്ങളുടെ ക്യാമറകൾ തിരിച്ചുപോലുമില്ലെന്ന കാര്യം തനിക്ക് ഓർക്കാതിരിക്കാനാവുന്നില്ലെന്ന് ക്ലീൻ പ്രസ്താവിച്ചു. ഗൾഫ് യുദ്ധകാലത്ത് ഇറാഖിലെ കെട്ടിടങ്ങൾ അമേരിക്ക ബോംബിട്ട് തകർത്തതൊന്നും ആരും കണ്ടില്ല. ബോംബ് സ്ഫോടനങ്ങൾക്കിടയ്ക്ക് ജീവനുവേണ്ടി ചിതറിയോടുന്ന കൊച്ചുകുട്ടികളടക്കമുള്ള ഇറാഖികളെ നമുക്ക് കാണാനായതേയില്ല. ഇപ്പോഴും അമേരിക്ക ഇറാഖിൽ നടത്തിവരുന്ന ബോംബാക്രമണങ്ങൾ ദൃശ്യമാധ്യമങ്ങളിൽ കാണാനാവില്ല. ഇറാഖിൽ നടപ്പാക്കപ്പെട്ട സാമ്പത്തികോപരോധംമൂലം മരിച്ചുകൊണ്ടിരിക്കുന്ന ലക്ഷക്കണക്കിന് കുട്ടികളുടെ ദുഃഖാർദ്രമായ കഥകൾ അച്ചടി-ദൃശ്യമാധ്യമങ്ങളിൽ പ്രത്യക്ഷപ്പെടുകയില്ല.

1998 ൽ രാസായുധ ഫാക്ടറിയെന്ന് തെറ്റിദ്ധരിച്ച് സുഡാനിലെ ഒരു ഔഷധ നിർമ്മാണശാല ബോംബിട്ട് തകർക്കപ്പെട്ടപ്പോൾ, പ്രസ്തുത സംഭവം മാധ്യമങ്ങൾ അർഹിക്കുന്ന പ്രാധാന്യത്തോടെ റിപ്പോർട്ട് ചെയ്തില്ല. അത് 'ഫില്ലർ' പോലുമായി തരംതാഴ്ത്തപ്പെട്ടു. കൊസോവയിൽ മാർക്കറ്റുകൾ, ആസ്പത്രികൾ, അഭയാർത്ഥി വ്യൂഹങ്ങൾ, യാത്രാട്രെയിനുകൾ തുടങ്ങിയ സിവിലിയൻ ലക്ഷ്യങ്ങൾക്കെതിരെ നാറ്റോവിന്റെ യുദ്ധവിമാനങ്ങൾ ബോംബുകൾ വർഷിച്ച് നിരവധി പേരെ കൊന്നൊടുക്കിയതിനെത്തുടർന്ന്, ആ ആക്രമണങ്ങളിൽനിന്ന് മുടിനാരിഴയ്ക്ക് രക്ഷപ്പെട്ടവരുമായി എൻ ബി സി 'തെരുവ് അഭിമുഖ'ങ്ങളൊന്നും നടത്തിയില്ല. കൊസോവയ്ക്കുപകരം ആക്രമണം ന്യൂയോർക്കിലോ വാഷിങ്ടണിലോ ആയിരുന്നുവെങ്കിലോ? നവോമി ക്ലീൻ ധർമ്മരോഷം കൊള്ളുന്നു. സി എൻ എന്നും ബി ബി സിയും ന്യൂസ് കോർപ്പും 'നമ്മൾ' എന്ന വാക്കുകൊണ്ട് അർത്ഥമാക്കുന്നത് അമേരിക്കയിലെയും ബ്രിട്ടനിലെയും മറ്റും സമ്പന്നജനങ്ങളെയാണ്. മൂന്നാംലോകക്കാരായ നമ്മൾ അവരുടെ 'നമ്മളി'ൽ ഇല്ല.

'ഒരു അമേരിക്കക്കാരൻ സമം രണ്ട് യൂറോപ്യന്മാർ സമം 10 യൂഗോസ്ലേവിയക്കാർ സമം 50 അറബികൾ സമം 200 ആഫ്രിക്കക്കാർ' എന്ന അനുപാതമാണ് കോർപ്പറേറ്റ് മാധ്യമകുത്തകകൾ അംഗീകരിക്കുന്ന സമവാക്യം. ഒരൊറ്റ അമേരിക്കക്കാരന്റെ മരണം 200 ആഫ്രിക്കക്കാരുടെ മരണത്തിനു തുല്യമാണ് എന്ന അനുപാതത്തിലാണ് എന്നു തുറന്നുപറയാൻ കാനഡക്കാരിയായ നവോമി ക്ലീൻ മടിച്ചില്ല.

ബുക്കർ പ്രൈസ് ജേതാവും നോവലിസ്റ്റും സാമൂഹികപ്രവർത്തകയുമായ അരുന്ധതി റോയിയെ ഉദ്ധരിച്ചുകൊണ്ട് നവോമി ക്ലീൻ പ്രസ്താവിച്ചത് അമേരിക്കയ്ക്ക് അറിയാത്തവരുമായാണ് ആ രാജ്യം യുദ്ധം ചെയ്യുന്നതെന്നാണ്. ടി വിയിൽ പ്രത്യക്ഷപ്പെടാനവസരമില്ലാതായതു കാരണമാണ് അവർ അജ്ഞാതരായിപ്പോയത്. തമസ്കരണത്തിന്റെ ദൈന്യതയും ക്രൂരതയുമാണ് അരുന്ധതിയുടെ വാക്കുകളിൽ മൂർത്തമാകുന്നതെന്ന് ക്ലീൻ പറഞ്ഞു. അമേരിക്കക്കാർ കരയുന്നതും അവർ ചിരിക്കുന്നതും അവർ പ്രാർത്ഥിക്കുന്നതും അവർ കളിക്കുന്നതും അവർ ജയിക്കുന്നതും നിരന്തരം ടി വിയിൽ പ്രത്യക്ഷപ്പെട്ടുകൊണ്ടേയിരിക്കുന്നു. കോർപ്പറേറ്റ് മാധ്യമ കുത്തകകളുടെ താല്പര്യത്തിനിണങ്ങാത്തതൊന്നുംതന്നെ അച്ചടി ദൃശ്യമാധ്യമങ്ങളിൽ കാണാൻ കഴിയില്ലെന്ന് നവോമി ക്ലീൻ സമർത്ഥിച്ചു.

അന്തർദ്ദേശീയ മാധ്യമങ്ങളിൽ സ്ഥിതി ഇതാണെങ്കിൽ ദേശീയ-പ്രാദേശിക മാധ്യമങ്ങളിലെ അവസ്ഥയും ഭിന്നമല്ല. കോർപ്പറേറ്റ് ആഗോളീകരണം ഗുണകരമാണെന്നു കരുതുകയും വാദിക്കുകയും ചെയ്യുന്ന പത്രമുതലാളികളും മാധ്യമപ്രവർത്തകരും ഇന്ത്യയിലുമുണ്ട്. അവരും ആഗോളമാധ്യമ കുത്തകകളുടെ നയമാണ് പിന്തുടരുന്നത്. ബഹുരാഷ്ട്രകുത്തകകൾക്കെതിരെയുള്ള പ്രസ്ഥാനങ്ങളെയും വാർത്തകളെയും ഇന്ത്യൻ

പത്രങ്ങൾ തമസ്കരിക്കുന്നതും അസാധാരണമല്ല.

റിപ്പബ്ലിക് ദിനത്തിൽ പാലക്കാട്ടെ പ്ലാച്ചിമടയിൽ കോർപ്പറേറ്റ് ആഗോ ളീകരണത്തിനെതിരെ പ്രതിഷേധിക്കാൻ മേധാ പട്കറുടെ നേതൃത്വത്തിൽ നടന്ന ജനസംഗമത്തിൽ സംബന്ധിക്കാൻ കുറെ കുട്ടികളുമെത്തിയിരുന്നു -തൃശ്ശൂർ മുണ്ടൂരിലെ സെൽ സബീൽ സെൻട്രൽ സ്കൂളിലെ 150-ൽപ്പരം വിദ്യാർത്ഥിനീവിദ്യാർത്ഥികൾ. അദ്ധ്യാപകൻ പി ടി എം ഹുസൈന്റെ നേതൃത്വത്തിലാണ് അവർ മേധയുടെ 'ഭാരത് ബചാവോ, ഭാരത് ബനാ വോ' പ്രസ്ഥാനത്തിൽ അണിചേരാനെത്തിയത്. നാലു ദിവസം മേധയുടെ കേരളപര്യടനത്തിൽ അവർ സംഘത്തെ അനുഗമിക്കുന്നുണ്ട്. കഴിഞ്ഞ വർഷം ഈ കുട്ടികൾ നർമ്മദാതീരത്തെത്തി, മേധയുടെ ആദർശങ്ങൾക്ക് സർവ്വാത്മനാ പിന്തുണ നല്കുമെന്നു പ്രഖ്യാപിച്ചിരുന്നു. മികച്ച പരിസ്ഥി തിപ്രവർത്തനങ്ങൾക്കു നല്കിവരുന്ന 'ഹരിതബിന്ദു' പുരസ്കാരത്തിന് ഇവർ അർഹരായിട്ടുണ്ട്. അവരുടെ സ്കൂളിൽ കൊക്കകോള നിരോധി ക്കപ്പെട്ടിട്ടുണ്ടെന്ന് അവർ പറഞ്ഞു. 'ബഹുരാഷ്ട്ര കുത്തകകൾ തിരിച്ചു പോകുക, കൊക്കകോള അടച്ചുപൂട്ടുക' തുടങ്ങിയ മുദ്രാവാക്യങ്ങൾ ഈ കുട്ടികൾ പ്ലാച്ചിമടയിൽ മുഴക്കി.

വരിക വരിക സഹജരെ

സഹനസമര സമയമായ്

എന്ന ആവേശോജ്ജ്വലമായ ഈരടികൾ ഒരു രണ്ടാംസ്വാതന്ത്ര്യസ മരത്തിന് ആഹ്വാനം ചെയ്തുകൊണ്ട് സെൽ സബീലിലെ കുട്ടികൾ ഈ ണത്തിൽ പാടി. മുതിർന്ന തലമുറ, ഈ കുട്ടികളടക്കമുള്ള വരുംതലമുറ കൾക്കുകൂടി അവകാശപ്പെട്ട വെള്ളവും മണ്ണും വിത്തും വിറ്റുമുടിക്കുന്ന തിനെതിരെയുള്ള ശക്തമായ ഒരു താക്കീതുകൂടിയായിരുന്നു അത്. ഈ കുട്ടികളെക്കുറിച്ച് പത്രമാധ്യമങ്ങളിൽ വർണ്ണപ്പകിട്ടാർന്ന വാർത്തകളു ണ്ടാകുമോ? ആരാണ് ഇവരുടെ അപദാനങ്ങൾ പാടുക? ആരാണവ പാടേ ണ്ടത്? ഉത്തരം കിട്ടേണ്ട ചോദ്യങ്ങളാണിവ.

- ജനുവരി 29, 2003

(അധിനിവേശത്തിന്റെ അടിയൊഴുക്കുകൾ)

ഗുജറാത്ത്:
ഈ പോക്ക് എങ്ങോട്ട്?

"കുന്നുകളിലും താഴ്വരകളിലും പർവ്വതനിരകളിലും ഹിന്ദുക്ഷേത്രങ്ങളിലും ക്രിസ്ത്യൻദേവാലയങ്ങളിലും മുസ്ലിംപള്ളികളിലും വൃഥാ ഞാൻ നിന്നെത്തേടിയലഞ്ഞു... ദിനരാത്രങ്ങളും വർഷങ്ങളും കടന്നുപോയി. എന്റെ മസ്തിഷ്കത്തിൽ അഗ്നി നീറിപ്പുകഞ്ഞു. പകൽ രാവിലൊടുങ്ങിയതെപ്പോഴെന്ന് ഞാൻ അറിഞ്ഞില്ല. എന്റെ ഹൃദയം പിളരുകയാണെന്ന് തോന്നി. ഞാൻ ഗംഗാതീരത്ത് വെയിലും മഴയും കൊണ്ടുകിടന്നു. എല്ലാ പുണ്യാത്മാക്കളേയും വിളിച്ചുകേണു - മഹിതാത്മാക്കളെ, എനിക്കു കാരുണ്യപൂർവ്വം നേർവഴി കാണിച്ചാലും..."

- സ്വാമി വിവേകാനന്ദൻ

'ഇസ്ലാമികതീവ്രവാദത്തിനുമാത്രമല്ല, ഹിന്ദുതീവ്രവാദത്തിനും ഞാൻ എതിരാണ്. സ്വാമി വിവേകാനന്ദൻ വിഭാവനം ചെയ്ത ഹിന്ദുത്വത്തിലാണ് ഞാൻ വിശ്വസിക്കുന്നത്. അതാണ് ഞാൻ പിന്തുടരുന്നത്. ഏതെങ്കിലും ഹിന്ദുസംഘടനകൾ രാജ്യത്തിന്റെ ഐക്യത്തിന് ഭീഷണിയാകുമെന്ന് ഞാൻ കരുതുന്നില്ല' - ഈ വാക്കുകൾ മറ്റാരുടെയുമല്ല, പ്രധാനമന്ത്രി എ ബി വാജ്പേയിയുടെതാണ്. വിവേകാനന്ദൻ വിഭാവനം ചെയ്ത ഹിന്ദുത്വം മാനവസ്നേഹത്തിലും സാഹോദര്യത്തിലും സഹിഷ്ണുതയിലും അധിഷ്ഠിതമായിരുന്നു. 'നമ്മുടെ ഈ ഭാരതത്തിൽ, ഹിന്ദുക്കൾ ക്രിസ്ത്യാനികൾക്കുവേണ്ടിയും മുസ്ലീങ്ങൾക്കുവേണ്ടിയും പള്ളികൾ പണിതു. ഇന്നും പണിതുകൊണ്ടിരിക്കുന്നു. തീർച്ചയായും ഇനിയും നാം പണിയേണ്ടതുണ്ട്... നാം ഇപ്രകാരം ചെയ്തുകൊണ്ടിരിക്കുന്നത് മാനവഹൃദയങ്ങളെ സ്നേഹത്തിലൂടെ കീഴടക്കാനാണ്. സേവനത്തിനുള്ള

ഏറ്റവും അനുയോജ്യമായ ഉപാധി വെറുപ്പല്ല, സ്നേഹം മാത്രമാണെന്ന് നാം ലോകത്തിന്ന് കാണിച്ചുകൊടുത്തതാണ്. ക്രൂരതയും ശാരീരികശക്തിയുമല്ല, പ്രത്യുത മാന്യതയാണ് ജീവിക്കാനുള്ള ശക്തി പ്രദാനം ചെയ്യുന്നതെന്നും നാം തെളിയിച്ചിട്ടുണ്ട്.' ഇപ്രകാരമാണ് വിവേകാനന്ദൻ സനാതന ഹൈന്ദവദർശനത്തെ ക്രോഡീകരിക്കുന്നത്. ഈ ദർശനം പ്രധാനമന്ത്രി വാജ്പേയി അംഗീകരിക്കുന്നുണ്ടോ?

ശ്വാസവും ഹൃദയസ്പന്ദനവുമില്ലാത്ത മരിച്ച വാക്കുകളാണ് വാജ്പേയിയുടേത്. അവയ്ക്ക് ഗുജറാത്തിലെ സ്ഫോടനാത്മകവും ദുഃഖപൂർണ്ണവുമായ വർത്തമാനകാലസംഭവങ്ങളിൽ പ്രസക്തിയൊന്നുമില്ല. ഗുജറാത്തിൽനടന്ന കൂട്ടക്കൊലയും കൊള്ളയും കൊള്ളിവെപ്പും ബലാത്സംഗവുമടങ്ങുന്ന, മനുഷ്യമനഃസാക്ഷി നടുങ്ങുന്ന, സംഭവപരമ്പരകളിൽ അദ്ധ്യക്ഷസ്ഥാനമലങ്കരിച്ച സംസ്ഥാന മുഖ്യമന്ത്രി നരേന്ദ്രമോദിയെ സത്വരം നീക്കം ചെയ്യണമെന്ന പ്രതിപക്ഷത്തിന്റെ ആവശ്യം നിരാകരിച്ചുകൊണ്ട്, രാജ്യസഭയിൽ സംസാരിക്കുകയായിരുന്നു, പ്രധാനമന്ത്രി. ആഭ്യന്തരമന്ത്രി എൽ കെ അദ്വാനിയും ഒരു കോറസ്സുപോലെ പ്രധാനമന്ത്രിയുടെ അഭിപ്രായങ്ങൾ ഏറ്റുപാടി. അതുപക്ഷേ, പതിവുപോലെത്തന്നെ കൂടുതൽ കടുത്തതും ശക്തവുമായിരുന്നു. ഇതേ ആഭ്യന്തരമന്ത്രി അദ്വാനി തന്നെയാണ് ഗുജറാത്തിൽ നടന്ന നരനായാട്ടിനുശേഷം മുഖ്യമന്ത്രി മോദിക്ക് നല്ല സർട്ടിഫിക്കറ്റ് നല്കിയത്.

'എനിക്ക് കത്തിക്കാളുന്ന കലാപങ്ങൾക്കിടയിൽ അഭയം തന്നത് ഏതാനും ഹിന്ദുസഹോദരങ്ങളാണ്. എന്റെ ഉറ്റവരെയും ഉടയവരെയും കൊന്നതും കുറേ ഹിന്ദുക്കളാണ്. ഇതിൽ ഏതാണ് യഥാർത്ഥ ഹിന്ദുവിൻെറ മുഖം?'- എല്ലാം നഷ്ടപ്പെട്ട ഒരു മുസ്ലിംവനിതയുടെ വിലാപമാണിത്.

സംസ്ഥാനത്ത് ക്രമസമാധാനപാലനത്തിന് മോദി ഗവൺമെന്റ് ഒന്നും ചെയ്യുന്നില്ലെന്ന് എല്ലാഭാഗത്തുനിന്നും രൂക്ഷമായ വിമർശനം ഉയർന്നതോടെയാണ് ഗുജറാത്തിലേക്ക് പട്ടാളത്തെ അയക്കാൻ വാജ്പേയി നേതൃത്വം നല്കുന്ന കേന്ദ്രഗവൺമെന്റ് തീരുമാനിച്ചത്. അപ്പോഴേക്കും തന്നെ സമയം വളരെയധികം അതിക്രമിച്ചുകഴിഞ്ഞിരുന്നു. പട്ടാളത്തെ അയക്കേണ്ടതില്ലെന്നാണ് മോദി കേന്ദ്രത്തെ അറിയിച്ചിരുന്നത്. പട്ടാളവുമായി ഗുജറാത്തിലെത്തിയ പ്രതിരോധമന്ത്രി ഫെർണാണ്ടസ്, എവിടെയൊക്കെയാണ് കലാപം നടന്നതെന്നറിയാതെ നട്ടംതിരിഞ്ഞുവത്രെ. സംസ്ഥാന ഗവൺമെന്റ് പട്ടാളവുമായി സഹകരിച്ചില്ല. അവർക്ക് വാഹനങ്ങളോ, അത്യാവശ്യം വേണ്ട വിവരങ്ങളോ നല്കിയില്ല. ആയതിനാൽ സൈന്യത്തിന് ഫലപ്രദമായി ഒന്നുംതന്നെ ചെയ്യാനുമായില്ല. പട്ടാളക്കാർ ഫ്ളാഗ്മാർച്ച് നടത്തുമ്പോഴും അക്രമികൾ അഴിഞ്ഞാട്ടം തുടരുകയായിരുന്നു. എന്നിട്ടും അദ്വാനി പറഞ്ഞത് കുഴപ്പം തുടങ്ങി എഴുപത്തിരണ്ട് മണിക്കൂറിനകം സാധാരണഗതി പുനഃസ്ഥാപി

ക്കാൻ സംസ്ഥാന ഗവൺമെന്റിനു കഴിഞ്ഞുവെന്നാണ്. പക്ഷേ, ഇന്നും ഏതു ദിനാന്ത്യത്തിലും കിട്ടുന്ന റിപ്പോർട്ടുകൾ വെളിപ്പെടുത്തുന്നത് പുതിയ കൊലപാതകങ്ങളുടെ ഭീകരകഥകളും!

ഗോധ്രയിൽ 2002 ഫിബ്രവരി 27-ാം തീയതി, ഒരു കൂട്ടം അക്രമികൾ സബർമതി എക്സ്പ്രസ് ട്രെയിനിന്റെ ഏതാനും കമ്പാർട്ടുമെൻറുകൾ കത്തിച്ച് കുറെ മനുഷ്യരെ ചുട്ടുകൊന്ന സംഭവത്തെ ഒരിക്കലും ലാഘവത്തോടെ കാണാൻ കഴിയില്ല. അയോദ്ധ്യയ്ക്കടുത്തുള്ള ഫൈസാബാദിൽ നിന്ന് അഹമ്മദാബാദിലേക്ക് യാത്രതിരിച്ചതായിരുന്നു സബർമതി എക്സ്പ്രസ്. ട്രെയിനിൽ രണ്ടായിരത്തഞ്ഞൂറിലേറെ യാത്രക്കാരിൽ അയോദ്ധ്യയിൽനിന്നു വരുന്ന കർസേവകരും വി എച്ച് പി പ്രവർത്തകരും അവരുടെ കുടുംബാംഗങ്ങളുമുണ്ടായിരുന്നു. സബർമ്മതി എക്സ്പ്രസ്, ഗുജറാത്ത്, മദ്ധ്യപ്രദേശ് അതിർത്തിയിലെ ഗോധ്ര റെയിൽവേസ്റ്റേഷനിലെത്തിയപ്പോൾ കർസേവകരിൽ ചിലർ ചായ കഴിക്കാൻ പ്ലാറ്റ്ഫോമിലിറങ്ങി. ഒരു മുസ്ലിംയുവാവാണ് കുഴപ്പം തുടങ്ങിവെച്ചതെന്ന് ചില റിപ്പോർട്ടുകൾ പറഞ്ഞു. തുടർന്ന് അക്രമികൾ ട്രെയിനിന്റെ എസ്-5 കമ്പാർട്ടുമെന്റിലേക്ക് ആസിഡ് ബൾബുകളും കത്തിച്ച തുണിക്കഷണങ്ങളും എറിയുകയായിരുന്നു. ഭയവിഹ്വലരായ യാത്രക്കാർ കമ്പാർട്ടുമെന്റിന്റെ ജനലുകളും വാതിലുകളും അടയ്ക്കുന്നതിനിടെ, പുറത്തുനിന്ന് വണ്ടിക്കകത്തേക്ക് പെട്രോൾ ഒഴിക്കപ്പെട്ടു. തീ ആളിപ്പടർന്നു. എസ്-6 ലേക്കും അഗ്നി പടർന്നുകയറി. പിന്നീട് നടന്നത് വിവരിക്കാനാവില്ല. ആളിക്കത്തുന്ന മനുഷ്യരുടെ കൂട്ടനിലവിളികളുയർന്നു. ആയിരത്തിലേറെ വരുന്ന അക്രമികളുടെ താണ്ഡവമവസാനിച്ചപ്പോൾ കമ്പാർട്ടുമെന്റുകളിൽ സ്ത്രീകളുടെയും കുട്ടികളുടെയും പുരുഷന്മാരുടെയും കത്തിക്കരിഞ്ഞ ശവശരീരങ്ങൾ കെട്ടിപ്പിണഞ്ഞുകിടന്നു.

ഗോധ്ര ട്രെയിൻദുരന്തത്തിൽനിന്ന് രക്ഷപ്പെട്ട ഗായത്രി പഞ്ചാൽ (16) എന്ന പെൺകുട്ടി പറയുന്നു: 'ശക്തമായ കല്ലേറിനുശേഷം അക്രമികൾ ഞങ്ങളുടെ കമ്പാർട്ടുമെന്റിലേക്ക് മണ്ണെണ്ണ ഒഴിക്കാൻ തുടങ്ങി. യാത്രക്കാരിൽ ഞങ്ങൾ കുറച്ചുപേർക്കു മാത്രമേ ജനാലവഴി പുറത്തേക്ക് കടക്കാൻ കഴിഞ്ഞുള്ളൂ. വൃദ്ധരും മറ്റ് അവശതയുള്ളവരും കമ്പാർട്ടുമെന്റിൽ കുടുങ്ങി.' ഞങ്ങളെ കൊല്ലരുതേ, കൊല്ലരുതേ'എന്ന് വൃദ്ധകൾ ആർത്തുകരഞ്ഞുവെങ്കിലും അക്രമികൾ അതൊന്നും കേട്ടതേയില്ല. താൻ കമ്പാർട്ടുമെന്റിൽനിന്ന് ചാടിയോടുന്നതിനിടെ തൻെറ പിന്നാലെ നാലഞ്ചുപേർ ഓടിയടുത്തുവെന്നും വെറും ഭാഗ്യംകൊണ്ടാണ് രക്ഷപ്പെട്ടതെന്നും ഗായത്രി പറഞ്ഞു. കമ്പാർട്ടുമെന്റിൽനിന്ന് എങ്ങനെയോ രക്ഷപ്പെട്ട ദേവികാ ലുഹാന എന്ന അറുപത്തഞ്ചു വയസ്സുള്ള വൃദ്ധ ഭയവിഹ്വലയായിരുന്നു. അക്രമികളെ അവർ ശപിച്ചുകൊണ്ടിരുന്നു.

ഗോവിന്ദ മക്‌വാനയുടെ ഏക മകൻ ഉമാകാന്ത് (22) ഗോധ്രദുരന്തത്തിൽ മരണമടഞ്ഞു. മകന്റെ ശവസംസ്കാരത്തിൽ പങ്കെടുക്കാനെ

ത്തിയവരോട് കുഴപ്പമുണ്ടാക്കരുതേ എന്ന് താൻ യാചിക്കുകയായിരുന്നുവെന്ന് അദ്ദേഹം ഓർക്കുന്നു. 'മറ്റുള്ളവരെ കൊല്ലുന്നത് പ്രശ്നങ്ങൾക്ക് പരിഹാരമേ അല്ല. മാതാപിതാക്കളെ സംബന്ധിച്ചിടത്തോളം മകനെ നഷ്ടപ്പെടുന്നതിനേക്കാൾ വേദനാകരമായി എന്താണുള്ളത്? മറ്റൊരച്ഛനും അമ്മയ്ക്കും എൻെറ അനുഭവമുണ്ടാകരുതെന്നേ എനിക്ക് പ്രാർത്ഥനയുള്ളൂ.'മക്വാന വാർത്താലേഖകരോടു പറഞ്ഞു. ഈ ദുരന്തഭൂമിയിൽ, പ്രതികാരത്തിനുവേണ്ടി ആർത്തട്ടഹസിച്ചു നടക്കുന്നവർക്കിടയിൽ ഇങ്ങനെയും ചില വേറിട്ട ശബ്ദങ്ങൾ ഗുജറാത്തിൽ കേട്ടു. റെയിൽവേ പ്രൊട്ടക്ഷൻ ഫോഴ്സുകാർ അവസരത്തിനൊത്തുയർന്ന് പ്രവർത്തിച്ചിരുന്നുവെങ്കിൽ നിരവധി ജീവൻ രക്ഷിക്കാമായിരുന്നുവെന്ന് ദൃക്സാക്ഷികൾ പറഞ്ഞു. സംഭവമറിഞ്ഞ് പൊലീസ് എത്തിയപ്പോൾ ജനക്കൂട്ടത്തിൻെറ അക്രമം കണ്ട് പേടിച്ച് പിന്തിരിയുകയായിരുന്നുവത്രെ. തോക്കുകളേന്തിയ പൊലീസുകാർ. ബലാത്സംഗം നടത്തുകയും കൊലയും കൊള്ളയും നടത്തുകയും ചെയ്തവരിൽ കൗമാരപ്രായം കഴിയാത്തവരും ധാരാളമുണ്ടായിരുന്നുവെന്ന് ഇപ്പോൾ വ്യക്തമായിട്ടുണ്ട്.

അടുത്തയിടെ ഞാൻ സംബന്ധിച്ച ഒരു പൊതുചടങ്ങിൽ കേന്ദ്ര റെയിൽവേ സഹമന്ത്രി ഒ രാജഗോപാൽ പറഞ്ഞത്, കൊലയാളികൾ പ്രാദേശിക മുനിസിപ്പൽ കൗൺസിലിലെ കോൺഗ്രസ് അംഗങ്ങളാണെന്നായിരുന്നു. മുസ്ലിംസമുദായത്തിൽപ്പെട്ടവരാണ് ഈ കടുംകൈ ചെയ്തതെന്നാണ് പരക്കെ പറയപ്പെടുന്നത്. ഇതു ചെയ്തവർ നിന്ദ്യരാണ്; കൊടുംപാതകികളാണ്. ശാന്തിയുടെ മതമായ ഇസ്ലാം കൊലയെയും കൊള്ളിവെപ്പിനെയും അക്രമത്തെയും ന്യായീകരിക്കുന്നില്ല. ഇത് ഇസ്ലാമിന്റെ മുഖമല്ല; ഒരിക്കലും ആയിക്കൂടാ.

തുടർന്നുണ്ടായ കലാപങ്ങൾക്കിടയിൽ കണ്ടതും കേട്ടതുമായ വർത്തമാനങ്ങൾ ഹൃദയഭേദകങ്ങളായിരുന്നു. സയിദ എന്ന യുവതിയെ ഒരു കൂട്ടം അക്രമികൾ വളഞ്ഞുപിടിച്ചത് അവയിലൊന്നുമാത്രം. അവളെ അവർ കുത്തിമലർത്തി; വയറുകീറി, കത്തിച്ച തുണിക്കഷണങ്ങൾ വയറ്റിൽ തിരുകി; പിന്നെ അവളുടെ നെറ്റിയിൽ കൂർത്ത കത്തിമുനകൊണ്ട് 'ഓം'എന്നെഴുതാനും അവർ മറന്നില്ല. ഹിന്ദുമതത്തിലെ ഏതു ദർശനമാണ് ഈ കൊടുംക്രൂരതയെ ന്യായീകരിക്കുന്നത്? സബർമതി എക്സ്പ്രസിലെ യാത്രക്കാരെ ചുട്ടുകൊന്നതിനെ *ഖുർആനി*ലെ ഏതെങ്കിലും സൂക്തങ്ങൾ നീതീകരിക്കുമോ? നോക്കുകൊണ്ടും വാക്കുകൊണ്ടും പ്രവൃത്തികൊണ്ടും അപരനെ വേദനിപ്പിക്കരുതെന്നാണ് ഭാരതീയ ദർശനങ്ങൾ പഠിപ്പിക്കുന്നത്.

ഗോധ്രയിലായാലും ഗുജറാത്തിലായാലും കൊല്ലപ്പെട്ടത് ആരുടെയൊക്കെയോ മക്കളും ആരുടെയൊക്കെയോ ഭർത്താക്കന്മാരും ആരുടെയൊക്കെയോ അച്ഛന്മാരും അമ്മമാരും സഹോദരങ്ങളുമായിരുന്നില്ലേ? മതപരമായ വിഭിന്നതയുടെ പേരിൽ പരസ്പരം കൊല്ലുന്നവർ തമ്മിൽ

അടിസ്ഥാനപരമായി യാതൊരു വ്യത്യാസവുമില്ലെന്ന് നാം തിരിച്ചറിയണം. അവർ ഒരേ ദേവാലയത്തിലാണ് പ്രാർത്ഥിക്കുന്നത്; അവർ ആരാധിക്കുന്ന ദൈവം കൊലയാളിയാണ്; ആ ദൈവത്തിനു വേണ്ടത് മനുഷ്യരക്തവുമാണ്.

2. ക്രൂരതയുടെ താണ്ഡവം

കേന്ദ്രം ഭരിക്കുന്നത് ഭീകരതയ്ക്കെതിരെ അവിശ്രമം പോരാടുമെന്ന് പ്രഖ്യാപിച്ച ബി ജെ പിയുടെ നേതൃത്വത്തിലുള്ള ഒരു ഗവൺമെന്റാണ്. ഭീകരരെ ഒതുക്കുവാനവർ 'പോട്ട' പാസാക്കിയെടുത്തിട്ടുണ്ട്. ഇഷ്ടാനുസരണം വളച്ചൊടിച്ച ചരിത്രമാണവർ സ്കൂൾ കുട്ടികളെ പഠിപ്പിക്കുന്നത്. അയോദ്ധ്യയിൽ രാമക്ഷേത്രം പണിയുമെന്നവർ ആവർത്തിച്ച് പ്രഖ്യാപിച്ചുകൊണ്ടിരിക്കുന്നു. പക്ഷേ, ഇതിനൊന്നുംതന്നെ അവരുടെ ജനപ്രിയത വർദ്ധിപ്പിക്കാൻ കഴിഞ്ഞിട്ടില്ല. അതുകൊണ്ടാണ് അവർക്ക് നിർണ്ണായക സ്വാധീനവും ഉറച്ച ഗവൺമെന്റുമുള്ള ഇന്ത്യയിലെ ഒരു സംസ്ഥാനമായ ഗുജറാത്തിനെ ഹൈന്ദവ ഫാസിസ്റ്റ് തന്ത്രങ്ങളുടെ പ്രായോഗികശക്തി തെളിയിക്കുവാനുള്ള വേദിയാക്കാൻ അവർ തീരുമാനിച്ചത്.

പരക്കെ അഴിഞ്ഞാടിയ അക്രമത്തിനിടെ കോൺഗ്രസ് എം പിയായിരുന്ന ഇക്ബാൽ ഇഹ്സാൻ ജാഫ്രിയുടെ വസതി ആക്രമിക്കപ്പെട്ടു. അദ്ദേഹം ഡി ജി പിയെയും പൊലീസ് കമ്മീഷണറെയും ചീഫ് സെക്രട്ടറിയെയും മറ്റ് ഉന്നത ഉദ്യോഗസ്ഥരെയും ഫോണിൽ ബന്ധപ്പെട്ടുവെങ്കിലും ഫലമുണ്ടായില്ല. അദ്ദേഹത്തിൻെറ വസതിയുടെ അടുത്തുതന്നെ നിലയുറപ്പിച്ചിരുന്ന മൊബൈൽപൊലീസ് അക്രമപ്രദേശത്തേക്ക് എത്തിനോക്കുകപോലും ചെയ്തില്ല. അക്രമികൾ ജാഫ്രിയുടെ വീടിനുള്ളിലേക്ക് ഇരച്ചുകയറി കണ്ണിൽ കണ്ടതൊക്കെ തകർത്തു. അദ്ദേഹത്തിന്റെ പെൺമക്കളെ വസ്ത്രാക്ഷേപം ചെയ്തു. പിന്നീടവരെ ചുട്ടുകൊന്നു. തുടർന്നവർ ജാഫ്രിയുടെ നേരെ തിരിഞ്ഞു. കൺമുന്നിലിട്ട് മക്കൾ തീയിൽ വെന്തെരിയുന്നതുകണ്ട് മരവിച്ചുനിന്ന ആ പിതാവിനെ അവർ ശിരച്ഛേദം ചെയ്തു. അദ്ദേഹത്തിന്റെ ശരീരം വെട്ടിനുറുക്കി. മുഖ്യമന്ത്രി മോദിയുടെ ഒരു കടുത്ത വിമർശകനായിരുന്നു ജാഫ്രി. രാജ്കോട്ട് അസംബ്ലിയിലേക്കു നടന്ന ഉപതിരഞ്ഞെടുപ്പിൽ അദ്ദേഹം മോദിയെ എതിർത്തിരുന്നു. പ്രധാനമന്ത്രിയും ആഭ്യന്തരമന്ത്രിയുമൊക്കെ അടുത്തറിയുന്ന ഒരു മുൻ പാർലമെന്റ് അംഗത്തിന് നേരിടേണ്ടിവന്ന ദുരന്തമായിരുന്നു ഇതെന്നുകൂടി ഓർക്കണം.

അഹമ്മദാബാദിൽ പതിനെട്ടുവയസ്സു മാത്രം പ്രായമുള്ള നസീമ ബാനു എന്ന പെൺകുട്ടിയെ പൊലീസ് നെറ്റിയിൽ വെടിവെച്ചാണ് കൊന്നത്. അവളുടെ പിതാവ് മഹ്മൂദ് ഹുസൈൻ ഇബ്രാഹിംഭായിയെയും പൊലീസ് പോയന്റ് ബ്ലാങ്ക് റേഞ്ചിൽ ഇതേപോലെത്തന്നെ വധിച്ചു.

തുടർന്ന് ഒരു സ്ത്രീയടക്കം നാലുപേരെ തൊട്ടടുത്തുനിന്ന് വെടിവെച്ചു കൊന്നു. ഇരുപത്തൊന്നുകാരനായ ലദ്ദൂൻഖാന് വെടിയേറ്റത് കൃത്യം അയാളുടെ കണ്ണുകൾക്കിടയിലാണ്. അബ്റാർ അഹമ്മദ് മുഹമ്മദലി എന്ന ഇരുപത്തിരണ്ട് വയസ്സ് മാത്രം പ്രായമുള്ള യുവാവ് മരിച്ചത് വയറ്റിൽ വെടിയേറ്റിട്ടും. ഇതൊക്കെ പൊലീസ് വെടിവെപ്പിൽ മരിച്ച ഏതാനും പേരുടെ പോസ്റ്റ്മോർട്ടം റിപ്പോർട്ടിൽ വ്യക്തമാക്കിയ കാര്യങ്ങളാണ്.

കലാപമൊതുക്കാൻ ഇത്തരത്തിലുള്ള വെടിവെപ്പ് ഏത് പൊലീസ്കോഡിലാണ് രേഖപ്പെടുത്തിയിട്ടുള്ളത്? ഈ സംഭവം ഗുജറാത്തിൽ നടന്ന, ഇപ്പോഴും നടന്നുകൊണ്ടിരിക്കുന്ന, വർഗ്ഗീയ കലാപത്തിൽ നരേന്ദ്രമോദി ഗവൺമെന്റിന്റെ നേതൃത്വപരമായ പങ്കാണ് വെളിപ്പെടുത്തുന്നത്. വർഗ്ഗീയലഹളയുടെ മുഖം അതിഭീകരമാണ്. അതിൽ ഒരു വിഭാഗത്തിന് ഗവൺമെന്റിന്റെ പിന്തുണ കൂടി ലഭിക്കുമ്പോൾ ഊഹിക്കാൻ പോലും കഴിയാത്ത കൊടുംക്രൂരതയുടെ കരാളതാണ്ഡവമാണ് അരങ്ങേറുക. രണ്ടായിരത്തിലേറെ ജനങ്ങൾ കൊല്ലപ്പെട്ടുകഴിഞ്ഞുവെന്ന് റിപ്പോർട്ടുകൾ പറയുന്ന ഗുജറാത്തിൽ സംഭവിച്ചുകൊണ്ടിരിക്കുന്നത് ഇതാണ്.

രാഷ്ട്രപിതാവും ഹിന്ദു-മുസ്ലിം മൈത്രിക്കുവേണ്ടി രക്തസാക്ഷിത്വം വഹിച്ച അഹിംസയുടെ ഉപാസകനുമായിരുന്ന മഹാത്മജിയുടെ സബർമതി ആശ്രമവും ഈയിടെ ആക്രമിക്കപ്പെട്ടു. അവിടെയൊരു സമാധാന സമ്മേളനം നടക്കുകയായിരുന്നു. അക്രമം നടത്തിയത് ഗാന്ധിജിയെ വധിച്ചവരുടെ പിന്തുടർച്ചക്കാർത്തന്നെയെന്നത് ചരിത്രത്തിന്റെ ആവർത്തനം തന്നെ.

ഗോധ്ര ദുരന്തത്തെത്തുടർന്ന് ഗുജറാത്തിൽ ഇതഃപര്യന്തം ദർശിച്ചിട്ടില്ലാത്ത കലാപം ആളിപ്പടരുകയായിരുന്നു. ദിനംപ്രതി നൂറുകണക്കിനാളുകൾ കൊല്ലപ്പെട്ടു. മരണമടഞ്ഞവരിൽ ബഹുഭൂരിഭാഗം മുസ്ലീങ്ങളായിരുന്നുവെന്നത് വെറും യാദൃച്ഛികമായിരുന്നില്ല. വി എച്ച് പിയിലും ബജ്റംഗ്ദളിലും സംഘ്പരിവാറിലും പെട്ട ഹിന്ദുതീവ്രവാദികൾ ന്യൂനപക്ഷ സമുദായത്തിൽപ്പെട്ടവരെ തിരഞ്ഞുപിടിച്ച് അറുകൊല ചെയ്യുകയായിരുന്നു.

നടുക്കുന്ന ഒരുദാഹരണം: അഹമ്മദാബാദിലെ വസ്ന മെയിൻ റോഡാണ് രംഗം. സമയം നട്ടുച്ച. ഒരു ഭാര്യയും ഭർത്താവും സ്കൂട്ടറിൽ വരുന്നു. കത്തികളും മറ്റ് ആയുധങ്ങളുമായി അമ്പതോളംവരുന്ന ഒരു സംഘം ആ ദമ്പതികളെ തടയുന്നു. അവർ ആരെന്ന് വെളിപ്പെടുത്താൻ അക്രമികൾ ആക്രോശിച്ചപ്പോൾ അപകടം മണത്തറിഞ്ഞ ഭർത്താവ് ഒരു ഹിന്ദുനാമം ഉരുവിട്ടു. അവരെ വളഞ്ഞുവെച്ചവർ അയാളുടെ ഉടുവസ്ത്രമുരിഞ്ഞു. ആൾ മുസ്ലിമെന്ന് ബോദ്ധ്യപ്പെട്ടതോടെ അയാളുടെ നെഞ്ചിലും വയറ്റത്തും അവർ ആഞ്ഞുകുത്തി. മുന്നാഭായ് എന്ന ആ ഇരുപത്തെട്ടുകാരൻ ആശുപത്രിയിൽ മരണത്തോട് മല്ലടിച്ചുകഴിയുകയാണ്.

ഒരുപക്ഷേ, അയാൾ ഇതിനകം മരിച്ചിരിക്കാം. അദ്ദേഹത്തിൻെറ പത്നി മുംതാസ് ബാനുവിനെ അക്രമികൾ വിവസ്ത്രയാക്കുകയും അവരുടെ ഗുഹ്യഭാഗങ്ങളിൽ കുത്തിപ്പരിക്കേല്പിക്കുകയും ചെയ്തു. സംഭവസ്ഥലത്തുവെച്ചുതന്നെ മുംതാസ് മരിച്ചു. മുംതാസ് മുമ്പ് ഗീതാ ബെൻ എന്ന ഹിന്ദു പെൺകുട്ടിയായിരുന്നു. അവൾ മുന്നാഭായിയെ വിവാഹം ചെയ്തശേഷമാണ് മതംമാറിയത്. കൊലയ്ക്ക് അതും ഒരു കാരണമായിരുന്നു. ബറോഡയിൽ ഇതേ കുറ്റത്തിനാണ് ഒരു മുസ്ലിം യുവാവിനെ ഹിന്ദു തീവ്രവാദികൾ കൊലക്കത്തിക്കിരയാക്കിയത്.

ഈയിടെ നടന്ന ഗുജറാത്ത് ബന്ദ് ദിനത്തിൽ അയ്യായിരത്തോളം വരുന്ന അക്രമികളുടെ മുന്നിലിട്ട് ഏതാനും നരാധമന്മാർ ഒരു യുവതിയെ ആവർത്തിച്ച് ബലാത്സംഗം ചെയ്ത് തീക്കുണ്ഡത്തിലേക്ക് വലിച്ചെറിഞ്ഞു. അഹമ്മദാബാദിലെ മേഘനിംഗാർ പ്രദേശത്തായിരുന്നു സംഭവം. മുസ്ലിങ്ങളെ തിരഞ്ഞുപിടിച്ച് കൂട്ടക്കൊല ചെയ്തതും സ്ത്രീകളെ കൂട്ടബലാത്സംഗം നടത്തി, വെട്ടിയും കുത്തിയും തീയിട്ടും വധിച്ചതും കുട്ടികളെ ചിത്രവധം ചെയ്തതും മനുഷ്യമനഃസാക്ഷിയെ നടുക്കിയ സംഭവങ്ങളാണ്. നരമേധത്തോടൊപ്പംതന്നെ സമാനതകളില്ലാത്ത കൊള്ളയും കൊള്ളിവെപ്പും സംസ്ഥാനത്ത് അരങ്ങേറുകയുണ്ടായി.

ഗോധ്ര ദുരന്തത്തെയും തുടർന്ന് ഗുജറാത്തിലൊട്ടാകെ ആളിപ്പടർന്ന വർഗ്ഗീയകലാപങ്ങളെയും പരിശോധിക്കുമ്പോൾ ഗോധ്ര കൂട്ടക്കൊല അനാസൂത്രിതമായിരുന്നുവെങ്കിൽ, പിന്നീടു നടന്ന വർഗ്ഗീയ ലഹളകൾ ആസൂത്രിതവും സംഘടിതവുമായിരുന്നു എന്ന് വ്യക്തമാവുന്നുണ്ട്. ഹിന്ദുവികാരത്തെ ആളിക്കത്തിച്ച് രാഷ്ട്രീയനേട്ടമുണ്ടാക്കുകയായിരുന്നു ബി ജെ പിയുടെ ലക്ഷ്യം. ഹിന്ദു വോട്ടുബാങ്കിലായിരുന്നു അവരുടെ കണ്ണ്.

അതിക്രമങ്ങൾ ആഴ്ചകളോളം തുടർന്നിട്ടും മുഖ്യമന്ത്രി നരേന്ദ്രമോദിയുടെ ഭാഗത്തുനിന്ന് ആത്മാർത്ഥമായ സമാധാന ശ്രമങ്ങളൊന്നുമുണ്ടായില്ല. അക്രമികളെ പരോക്ഷമായി പ്രോത്സാഹിപ്പിക്കുന്ന പ്രസ്താവനകളിറക്കാനും അദ്ദേഹം മടിച്ചില്ല. ചില ഉന്നത സർക്കാർ ഉദ്യോഗസ്ഥർ പറഞ്ഞത് ഇത്രയും വിഭാഗീയമായ ഗവൺമെന്റിനുവേണ്ടി ജോലിചെയ്യുന്നതിൽ ലജ്ജ തോന്നുന്നുവെന്നാണ്.

മാർച്ച് 15-ാം തീയതി അയോദ്ധ്യയിൽ രാമക്ഷേത്രം പണിയുന്നതിന്റെ പ്രാരംഭമായി നടന്ന ശിലാപൂജയോടനുബന്ധിച്ചുതന്നെ ഗുജറാത്തിൽ വിശ്വഹിന്ദു പരിഷത്തിന്റെ നേതൃത്വത്തിൽ മുസ്ലിംവിരുദ്ധ നീക്കങ്ങളുടെ തയ്യാറെടുപ്പുകൾ നടന്നുവന്നിരുന്നു. രണ്ടാഴ്ച മുൻപുണ്ടായ ഗോധ്ര ദുരന്തത്തെ തങ്ങളുടെ മുസ്ലിം ഹഠാവൊ പരിപാടിക്ക് ആക്കം കൂട്ടാൻ ഹിന്ദു തീവ്രവാദികൾ ഉപയോഗപ്പെടുത്തുകയായിരുന്നുവെന്നതിന് വ്യക്തമായ തെളിവുകളുണ്ട്.

പൊലീസിന്റെ സാന്നിദ്ധ്യത്തിലാണ് ലഹളയുടെ ആദ്യഘട്ടത്തിൽ

കൊലയും കൊള്ളയും നടന്നതെന്ന് ദൃക്സാക്ഷികൾ പറയുന്നു. മോദി മന്ത്രിസഭയിലെ രണ്ട് അംഗങ്ങളുടെയും, നിരവധി മുനിസിപ്പൽ നേതാക്കളുടെയും സാന്നിദ്ധ്യത്തിലാണ് കൊള്ളയും കൊള്ളിവെപ്പും നടന്നതത്രെ. സമാധാനം പുനഃസ്ഥാപിക്കാൻ മോദിഗവൺമെന്റ് ശക്തമായ നടപടികളൊന്നുംതന്നെ എടുക്കുന്നില്ലെന്ന് പരക്കെ അഭിപ്രായമുണ്ട്. പ്രധാനമന്ത്രി വാജ്പേയി ആവശ്യപ്പെട്ടതനുസരിച്ച് മുഖ്യമന്ത്രി മോദിക്ക് 'രാജധർമ്മം' അനുഷ്ഠിക്കാൻ കഴിയുമെന്ന് ഇന്നത്തെ സാഹചര്യത്തിൽ ആരും വിശ്വസിക്കുന്നില്ല. പഞ്ചാബിൽ സിഖ് തീവ്രവാദികളെ അടിച്ചമർത്തിയ കെ പി എസ് ഗിൽ മോദിയുടെ ഉപദേഷ്ടാവായി നിയമിതനായിട്ടുണ്ടല്ലോ. അദ്ദേഹത്തിന്റെ നിയമനത്തെക്കുറിച്ചുള്ള വിവാദങ്ങൾ ഇനിയും കെട്ടടങ്ങിയിട്ടില്ല.

3. ആശ്വാസത്തിന്റെ അമൃതകിരണങ്ങൾ

പ്രമുഖ ചരിത്രകാരനും സംസ്കൃത സർവ്വകലാശാലാ വൈസ് ചാൻസലറുമായ ഡോ. കെ എൻ പണിക്കരുടെ നേതൃത്വത്തിലുള്ള ഇന്ത്യൻ പീപ്പിൾസ് ട്രൈബ്യൂണൽ വെളിച്ചത്തുകൊണ്ടുവന്നത് തീവ്രവാദികൾ നടത്തിയ കൊടുംക്രൂരതയുടെ കഥകളാണ്. 'ഭരണകൂടത്തിൻെറ സ്പോൺസർഷിപ്പിൽ നടന്നതായിരുന്നു ഗുജറാത്ത് കലാപം. ഇതിന് മുമ്പ് ഇന്ത്യയിലുണ്ടായ എല്ലാ കലാപങ്ങളും പെട്ടെന്നുണ്ടായ ചില പ്രകോപനങ്ങളുടെ അടിസ്ഥാനത്തിൽ നടന്നതായിരുന്നു. പത്തൊൻപതാം നൂറ്റാണ്ടുമുതൽ ഇതായിരുന്നു അവസ്ഥ. പള്ളിക്ക് മുന്നിൽ പാട്ടുപാടി ചെണ്ട കൊട്ടിയെന്നോ അല്ലെങ്കിൽ നിഷിദ്ധമായ മാംസം വിതരണം ചെയ്തെന്നോ ഒക്കെയുള്ള പ്രകോപനങ്ങൾ. ഗോധ്രയിലുണ്ടായത് അത്തരമൊരു പ്രകോപനമാണെന്നും ഗുജറാത്തിലുണ്ടായത് അതിന്റെ പ്രത്യാഘാതമാണെന്നും ബി ജെ പി നേതാക്കളും കേന്ദ്രമന്ത്രിമാരും പറയുന്നുണ്ടെങ്കിലും യാഥാർത്ഥ്യം വ്യത്യസ്തമാണ്. പ്രകോപനത്തിന്റെ മാത്രം പേരിലുണ്ടായ ഒന്നല്ല ഗുജറാത്ത് സംഭവം. വ്യക്തമായ ആസൂത്രണം അതിനു പിന്നിൽ കാണാൻ കഴിയും' - ഡോ. പണിക്കർ പറയുന്നു. ഇത്തരമൊരു ആസൂത്രിതവും ബോധപൂർവ്വവുമായ ആക്രമണം, കഴിഞ്ഞ പത്തു വർഷമായി ഗുജറാത്തിലെ വ്യാപാര-വ്യവസായ മേഖലകളിൽ മുസ്ലിംസമുദായത്തിനുണ്ടായ നേട്ടങ്ങളുമായി ബന്ധപ്പെട്ടിരിക്കുന്നുവെന്ന് അദ്ദേഹം നിരീക്ഷിക്കുന്നു. മേമൻ, ബോറ വിഭാഗത്തിൽപ്പെട്ട മുസ്ലിങ്ങൾ വ്യാപാര-വ്യവസായരംഗത്ത് വളരെയേറെ മുന്നോട്ടുപോയിട്ടുണ്ട്. പല വൻവ്യവസായങ്ങളും ഇവരുടെ ഉടമസ്ഥതയിലായിട്ടുമുണ്ട്. ബോറ വിഭാഗത്തിൽപ്പെട്ടവർ ബി ജെ പിയുടെ തിരഞ്ഞെടുപ്പ് ഫണ്ടിലേക്ക് വൻതുകകൾ നല്കിയിരുന്നു. അവരിൽ മഹാഭൂരിപക്ഷവും ബി ജെ പിയുടെ വോട്ടർമാരായിരുന്നു എന്നുകൂടി ഓർക്കുക.

'ഞാൻ എയർപോർട്ടിലിറങ്ങി ടൗണിലേക്ക് യാത്രചെയ്യുമ്പോൾ ആദ്യം കണ്ടത് മോത്തി മിനാർ എന്ന ഹോട്ടൽ ചാരമായിക്കിടക്കുന്നതാണ്. ആയിരത്തൊരുനൂറിലേറെ ഹോട്ടലുകൾ ഇത്തരത്തിൽ കത്തിച്ചു. മുസ്ലിംസമുദായത്തിന്റെ ഹോട്ടലുകളാണ് കത്തിച്ചത്. ആയിരത്തിലേറെ ട്രക്കുകൾ തകർത്തു. ഓരോ ബിസിനസ് ഏരിയയിലും മുസ്ലിങ്ങളുടെ കടകൾ തിരഞ്ഞുപിടിച്ച് തകർക്കുകയും കൊള്ളയടിക്കുകയും ചെയ്തു. ഒരു മുസ്ലിംഷോപ്പിനും മറ്റൊരു മുസ്ലിം ഷോപ്പിനുമിടയിലുള്ള കടകൾ ഹിന്ദുക്കളുടേതാണെങ്കിൽ അവയെ ആക്രമണത്തിൽനിന്ന് ഒഴിവാക്കിയതും കാണാമായിരുന്നു. സ്വർണ്ണവ്യാപാരം പൂർണ്ണമായും ഹിന്ദുക്കളുടെ നിയന്ത്രണത്തിലാണ്. ഈ കടകളൊന്നുംതന്നെ നശിപ്പിക്കുകയോ കൊള്ളയടിക്കുകയോ ചെയ്തിട്ടില്ല.... മുസ്ലിം വ്യാപാരസ്ഥാപനങ്ങളെ തുത്തെറിയുക എന്നതായിരുന്നു ലക്ഷ്യം' - പീപ്പിൾസ് ട്രൈബ്യൂണൽ ചെയർമാന്റെ നിഗമനം.

അഹമ്മദാബാദിലെ ഒരു മാർക്കറ്റിങ് ഏജൻസി മുസ്ലിം സ്ഥാപനങ്ങളുടെ ഒരു കമ്പ്യൂട്ടർ ലിസ്റ്റ് കുറച്ചുമുമ്പുതന്നെ തയ്യാറാക്കിയിരുന്നുവെന്ന് ട്രൈബ്യൂണൽ കണ്ടെത്തിയത് വ്യക്തമാക്കുന്നതും കലാപത്തിന്റെ ആസൂത്രിത സ്വഭാവം തന്നെ. മൂവായിരത്തഞ്ഞൂറു കോടി രൂപയുടെ നഷ്ടമെങ്കിലും മുസ്ലിം സ്ഥാപനങ്ങൾക്കുണ്ടായതായാണ് ഏകദേശ കണക്ക്. കലാപത്തിനിടയിൽ വി എച്ച് പി ഇറക്കിയ നോട്ടീസിൽ പത്തുനിർദ്ദേശങ്ങൾ അക്കമിട്ടുനിരത്തിയിട്ടുണ്ട്. മുസ്ലിങ്ങൾക്ക് ഹിന്ദുസ്ഥാപനങ്ങളിൽ നിന്നൊന്നും കൊടുക്കരുത്, മുസ്ലിം സ്ഥാപനങ്ങളിൽനിന്ന് ഹിന്ദുക്കളൊന്നും വാങ്ങരുത്, മുസ്ലിം നായകനായി വരുന്ന സിനിമകൾ ബഹിഷ്കരിക്കണം, വീടുകൾ മുസ്ലിങ്ങൾക്ക് വാടകയ്ക്കോ വിലയ്ക്കോ കൊടുക്കരുത്, മുസ്ലിം യുവാക്കളെയോ യുവതികളെയോ ഹിന്ദുക്കൾ പ്രേമിക്കരുത്, മുസ്ലിം അദ്ധ്യാപകർക്കു കീഴിൽ പഠനം നടത്തരുത് എന്നിവയൊക്കെയായിരുന്നു ആ 'പത്തു കല്പനകളി'ലുണ്ടായിരുന്നത്.

'പലതും കാണേണ്ടിയിരുന്നില്ല... കേൾക്കേണ്ടിയിരുന്നില്ല... ക്രൂരതയുടെ കേട്ടുകേൾവിപോലുമില്ലാത്ത രൂപങ്ങളാണ് അവിടെക്കണ്ടത്. ഗർഭിണിയായ ഒരു സ്ത്രീയുടെ വയർ വെട്ടിപ്പൊളിച്ച് ഗർഭസ്ഥശിശുവിനെ കീറിമുറിച്ച് കലാപകാരികൾ ആനന്ദിച്ച നിമിഷത്തെക്കുറിച്ച് ഞാൻ കേട്ടു'- ഡോ. പണിക്കർ നടുക്കത്തോടും വേദനയോടുംകൂടി പറഞ്ഞു.

സബർമതിയുടെ പടിഞ്ഞാറുഭാഗം പരമദരിദ്രരായ മുസ്ലിങ്ങൾ തിങ്ങിപ്പാർക്കുന്ന പ്രദേശമാണ്. കടുത്ത ആക്രമണമാണ് പതിനയ്യായിരത്തിലേറെ വരുന്ന ഹിന്ദു തീവ്രവാദികൾ അവിടെ അഴിച്ചുവിട്ടത്. അവർ അസംഖ്യം സ്ത്രീകളെ കൂട്ടബലാത്സംഗം ചെയ്തു. അതിൽ പലരെയും കൊന്നു. കൊല്ലപ്പെട്ട മറ്റുള്ളവരുടെ യഥാർത്ഥ കണക്കുകൾ പറയാൻ കൊലയാളികൾക്കുപോലും കഴിയുന്നില്ല. പ്രാദേശിക വി എച്ച് പി നേതാക്കളായിരുന്നു കലാപത്തിന്റെ മുൻനിരയിലെന്ന് ട്രൈബ്യൂണലിന്

മൊഴി നല്കിയ പലരും പറഞ്ഞു. ഭക്ഷ്യ-സിവിൽ സപ്ലൈസ് മന്ത്രി ഭരത് ബറോത്, ആഭ്യന്തര മന്ത്രി ഗോർധാൻ സഫിയ, ധനമന്ത്രി നിതിൻപട്ടേൽ, ആരോഗ്യമന്ത്രി അശോക്ഭട്ട്, നഗരവികസനമന്ത്രി ഐ കെ ജഡേജ തുടങ്ങിയവർ ലഹളയ്ക്ക് നേതൃത്വം നല്കിയിരുന്നുവെന്ന് റിപ്പോർട്ടുകളുണ്ട്.

ആധുനിക ഉർദ്ദു കവിതയുടെ പിതാവെന്ന് വിളിക്കപ്പെടുന്ന, ഏവരും ബഹുമാനിക്കുന്ന, വാലി ഗുജറാത്തിയുടെ ദർഗ ഒരുകൂട്ടം അക്രമികൾ അടിച്ചുപൊളിച്ചു. ഉസ്താദ് ഫയാസ് അലി ഖാൻ എന്ന സംഗീതജ്ഞന്റെ ശവകുടീരവും നശിപ്പിക്കപ്പെട്ടു. അക്രമികൾ അസംഖ്യം കടകളും വീടുകളും ഹോട്ടലുകളും തുണിമില്ലുകളും കൊള്ളചെയ്യുകയും കൊള്ളിവെക്കുകയും ചെയ്തു. ബസുകളും കാറുകളും ട്രക്കുകളും മറ്റു വാഹനങ്ങളും കത്തിച്ചു. ലക്ഷക്കണക്കിനാളുകൾക്കാണ് ഈ അക്രമത്തിന്റെ ഫലമായി തൊഴിൽ നഷ്ടപ്പെട്ടത്.

കലാപത്തിന് രാവും പകലുമെന്ന വ്യത്യാസമുണ്ടായിരുന്നില്ല. പകൽ വെളിച്ചത്തിൽ കൊലയും കൊള്ളയും ബലാത്സംഗവുമൊക്കെ നിർബ്ബാധം അരങ്ങേറുകയായിരുന്നു. എന്നാൽ, അവിടെ ഉയർന്ന ദീനരോദനങ്ങൾക്കും ആകാശം മുട്ടെ ഉയർന്ന കറുത്ത, കനത്ത, ധൂമപടലങ്ങൾക്കുമിടയ്ക്ക് മാനവസ്നേഹത്തിന്റെയും സാമുദായിക സൗഹാർദ്ദത്തിന്റെയും ചില അമൃതകിരണങ്ങൾ ദർശിക്കാനാവുന്നത് നല്കുന്ന ആശ്വാസം കുറച്ചൊന്നുമല്ല. സുഖ്ഹം നഗറിൽ മുസ്ലിങ്ങൾ തിങ്ങിപ്പാർക്കുന്ന അഹമ്മദ് സൊസൈറ്റി പ്രദേശത്ത് ഏതാനും ചില ഹിന്ദുക്കൾ ഉറക്കമിളച്ച് കാവൽ നിന്നാണ് തങ്ങളുടെ മുസ്ലിം സഹോദരങ്ങളെ കൊലയാളികളിൽനിന്ന് രക്ഷിച്ചത്. മുസ്ലിങ്ങളെ ആക്രമിക്കാൻ ആരെങ്കിലും വരുന്നെങ്കിൽ അത് തങ്ങളുടെ ശവത്തിൽ ചവിട്ടിക്കടന്നാവണമെന്ന് അവർ പറഞ്ഞു. 'മുപ്പതിലേറെ വർഷങ്ങളായി ഇവിടെ ഞങ്ങൾ, ഹിന്ദുക്കളും മുസ്ലിങ്ങളും തികഞ്ഞ സൗഹൃദത്തിലാണ്' - അവിടത്തെ അറുപതു കഴിഞ്ഞ ഒരഭിഭാഷകനായ മധുപ്രേം വാർത്താലേഖകരോട് പറഞ്ഞു. ഇതേവാക്കുകൾ വളരെ മുമ്പുതന്നെ യശഃശരീരനായ സോഷ്യലിസ്റ്റ് ചിന്തകൻ ഡോ. റാംമനോഹർലോഹ്യ പറഞ്ഞത് ഓർക്കുന്നു.

ഗുജറാത്ത് കലാപം നേരത്തെ ആസൂത്രണം ചെയ്തതും സംഘടിതവുമാണെന്നും അതിന് സംസ്ഥാന ഗവൺമെന്റിന്റെ പിന്തുണയുണ്ടെന്നും ഇന്ത്യയിലെ ഉയർന്ന ബ്രിട്ടീഷ് നയതന്ത്രജ്ഞർ തയ്യാറാക്കിയ ഒരു റിപ്പോർട്ടിൽ പറഞ്ഞു. വംശീയ ഉന്മൂലനശ്രമമാണ് ഗുജറാത്തിൽ നടക്കുന്നതെന്നും മുഖ്യമന്ത്രിയായി നരേന്ദ്രമോദി അധികാരത്തിൽ തുടരുന്നിടത്തോളം കാലം, ഗുജറാത്തിൽ ഹിന്ദു-മുസ്ലിം അനുരഞ്ജനം അസാദ്ധ്യമാണെന്നും റിപ്പോർട്ട് വ്യക്തമാക്കി. റിപ്പോർട്ടിന്റെ കോപ്പി ലഭിച്ച ബ്രിട്ടീഷ് ബ്രോഡ്കാസ്റ്റിങ് കോർപ്പറേഷ (ബി ബി സി)നാണ് ഇക്കാര്യം പറഞ്ഞത്.

ഗുജറാത്തിലെ സംഭവവികാസങ്ങൾ ഇന്ത്യയുടെ ആഭ്യന്തര കാര്യ

മാണെന്നും വിദേശരാഷ്ട്രങ്ങൾ അതുസംബന്ധിച്ച് അഭിപ്രായപ്രകടനങ്ങൾ നടത്തുന്നത് അഭിലഷണീയമല്ലെന്നും കേന്ദ്ര ഗവൺമെന്റ് ഈയിടെ പ്രസ്താവിക്കുകയുണ്ടായി. എങ്കിലും ഗുജറാത്തിൽനിന്ന് വിട്ടുനില്ക്കാൻ അമേരിക്കയും ബ്രിട്ടനും കാനഡയും മറ്റും തങ്ങളുടെ പൗരന്മാർക്ക് മുന്നറിയിപ്പ് നല്കിയിട്ടുണ്ട്. ഭാരതത്തിന്റെ ആഭ്യന്തര സുരക്ഷിതത്വത്തിനു കിട്ടിയ ഒരു നല്ല സർട്ടിഫിക്കറ്റല്ല, ഈ മുന്നറിയിപ്പ്. ഗുജറാത്തിലെ സ്ഥിതിഗതികൾ സ്ഫോടനാത്മകമാണെന്നും അവിടെ വീണ്ടും കലാപങ്ങൾ ആളിപ്പടർന്നേക്കാമെന്നുമാണ് ഈ രാജ്യങ്ങൾ കരുതുന്നത്. ന്യൂസീലൻഡിനെപ്പോലുള്ള രാജ്യങ്ങളും ഗുജറാത്തിനെ അപകടകരമായ പ്രദേശങ്ങളുടെ പട്ടികയിൽ ഉൾപ്പെടുത്തിയിട്ടുണ്ട്. നേരത്തെ ഗാന്ധിജിയുടെ ജന്മദേശമെന്ന കീർത്തി ഈ സംസ്ഥാനത്തിനുണ്ടായിരുന്നു. അതിനുപുറമെ ഏഷ്യാ വൻകരയിലെ വനരാജന്മാരായ സിംഹങ്ങളുടെ ആവാസകേന്ദ്രമായ ഗീർവനങ്ങൾ നിലനില്ക്കുന്ന സംസ്ഥാനം എന്ന പ്രശസ്തിയും. ഏതായാലും, സിംഹനിരീക്ഷണത്തിന് ഗീർവനങ്ങളുടെ പ്രാന്തപ്രദേശങ്ങളിൽ കറങ്ങുന്നത് വംശീയകലാപങ്ങൾ ചോരപ്പുഴയൊഴുക്കിയ ചെച്ചൻ പർവ്വതനിരകളിൽ സഞ്ചരിക്കുന്നതിന് തുല്യമായിരിക്കുമെന്നാണ് വിദേശരാജ്യങ്ങളുടെ നിഗമനം.

4. മോദിക്കെതിരെയുള്ള കുറ്റപത്രം

ഇന്ത്യയിൽ വി എച്ച് പിക്ക് ശക്തമായ ജനകീയ അടിത്തറയുള്ള സംസ്ഥാനമാണ് ഗുജറാത്ത്. അയോദ്ധ്യയിലെ സംഭവവികാസങ്ങളും ബി ജെ പിക്ക് രാജ്യത്തിന്റെ വിവിധ ഭാഗങ്ങളിൽ നേരിട്ട തിരിച്ചടികളും ഗുജറാത്തിലെ വംശീയകലാപം നീണ്ടുപോകുമെന്ന സൂചന നല്കിയിരുന്നതായി രാഷ്ട്രീയ നിരീക്ഷകർ വിലയിരുത്തുന്നു. അത് ഹിന്ദുതീവ്രവാദികളുടെ രാഷ്ട്രീയനിലനില്പിന് ആവശ്യമാണ്. സുപ്രീംകോടതി മുൻ ചീഫ് ജസ്റ്റിസ് വർമ്മയുടെ നേതൃത്വത്തിലുള്ള ദേശീയ മനുഷ്യാവകാശക്കമ്മീഷൻ ഗുജറാത്തിനെ സംബന്ധിച്ചുള്ള അതിന്റെ റിപ്പോർട്ടിൽ പറഞ്ഞത് ഗോധ്ര ദുരന്തത്തെത്തുടർന്ന് സംസ്ഥാനത്തുണ്ടായേക്കാവുന്ന കലാപങ്ങളെ മുൻകൂട്ടി കാണുന്നതിലും മുൻകരുതൽ നടപടികളെടുക്കുന്നതിലും ഗവൺമെന്റ് ദയനീയമായി പരാജയപ്പെട്ടുവെന്നാണ്. 1971 നും 2002 നുമിടയ്ക്ക് നിരവധി കലാപങ്ങൾ നടന്ന സംസ്ഥാനമാണ് ഗുജറാത്ത്. നാനൂറ്റിനാല്പത്തിമൂന്ന് വൻ അക്രമങ്ങൾ ഈ കാലയളവിൽ ഇവിടെയുണ്ടായിട്ടുണ്ട്. ആ പശ്ചാത്തലത്തിൽ സംസ്ഥാന ഗവൺമെന്റിന് വേണമെങ്കിൽ കലാപം തടയാമായിരുന്നു.

ജനങ്ങൾ തികഞ്ഞ അരക്ഷിതാവസ്ഥയിലാണെന്ന് ജസ്റ്റിസ് വർമ്മ ചൂണ്ടിക്കാട്ടി. ഗോധ്ര ദുരന്തം ഹീനമായിരുന്നു. അതുപോലെത്തന്നെ ഹീനമാണ് അതേത്തുടർന്ന് സംസ്ഥാനത്തുണ്ടായ രക്തരൂഷിതമായ കലാപം-അദ്ദേഹം പറഞ്ഞു. ജനങ്ങളിൽ ആത്മവിശ്വാസമുണ്ടാക്കുവാൻ

അടിയന്തര നടപടികളാണാവശ്യം. സംസ്ഥാനത്തുള്ള ദുരിതാശ്വാസ ക്യാമ്പുകളുടെ നടത്തിപ്പിനെയും ജസ്റ്റിസ് വർമ്മ നിശിതമായി വിമർശിച്ചു. സംസ്ഥാനത്ത് സാധാരണനില പുനഃസ്ഥാപിക്കുവാനും സമാധാനവും സൗഹൃദവും പുലരുവാനും സുരക്ഷിതബോധമുളവാക്കാനും ഭാവനാ പൂർണ്ണമായ പ്രവർത്തനങ്ങൾ ആവശ്യമാണ്. എന്നാൽ ഇപ്പോൾ മോദി പറയുന്നത് അഭയാർത്ഥി ക്യാമ്പുകളെല്ലാം ഉടൻ അടച്ചുപൂട്ടണമെന്നാണ്. എല്ലാം നഷ്ടപ്പെട്ട ഒന്നരലക്ഷത്തിലേറെ അഭയാർത്ഥികളുണ്ട് ഗുജറാത്തിൽ.

ഗുജറാത്തിൽ വർഗ്ഗീയലഹള തുടങ്ങി ഒന്നിലേറെ മാസങ്ങൾ കഴിഞ്ഞ്, ഏപ്രിൽ നാലാം തീയതി, പ്രധാനമന്ത്രി വാജ്പേയി അഹമ്മദാബാദിലെത്തി. ഷാ ആലം ദർഗാ അഭയാർത്ഥിക്യാമ്പിനടുത്തുവെച്ച് അദ്ദേഹം ജനങ്ങളെ അഭിസംബോധനചെയ്തു. പിന്നീട് കലാപത്തെ അതിജീവിച്ച പത്തുപേരെ കണ്ടു. പന്ത്രണ്ടു വയസ്സുകാരനായ ജാവേദ് ഹസൻ എന്ന കുട്ടി തന്റെ മാതാപിതാക്കളടക്കം പതിനൊന്നു പേരെ നരോദ് പാട്യയിൽ വെച്ച് അക്രമികൾ തീയിട്ടുകൊന്നുവെന്ന് ഒടുങ്ങാത്ത തേങ്ങലിനിടയിൽ പ്രധാനമന്ത്രിയെ ധരിപ്പിച്ചു. 'ഞങ്ങളവരോട് കൊല്ലരുതേയെന്ന് യാചിച്ചു. അക്രമികൾ കേട്ടില്ല. അവർ ഓരോരുത്തരെയായി വീട്ടിനകത്തുനിന്ന് പിടിച്ചു പുറത്തിട്ടു. ഡീസലും പെട്രോളുമൊഴിച്ച് എന്റെ കണ്ണിന്റെ മുന്നിലിട്ട് എൻെറ പിതാവിനെയും മാതാവിനെയും സഹോദരങ്ങളെയുമൊക്കെ തീയിട്ടു കൊന്നു....' കൂടുതലൊന്നും ആ ബാലന് പറയാൻ കഴിഞ്ഞില്ല. ഈ ഭയാനകമായ കാഴ്ച, ഈ കുട്ടിയുടെ ചേതനയിലുണ്ടാക്കിയ മുറിവ് എന്നെങ്കിലും ഉണങ്ങുമോ? വളർന്നുവരുമ്പോൾ എന്തായിരിക്കും അവന്റെ മാനസികാവസ്ഥ? നമ്മെ ഉൽക്കണ്ഠപ്പെടുത്തുന്ന ചോദ്യങ്ങളാണിവ.

ഏതായാലും പ്രധാനമന്ത്രി ആ ബാലനെ പുറത്തുതട്ടി ആശ്വസിപ്പിച്ചു. മറ്റുള്ളവരെയും വാജ്പേയി ഇപ്രകാരം തന്നെ സമാധാനപ്പെടുത്താൻ ശ്രമിച്ചു. ഇങ്ങനെ കലാപത്തിന് ഇരയായവരെ ആശ്വസിപ്പിച്ച പ്രധാനമന്ത്രി, ഗോവയിൽ നടന്ന ബി ജെ പിയുടെ ദേശീയ നിർവ്വാഹക സമിതി യോഗത്തിൽ പങ്കെടുക്കാനെത്തിയപ്പോൾ ഒരു പൊതുയോഗത്തിൽ പറഞ്ഞത് ഗുജറാത്ത് കലാപം ഗോധ്ര കൂട്ടക്കൊലയുടെ തിരിച്ചടിയാണെന്നാണ്. മുസ്ലിങ്ങളിൽ വലിയൊരു വിഭാഗം അക്രമത്തിന്റെ പാത സ്വീകരിക്കുകയാണെന്നും ഇത് സമാധാനജീവിതത്തിന് ഭീഷണിയാകുന്നുണ്ടെന്നും പ്രധാനമന്ത്രി കുറ്റപ്പെടുത്തി. ഇസ്ലാംമതം സമാധാനമാണ് പ്രഖ്യാപിക്കുന്നത്. എന്നാൽ ഒരു സ്ഥലത്തും മുസ്ലിങ്ങൾ മറ്റുള്ളവരുമായി ഒത്തൊരുമിച്ച് മുഖ്യധാരയിൽ ചേർന്നുപോകാൻ ഇഷ്ടപ്പെടുന്നില്ല. സബർമതി തീവണ്ടി കത്തിച്ച സംഭവം നടന്നിരുന്നില്ലെങ്കിൽ ഗുജറാത്തിൽ കലാപമുണ്ടാകുമായിരുന്നില്ല. ഗോധ്രയ്ക്കുശേഷം ഉണ്ടായത് അപമാനകരംതന്നെയാണ്. എന്നാൽ, മുഖ്യമന്ത്രി മോദിക്കെതിരെ പരാമർശമൊന്നും പ്രധാ

നമന്ത്രി നടത്തിയില്ല എന്നത് അർത്ഥഗർഭമാണ്. ഹിന്ദുത്വരാഷ്ട്രീയം മുസ്ലിങ്ങളെ ഒറ്റപ്പെടുത്തുവാനും അവരുടെ ഉന്നമനയത്നങ്ങളെ തടസ്സപ്പെടുത്താനും പ്രതിജ്ഞാബദ്ധമാണ്. അവരെ സാമ്പത്തികമായി പാർശ്വവല്ക്കരിക്കാനും ഹിന്ദുത്വവാദികൾക്ക് കഴിഞ്ഞിട്ടുണ്ട്. എന്നിട്ടും, അവർ സമൂഹത്തിന്റെ മുഖ്യധാരയിൽ ചേരാൻ വിസമ്മതിക്കുന്നുവെന്നാണ് ആരോപണം. 'ഇര'യായതിന് 'ഇര'യെ കുറ്റപ്പെടുത്തുന്നതിലും വലിയ വിരോധാഭാസം എന്താണുള്ളത്? സംസ്ഥാന ജനസംഖ്യയുടെ പതിനാലു ശതമാനം വരുന്ന മുസ്ലിങ്ങൾക്ക് ഗവൺമെന്റിലുള്ള വിശ്വാസം പൂർണ്ണമായും നഷ്ടപ്പെട്ടിരിക്കുന്നു. ഗുജറാത്ത് ഒരു ഹിന്ദുത്വ പരീക്ഷണശാലയായാണ് ഇപ്പോൾ വിശേഷിപ്പിക്കപ്പെടുന്നത്. അവിടെ നടക്കുന്ന പരീക്ഷണങ്ങൾ വിജയിക്കുകയാണെങ്കിൽ രാജ്യവ്യാപകമായി സാംസ്കാരിക ശുദ്ധീകരണം ആരംഭിക്കാമെന്ന് സംഘ്പരിവാർ കണക്കുകൂട്ടുന്നു. മുഖ്യമന്ത്രി മോദിയാണ് ഈ പൈലറ്റ് പ്രൊജക്ടിന്റെ തലവൻ; മുഖ്യകുറ്റവാളിയും അദ്ദേഹംതന്നെ. തനിക്കെതിരെയുള്ള ചാർജ്ജുകൾ മോദിക്കുപോലും നിഷേധിക്കാനാവില്ല.

മോദിക്കെതിരെയുള്ള ഒന്നാമത്തെ കുറ്റം സംസ്ഥാനം എരിഞ്ഞമർന്നുകൊണ്ടിരുന്നപ്പോഴും അദ്ദേഹം പട്ടാളത്തെ വിളിച്ചില്ല എന്നതാണ്. പെട്ടെന്ന് ശക്തമായ നടപടികളെടുത്തിരുന്നുവെങ്കിൽ നിരവധിപേരെ മരണത്തിൽനിന്ന് രക്ഷിക്കാമായിരുന്നു. മോദിയുടെ ഭരണകൂടമാകട്ടെ വളരെ പക്ഷപാതപരമായാണ് പെരുമാറിയത്. കലാപം തുടർന്നുകൊണ്ടിരുന്നപ്പോഴും സംസ്ഥാന ഗവൺമെന്റ് ഒരു തരത്തിലുള്ള ദുരിതാശ്വാസ പ്രവർത്തനവും പ്രഖ്യാപിച്ചില്ല എന്നു മാത്രമല്ല, അധികാരികൾ കലാപങ്ങൾക്ക് ആക്കം കൂട്ടുകയുമായിരുന്നു. വളരെ വൈകിയെത്തിയ പ്രധാനമന്ത്രിയുടെ കൂടെയാണ് സംസ്ഥാന മുഖ്യമന്ത്രി ഒരു അഭയാർത്ഥി ക്യാമ്പ് സന്ദർശിക്കാൻ നിർബ്ബന്ധിതനായത്.

കലാപം അടിച്ചമർത്താൻ ആത്മാർത്ഥമായി പ്രവർത്തിച്ച ഉയർന്ന പൊലീസ് ഉദ്യോഗസ്ഥന്മാരെ മോദി നിർജ്ജീവമായ തസ്തികകളിലേക്ക് സ്ഥലം മാറ്റി. കച്ചിലെ പൊലീസ് സൂപ്രണ്ട് വിവേക് ശ്രീവാസ്തവ, ഭവ്നഗറിലെ എസ് പി രാഹുൽശർമ്മ, അഹമ്മദ് സിറ്റിയിലെ ഡി സി പി പ്രവീൺ ഗോണ്ടിയ, ബനസ്കന്ദ എസ് പി ഹിമാൻഷു ഭട്ട്, ഭറൂച്ച് എസ് പി മനോജ് അന്താനെ എന്നിവർ മോദി ശിക്ഷിച്ചവരിൽ ചിലർ മാത്രം. 'മോഡി സ്റ്റൈൽ ഓപ്പറേഷൻ' പൊലീസ് ഉദ്യോഗസ്ഥരെ അസംതൃപ്തരാക്കിയിട്ടുണ്ട്. ഇനി എന്ത് അക്രമങ്ങളുണ്ടായാലും തങ്ങൾ തീർത്തും നിഷ്ക്രിയരായിരിക്കുമെന്ന് അവർ പറയുന്നു. ഉന്നത പൊലീസ് തസ്തികകളിൽ സംഘ്പരിവാറിന്റെ പിണിയാളുകളെ മോദി പ്രതിഷ്ഠിച്ചു കഴിഞ്ഞിട്ടുണ്ട്.

ഗുജറാത്തിൽ നടന്ന ദുരന്തത്തെ രാഷ്ട്രീയനേട്ടങ്ങൾക്കുപയോഗിക്കാനാണ് മോദി ശ്രമിച്ചത്. 2003 മാർച്ചിൽ അവസാനിക്കേണ്ട സംസ്ഥാനമന്ത്രി

സഭയുടെ കാലാവധി നേരത്തെ അവസാനിപ്പിച്ച് പൊതു തിരഞ്ഞെടുപ്പ് നടത്തുകയാണ് അദ്ദേഹത്തിന്റെ ഉദ്ദേശ്യം. ഹിന്ദുവികാരങ്ങൾ ആളിക്കത്തിച്ച് വൻഭൂരിപക്ഷത്തോടെ വീണ്ടും അധികാരത്തിലെത്താമെന്ന് അദ്ദേഹം കണക്കുകൂട്ടുന്നു. ഇത് ഗുജറാത്തിൽ മാത്രമല്ല, ദേശവ്യാപകമായിത്തന്നെ ബി ജെ പിക്ക് വൻനേട്ടങ്ങളുണ്ടാക്കുമെന്നാണ് പാർട്ടിയുടെ കണക്കുകൂട്ടൽ.

താൻ ഗുജറാത്ത് മുഖ്യമന്ത്രിയാണെന്ന കാര്യം മോദി പൂർണ്ണമായും വിസ്മരിച്ചു. മാത്രവുമല്ല "ഹിന്ദുത്വ പ്രചാരകനായാണ് അദ്ദേഹം പ്രവർത്തിച്ചതും ഇപ്പോൾ പ്രവർത്തിക്കുന്നതും. ഗോധ്രദുരന്തത്തിനുശേഷമുണ്ടായ വർഗ്ഗീയകലാപങ്ങൾ ഒരു പ്രവർത്തനത്തിന്റെ സ്വാഭാവികമായ പ്രതിപ്രവർത്തനം മാത്രമാണെന്ന് മുഖ്യമന്ത്രി പറഞ്ഞു. 'ഇതാ ഒരു അഭിനവ ഐസക് ന്യൂട്ടൺ!' എന്നാണ് ദേശീയമാധ്യമങ്ങൾ മോദിയെ വിശേഷിപ്പിച്ചത്. എഴുപത്തിരണ്ടു മണിക്കൂറിനുള്ളിൽ താൻ സംസ്ഥാനത്തിലെ വർഗ്ഗീയലഹള അമർത്തിയെന്ന് മോദി അവകാശപ്പെട്ടു. എന്നിട്ടും വാർത്തകളിൽ കലാപം നിറഞ്ഞുനിന്നത് ലോക്സഭാസമ്മേളനം നടക്കുന്നതുകൊണ്ടായിരുന്നു എന്നായിരുന്നു മുഖ്യമന്ത്രിയുടെ വിചിത്രഭാഷ്യം. ലോകസഭാംഗങ്ങൾ വർഗ്ഗീയലഹളയെക്കുറിച്ച് നിരന്തരം ചോദ്യങ്ങൾ ചോദിച്ചതുകാരണം മാധ്യമപ്രവർത്തകർ അവയൊക്കെ വാർത്തകളാക്കുകയാണെന്ന് സാരം. ഇങ്ങനെയൊക്കെയാണ് മോദി എന്ന പുതിയ നീറോ ഗുജറാത്ത് കത്തിയെരിയുമ്പോൾ വീണ വായിച്ചത്!

ഗുജറാത്ത് കൂട്ടക്കൊലയ്ക്കുശേഷം ബാംഗ്ലൂരിൽ നടന്ന ആർ എസ് എസ് സമ്മേളനത്തിൽ ഉയർന്ന ആഹ്വാനം മുസ്ലിങ്ങൾ ഭൂരിപക്ഷ സമുദായക്കാരുടെ പിന്തുണയും സൗമനസ്യവും നേടാൻ പ്രയത്നിക്കണമെന്നായിരുന്നു. എന്താണ് ഈ ആഹ്വാനത്തിൻെറ കാതൽ? അത് ജനാധിപത്യത്തിന് അനുഗുണമായതാണോ? അതോ ഫാസിസത്തിന്റെ വൃത്തികെട്ട മുഖമാണോ ആ ആഹ്വാനത്തിൽ പ്രതിഫലിക്കുന്നത്? ഉത്തരം വളരെ ലളിതമാണ്.

ഗോവാസമ്മേളനത്തിൽ വെച്ച് മോദി നാടകീയമായി രാജിവെക്കാനൊരുങ്ങി. 'അരുതേ, അരുതേ' എന്ന് പാർട്ടി നേതാക്കൾ 'മഹാനായ' ആ മുഖ്യമന്ത്രിയെ 'കടുംകൈ'യിൽനിന്ന് സർവ്വശക്തിയുമുപയോഗിച്ച് തടയുകയായിരുന്നു. അടുത്തയിടെ മോദി നടത്തിയ പ്രസംഗത്തിൽ, ഗുജറാത്ത് സംഭവങ്ങളെ അദ്ദേഹം ഉപമിച്ചത് ഗാന്ധിജിയുടെ ദണ്ഡിയാത്രയോടായിരുന്നു. രണ്ടും സ്വാതന്ത്ര്യപ്രസ്ഥാനത്തിലെ അവിസ്മരണീയ സംഭവങ്ങളാണെന്നായിരുന്നു മോദിയുടെ ഭാഷ്യം. ദണ്ഡിയാത്രയിപ്പോൾ കാർഗിൽ എന്ന ബഹുരാഷ്ട്ര കുത്തകയുടെയും (ദണ്ഡി ഉപ്പ്) ഹിന്ദുത്വവാദികളുടെയും പ്രചാരണോപാധിയായിരിക്കുകയാണ്! ഇതിലും കൊടിയൊരു കളങ്കം മഹാത്മാവിന്റെ ദണ്ഡിയാത്രയ്ക്ക് വരാനില്ലല്ലോ.

പ്രശസ്ത എഴുത്തുകാരിയും ബുക്കർപ്രൈസ് ജേതാവുമായ അരു

ന്ധതിറോയ് പറയുന്നു: "രണ്ടാം ലോകമഹായുദ്ധത്തിനു മുൻപുള്ള ജർമ്മനിക്കും ഇപ്പോഴത്തെ ഇന്ത്യക്കും തമ്മിൽ പൊതുവായി പലതുമുണ്ട്. ജർമ്മനിയെപ്പോലെ ഇന്ത്യയിൽ ഒരു ഹിറ്റ്ലറില്ലെങ്കിലും, ആർ എസ് എസിന് ജന്മം നല്കിയവർ ഹിറ്റ്ലറുടെയും അദ്ദേഹത്തിൻെറ പ്രവർത്തന പരിപാടികളുടെയും ആരാധകരായിരുന്നു. സംഘ്പരിവാർ അതിൻെറ തുല്യപ്രാധാന്യമുള്ള ഘടകങ്ങളായ ബി ജെ പി, ആർ എസ് എസ്, വി എച്ച് പി, ബജ്റംഗ്ദൾ എന്നിവയെ ഉപയോഗിച്ച് ജർമ്മൻ ഏകാധിപതിയെക്കാൾ വൈദഗ്ദ്ധ്യത്തോടെ ഒരു വംശത്തെ നശിപ്പിക്കുന്ന പ്രക്രിയ ആരംഭിച്ചുകഴിഞ്ഞു. സംഘ്പരിവാറിന് ഓരോ കൃത്യനിർവ്വഹണത്തിനും ഏറ്റവും അനുയോജ്യനായ ആളുണ്ട്. ആഭ്യന്തര കാര്യത്തിന് യാതൊരു ഒത്തുതീർപ്പിനും സന്നദ്ധനാകാത്ത ഒരു കടുംപിടിത്തക്കാരൻ, വിദേശ കാര്യത്തിന് പരിഷ്കൃതനെന്ന് തോന്നിക്കുന്ന ഒരാൾ, ടി വിയിലെ വാക്തർക്കങ്ങൾ കൈകാര്യം ചെയ്യാൻ നന്നായി ഇംഗ്ലീഷ് സംസാരിക്കുന്ന ഒരു അഭിഭാഷകൻ, മുഖ്യമന്ത്രിയായി എന്തിനും മടിയില്ലാത്ത ഒരു വ്യക്തി, നരഹത്യ നടത്താൻ ബജ്റംഗ്ദൾ, വി എച്ച് പി പ്രവർത്തകരുടെ സുശിക്ഷിതമായ ഒരു വൻപട - കർമ്മനിരതമായ സംഘ്പരിവാർ ടീമിന്റെ ഒരേകദേശ ചിത്രമാണിത്. തീർന്നില്ല, പ്രതിരോധ കാര്യത്തിന്റെ ചുമതലക്കാരനായി ഒരു മുൻ സോഷ്യലിസ്റ്റുമുണ്ട്. യുദ്ധം, പ്രകൃതി വിപത്ത്, നരഹത്യകൾ എന്നിവമൂലമുണ്ടാകുന്ന കുഴപ്പത്തെ ലഘൂകരിക്കാൻ ബന്ധപ്പെട്ട കേന്ദ്രങ്ങളിലേക്ക് 'ട്രബിൾ ഷൂട്ടറായി' അദ്ദേഹമാണ് നിയോഗിക്കപ്പെടുന്നത്.""

ഒരുകാലത്ത് ഇപ്പോഴത്തെ പ്രതിരോധമന്ത്രി ജോർജ് ഫെർണാണ്ടസിന്റെ കൂടെ ഞാൻ പ്രവർത്തിച്ചിട്ടുണ്ട്. ഞാൻ സ്നേഹിക്കുകയും ആദരിക്കുകയുംചെയ്ത ആളായിരുന്നു ജോർജ്. ഇന്ദിരാഗാന്ധി പ്രഖ്യാപിച്ച അടിയന്തരാവസ്ഥയെ എതിരിടാൻ എനിക്ക് പ്രചോദനം തന്നവരിലൊരാൾ അദ്ദേഹമായിരുന്നു. ആ സോഷ്യലിസ്റ്റ് നേതാവിന്റെ പതനം, മോദിയുടെ കൂടെ അല്പംപോലും ഉദ്ദേശ്യശുദ്ധിയില്ലാത്ത ഗുജറാത്തിലെ സമാധാനമാർച്ചോടുകൂടി, പൂർത്തിയായിരിക്കുന്നു. ആ പഴയ സോഷ്യലിസ്റ്റ് നേതാവ് ഇന്നില്ല. ഇന്നുള്ളത് അദ്ദേഹത്തിന്റെ നിഴൽപോലുമല്ല. പാർലമെന്റിൽ ഗുജറാത്ത് പ്രശ്നം ഗൗരവമായി ചർച്ച ചെയ്തുകൊണ്ടിരുന്നപ്പോൾ ജോർജ് ഫെർണാണ്ടസിന്റെ ആവലാതി പ്രതിപക്ഷ നേതാവ് സോണിയാഗാന്ധി ച്യൂയിങ്ഗം ചവയ്ക്കുന്നു എന്നായിരുന്നു. അതാണ് അദ്ദേഹത്തെ പ്രകോപിതനാക്കിയത്!

അന്ത്യപ്രശ്നപരിഹാരത്തിന് വി എച്ച് പി, ലക്ഷോപലക്ഷം പ്രവർത്തകരെ അണിനിരത്തുകയും അവർക്ക് പരിശീലനം നല്കുകയും ചെയ്തുകൊണ്ടിരിക്കുമ്പോൾത്തന്നെ എല്ലാ പൗരന്മാർക്കും യാതൊരുവിധ മതപരിഗണനയുമില്ലാതെ പൂർണ്ണ സംരക്ഷണം നല്കുമെന്ന് പ്രധാനമന്ത്രി ഉറപ്പുനല്കുന്നു. വിപരീതദിശയിലുള്ള പ്രവർത്തനങ്ങളും

അഭിപ്രായങ്ങളും ഒരേസമയം ഭരണകക്ഷികളുടെ ഭാഗത്തുനിന്നുണ്ടാകുന്നു. നല്ല മെയ്വഴക്കമുള്ള കായികാഭ്യാസികളെപ്പോലെയാണ് ബി ജെ പി ഭരണാധികാരികൾ പ്രകടനങ്ങൾ നടത്തുന്നത്. ഭരണത്തിൽ തുടരാനും തങ്ങളുടെ ദീർഘകാല അജൻഡ നടപ്പിൽവരുത്താനും ഈ മലക്കംമറിച്ചിലുകൾ ആവശ്യമാണെന്ന് അവർക്കറിയാം.

ഗുജറാത്തിൽനടന്ന കൂട്ടക്കുരുതിയേക്കാൾ ഭയാനകമാണ് കലാപകാരികൾ നല്കുന്ന 'ഇതു വെറും തുടക്കം' എന്ന മുന്നറിയിപ്പ്. ഇതു തുടക്കമെങ്കിൽ അതിന്റെ തുടർച്ചയും ഒടുക്കവുമെന്തെന്നുള്ള ചിന്തപോലും ഭീതിയുണ്ടാക്കുന്നു. അരുന്ധതി റോയ് തുടരുന്നു: "വാഗ്ദത്തം ചെയ്യപ്പെട്ട ഹിന്ദുരാഷ്ട്രം ഇതായിരുന്നുവോ? മുസ്ലിങ്ങളെ ഒതുക്കിക്കഴിഞ്ഞാൽ ഭാരതത്തിലുടനീളം പാലും കൊക്കൊകോളയുമൊഴുകുമോ? രാമക്ഷേത്രം പണിതുകഴിഞ്ഞാൽ ഏവർക്കും ആവശ്യത്തിനുള്ള വസ്ത്രം ലഭിക്കുമോ? ഭക്ഷണം ലഭിക്കുമോ, ഓരോ കണ്ണിൽനിന്നും കണ്ണീർത്തുള്ളികൾ ഒപ്പിയെടുക്കപ്പെടുമോ? അടുത്ത വർഷം, ഇപ്പോൾ നടന്നതിന്റെ വാർഷികം ആഘോഷിക്കപ്പെടുമോ? അതോ, അതിനിടെ വെറുക്കപ്പെടേണ്ട മറ്റൊരു കൂട്ടത്തെ കണ്ടെത്തുമോ? ആദിവാസികൾ, ബുദ്ധമതക്കാർ, ക്രിസ്ത്യാനികൾ, ദളിതർ, പാർസികൾ, സിഖുകാർ? അല്ലെങ്കിൽ ജീൻസ് ധരിക്കുന്നവർ, ഇംഗ്ലീഷ് സംസാരിക്കുന്നവർ? അതുമല്ലെങ്കിൽ തടിച്ച അധരങ്ങളുള്ളവർ, ചുരുണ്ട മുടിയുള്ളവർ? നമുക്കേറെ കാത്തിരിക്കേണ്ടിവരില്ല. അത് തുടങ്ങിക്കഴിഞ്ഞു. ഇപ്പോൾ നടപ്പിലിരിക്കുന്ന (പീഡന) ക്രമങ്ങൾ പിന്തുടരപ്പെടുമോ? ജനങ്ങളുടെ തല വെട്ടിക്കളയുമോ? അവരെ കഷണം കഷണമാക്കി നുറുക്കുമോ? ആ അവശിഷ്ടങ്ങളിൽ ആക്രമികൾ മൂത്രമൊഴിക്കുമോ? ഗർഭിണികളുടെ വയർ പിളർന്ന് ഭ്രൂണത്തെ വലിച്ചെടുത്ത് ഇനിയും വെട്ടിനുറുക്കുമോ? ഇത്തരം അധമസംസ്കാരങ്ങളില്ലാത്ത ഇന്ത്യയെക്കുറിച്ച് ഊഹിക്കാൻ കഴിയില്ലെന്നതാണ് അവസ്ഥ. "ഇന്ത്യ ഒരു ശവകുടീരമാകാൻ പോകുന്നു... ഒരു ശവദാഹപ്പുരയെപ്പോലെ അസഹനീയ ഗന്ധം ചുരത്താൻ പോകുന്നു."

വാഷിങ്ടണിലെ 'ഹോളോകാസ്റ്റ് മ്യൂസിയ'ത്തിൽ ഒരു ട്രെയിൻ കമ്പാർട്ടുമെന്റുണ്ട്. അതിലായിരുന്നു ആയിരക്കണക്കിന് ജൂതന്മാരെ ഗ്യാസ് ചേംബറിലേക്ക് കൊണ്ടുപോയിരുന്നത്. ആ കമ്പാർട്ടുമെന്റിൽ കയറി കുറച്ചുനേരമിരുന്നാൽ കൺമുന്നിൽ തെളിയുക മരണത്തിലേക്ക് തള്ളിവിടപ്പെട്ടവരുടെ ദീനരോദനങ്ങളും അന്ത്യവെപ്രാളവുമാണ്. രണ്ടാം ലോകമഹായുദ്ധകാലത്ത് ഹിറ്റ്ലർ നടത്തിയ വംശീയക്കുരുതിയുടെ ഭീതിദദൃശ്യങ്ങൾ. ലിയോൺ യൂറിസിന്റെ *എക്സോഡസ്* എന്ന നോവലിലും തോമസ് കെന്യല്ലിയുടെ *ഷിൻഡ്ലേഴ്സ് ലിസ്റ്റിലും* വിവരിക്കപ്പെട്ടിട്ടുള്ളത് വംശീയ ദുരന്തത്തിന്റെ ദൈന്യതകൾത്തന്നെ. ചരിത്രം ആവർത്തിച്ചുകൊണ്ടേയിരിക്കുന്നു.

ഗുജറാത്തിൽ നടന്ന കൂട്ടക്കൊലയിൽ തീവ്രവാദികളല്ലാത്ത ഹിന്ദു

ക്കളെല്ലാം ദുഃഖിതരാണ്. 'ഗരാവി ഗുജറാത്തി' എന്നാണ് ഗുജറാത്തികൾ പണ്ട് സ്വയം വിശേഷിപ്പിച്ചിരുന്നത് - അർത്ഥം 'അഭിമാനിയായ ഗുജറാത്തി' എന്ന്. പത്തൊൻപതാം ശതകത്തിൽ ഗുജറാത്തിൽ ജീവിച്ച മഹാനായൊരു കവിയും സാമൂഹിക ചരിത്രകാരനുമായിരുന്ന നർമ്മദാശങ്കർ ലാൽശങ്കർ 'ജയ്ജയ് ഗരാവി ഗുജറാത്ത്' എന്നൊരു മനോഹരമായ കവിത തന്റെ ദേശത്തെക്കുറിച്ച് രചിച്ചിട്ടുണ്ട്. ഗുജറാത്ത് ആർക്കെല്ലാം അവകാശപ്പെട്ടതാണെന്ന ചോദ്യത്തിന് കവിയുടെ ഉത്തരം, ജാതി-മത-സമുദായ ഭേദമന്യേ ഗുജറാത്തി ഭാഷ സംസാരിക്കുന്ന ഒരോരുത്തരുടേതുമാണ് ആ ധന്യദേശമെന്നായിരുന്നു.

ജൈനദർശനമനുസരിച്ച് സാർവ്വലൗകിക സ്നേഹത്തിലും ക്ഷമയിലും അദ്ദേഹം വിശ്വസിച്ചു. ഗാന്ധിജി തന്റെ ദർശനത്തിനും അഹിംസാസിദ്ധാന്തത്തിനും അടിത്തറ പാകിയത് നർമ്മദാശങ്കറിൽനിന്നു പ്രചോദനം ഉൾക്കൊണ്ടുകൊണ്ടായിരുന്നു. ഇന്ന് നർമ്മദാശങ്കറിന്റെയും ഗാന്ധിയുടെയും നാട്ടിൽ നരമേധം നടക്കുകയാണ്. പന്ത്രണ്ടു വയസ്സിനും പതിനഞ്ചു വയസ്സിനുമിടയ്ക്കുള്ള ആൺകുട്ടികൾ പോലും കൊലപാതകികളും ബലാത്സംഗക്കാരുമാകുന്ന അവസ്ഥ അതിഭീകരംതന്നെ. അതുകേട്ടാണ് എഴുത്തുകാരനായ രുചിർ ജോഷി ഒരുകാലത്ത് കൊല്ക്കത്തയിൽ വളർന്നത്. തന്റെ ജന്മദേശത്തെക്കുറിച്ച് കേട്ടും അറിഞ്ഞും അനുഭവിച്ചും ജോഷി തന്റെ ബാല്യത്തിൽനിന്ന് യൗവനത്തിലെത്തി. ഇപ്പോഴദ്ദേഹം ജീവിക്കുന്നത് ആസ്ത്രേലിയയിലാണ്. അഡലൈഡിലും സിഡ്നിയിലും അലഞ്ഞുതിരിയുമ്പോൾ ഇപ്പോഴും 'ഗരാവി ഗുജറാത്തി' എന്ന പദങ്ങളുടെ മാറ്റൊലി ജോഷി കേൾക്കുന്നു. അദ്ദേഹം ചുറ്റും നോക്കുന്നു - ഇല്ല, ആരും തന്നെ ഗുജറാത്തിയെന്നു തിരിച്ചറിയുന്നില്ല. തവിട്ടുതൊലിയുള്ള ഒരു പാകിസ്ഥാനി അല്ലെങ്കിൽ ഒരു ശ്രീലങ്കക്കാരൻ അതുമല്ലെങ്കിൽ ഒരു ദക്ഷിണേന്ത്യക്കാരൻ. ഭാഗ്യം, 'കൊലയാളി ഗുജറാത്തി'കളിലൊരാളാണ് താനെന്ന് ഒരു ആസ്ത്രേലക്കാരനും തിരിച്ചറിയുന്നില്ലല്ലോ - ജോഷിക്ക് അനല്പമായ ആശ്വാസം. ഗുജറാത്തിൽ 'കലിയുഗം' പിറന്നുവെന്നു പറയുമ്പോൾ, അതിനേക്കാളൊക്കെ ഭീകരമായൊരു കാലഘട്ടത്തിലാണ് ഇന്ന് ഗുജറാത്തെന്ന് ജോഷി പ്രതികരിക്കുന്നു. കഴിഞ്ഞവർഷം ആയിരങ്ങളുടെ ജീവനൊടുക്കിയ ഭൂചലനത്തെക്കാൾ ഭീകരമായ അവസ്ഥയാണിന്ന് സംജാതമായിട്ടുള്ളത്. സമൂഹത്തിന്റെ മാറാണിപ്പോൾ പിളർന്നുമാറിയിരിക്കുന്നത്. സസ്യഭുക്കുകൾ മനുഷ്യമാംസം തിന്നുന്നവരായി മാറിയിരിക്കുന്നു. 'അംബമാത'യുടെ ഭക്തർ പെൺകുട്ടികളെ കൂട്ടബലാത്സംഗത്തിനിരയാക്കുന്നു..., ഗുജറാത്തിന്റെ വർത്തമാനകാലം വിരചിക്കുകയാണ് ജോഷി.

ഇപ്പോൾ ഗുജറാത്തിൽ നടക്കുന്ന കലാപങ്ങൾക്ക് പ്രധാനമായും രണ്ട് ലക്ഷ്യങ്ങളാണുള്ളത്. സംസ്ഥാനത്തെ മുസ്ലിങ്ങളെ ഇനിയൊരിക്കലും ഉയർന്നുവരാത്ത വണ്ണം സർവ്വശക്തിയുപയോഗിച്ച് ആക്രമി

ക്കുക; അങ്ങനെയവരെ മാനസികമായും ശാരീരികമായും തകർക്കുക - ഇതാണ് ഒന്നാമത്തെ ലക്ഷ്യം. സംസ്ഥാനത്ത് ഹിന്ദുത്വവാദികളുടെ ശക്തികളുടെ സ്ഥാനം ഒരിക്കലുമിളകാത്ത നിലയ്ക്ക് ഉറപ്പിക്കുക എന്നത് രണ്ടാമത്തെ ലക്ഷ്യവും. ഗുജറാത്തിൽ ഇന്ന് സമാധാനമാണ് ഏറ്റവും വലിയ ശത്രു.

അഭയാർത്ഥിക്യാമ്പുകളിൽ കഴിയുന്ന മുസ്ലിങ്ങൾ സ്വഭവനങ്ങളിലേക്ക് മടങ്ങുന്നതിനെക്കുറിച്ച് സ്വപ്നംപോലും കാണാനാവാത്ത അവസ്ഥയിലാണ്. സംഘ്പരിവാർ, മടങ്ങിവരാനുദ്ദേശിക്കുന്ന അഭയാർത്ഥികൾക്കു മുന്നിൽ കടുത്ത വ്യവസ്ഥകളാണ് നിരത്തുന്നത്. ഹിന്ദുക്കളുടെ സൗമനസ്യം നേടാൻ ശ്രമിക്കണം, മതം മാറണം, താടി എടുത്തുകളയണം, അവരുടെ കാറുകളും മറ്റും ഹിന്ദുക്കൾക്ക് നിർബ്ബാധം ഉപയോഗിക്കാൻ വിട്ടുകൊടുക്കണം, ഹിന്ദുക്കളുടെ ചടങ്ങുകളിൽനിന്ന് വിട്ടുനില്ക്കണം തുടങ്ങിയവ നിബന്ധനകളുടെ ഏതാനും ഉദാഹരണങ്ങൾ മാത്രം. ഹിന്ദുത്വവാദികൾക്കെതിരെയുള്ള ബലാത്സംഗക്കേസുകളും കൊലക്കേസുകളും പിൻവലിക്കണമെന്നതും അവരുടെ ആവശ്യങ്ങളിൽ ഒന്നാണ്.

സുപ്രീംകോടതി മുൻ ചീഫ് ജസ്റ്റിസ് എ എം അഹ്മദി പറയുന്നു: "ഗുജറാത്ത് എന്റെ സംസ്ഥാനമാണ്. ഞാനിവിടെയാണ് ജനിച്ചതും വളർന്നതും. ഞാൻ ഉന്നതവിദ്യാഭ്യാസം നേടിയതും അഭിഭാഷകനായി ജോലിതുടങ്ങിയതും ഇവിടെ വെച്ചാണ്. 'നിയമം പുലരുന്ന നാട്' എന്ന് ഗുജറാത്തിനെക്കുറിച്ച് ഞാൻ അഭിമാനം കൊള്ളുമായിരുന്നു. എന്താണ് എന്റെ സംസ്ഥാനത്തിന് സംഭവിച്ചത്? വർഷങ്ങളായി തുടർന്നുവരുന്ന രാഷ്ട്രീയ വിഭാഗീയതയുടെ ഇരയാവുകയായിരുന്നു ഗുജറാത്ത്. തങ്ങളുടെ ഹിന്ദുസഹോദരങ്ങളോടൊപ്പം സമൂഹത്തിന്റെ മുഖ്യധാരയിൽ ചേരാൻ വെമ്പിയ മുസ്ലിങ്ങളായിരുന്നു അക്രമികളുടെ മുഖ്യലക്ഷ്യം. വീടും വ്യാപാരസ്ഥാപനങ്ങളും നഷ്ടപ്പെട്ട അവർക്കിനി അവശേഷിക്കുന്നത് ചേരികളിലെ ജീവിതം മാത്രം.

"ഭൂരിപക്ഷത്തിന്റെ ഭീഷണിയും ശക്തിയും പ്രശ്നങ്ങൾക്കുള്ള പരിഹാരമല്ല. ഇരുവിഭാഗങ്ങളും പരസ്പരം സ്നേഹിക്കുകയും ബഹുമാനിക്കുകയും ചെയ്യുകമാത്രമാണ് ഏകപരിഹാരം. വെറുപ്പിലും ശത്രുതയിലും ഊന്നിനിന്നുകൊണ്ടുള്ള പ്രവർത്തനം നമുക്കവസാനിപ്പിക്കാം. സാമുദായിക സൗഹാർദ്ദത്തിനായി നമുക്ക് ശ്രമിക്കാം. നമുക്ക് പരസ്പരവിശ്വാസം പുനഃസ്ഥാപിക്കാൻ ആത്മാർത്ഥമായി യത്നിക്കാം", അഹമ്മദി നിർദ്ദേശിക്കുന്നു.

ഈ പശ്ചാത്തലത്തിൽ അരുന്ധതി റോയിയുടെ വിലയിരുത്തൽ ശ്രദ്ധേയമാണ്. "ഇന്ത്യയിലെ പ്രശ്നങ്ങൾ പരിഹരിക്കാൻ ശിവസേനാ നേതാവ് ബാൽ താക്കറെ ഒരു ആഭ്യന്തരയുദ്ധത്തിന് ആഹ്വാനം ചെയ്തിരിക്കയാണ്. അത്തരമൊരു യുദ്ധമുണ്ടായാൽ പാകിസ്ഥാൻ നമ്മെ

ബോംബ് ചെയ്യേണ്ടതുണ്ടാവില്ല; നാം തന്നെ നമുക്കെതിരെ ബോംബാ
ക്രമണം നടത്തിയിരിക്കും. ഭാരതം മൊത്തത്തിൽ ഒരു കശ്മീരോ ബോ
സ്നിയയോ പലസ്തീനോ റുവാണ്ടയോ ആയി മാറും. നമുക്ക് പരസ്
പരം ആക്രമിക്കുവാനും കൊലചെയ്യുവാനും വിലപിടിപ്പുള്ള ആയുധങ്ങൾ
വാങ്ങിക്കൂട്ടാം. നാം ചിന്തുന്ന ചോരയിൽ ബ്രിട്ടീഷ് – അമേരിക്കൻ
ആയുധനിർമ്മാതാക്കൾ തടിച്ചുകൊഴുക്കട്ടെ... കാര്യങ്ങൾ നന്നായി നട
ക്കുന്നുവെങ്കിൽ, ഇന്ത്യ അഫ്ഗാനിസ്ഥാനെപ്പോലെയായിത്തീരും. നമ്മുടെ
കൃഷിഭൂമിയെല്ലാം മൈൻ ചെയ്യപ്പെട്ടാൽ, കെട്ടിടങ്ങൾ തകർക്കപ്പെട്ടാൽ,
ഉല്പാദന അടിത്തറ നശിപ്പിക്കപ്പെട്ടാൽ, നമ്മുടെ കുഞ്ഞുങ്ങൾ ശാരീ
രികമായും മാനസികമായും തകർക്കപ്പെട്ടാൽ, നാം സ്വയം ഉല്പാദിപ്പിച്ച
വെറുപ്പിൽ നാം ഏറക്കുറെ തുടച്ചുമാറ്റപ്പെട്ടാൽ, നമുക്ക് വിമാനങ്ങളിൽ
ഭക്ഷണ പ്പൊതികൾ എറിഞ്ഞുതരുവാൻ അമേരിക്കയോട് ആവ
ശ്യപ്പെടാം.''

ഭാരതത്തിന്റെ സാംസ്കാരിക പൈതൃകത്തിൽ അഭിമാനം കൊള്ളുന്ന
രുചിർ ജോഷി, ഇന്നത്തെ അവസ്ഥയിൽ ദുഃഖിതനാണ്. അദ്ദേഹം പറ
യുന്നു: 'ഇനിയും എങ്ങനെയാണ് ഗുജറാത്തികൾക്ക് മുൻപത്തെപ്പോലെ
ജീവിക്കാനാവുക? ക്ഷേത്രങ്ങൾക്കും പള്ളികൾക്കും മുന്നിൽ കാർ
നിർത്തി പ്രാർത്ഥിക്കാനാവുക? കുട്ടികളുടെ മേൽ പെട്രോളൊഴിച്ച് അവരെ
കത്തിച്ചുകൊല്ലാൻ ഏത് ദൈവമാണവർക്ക് അനുവാദം കൊടുത്തിട്ടു
ള്ളത്? ഉപനിഷത്തിലെയും *രാമായണത്തിലെയും* *മഹാഭാരതത്തിലെയും*
ഏതു ഭാഗമാണ് കൊലയും കൊള്ളയും ന്യായീകരിക്കുന്നത്? സീതയോ
ദ്രൗപദിയോ സ്ത്രീകളെ കുത്തിക്കൊല്ലുന്നതിനുമുമ്പ് ബലാത്സംഗം
ചെയ്യാൻ അനുശാസിക്കുന്നുണ്ടോ? നിരപരാധികളായവരെ കൊല്ലുന്ന
തിനു നേതൃത്വം നല്കാൻ പൊലീസുകാർക്ക് തുണയാവുന്നത് ഏത്
നീതിശാസ്ത്രമാണ്, ഏത് ധർമ്മമാണ്? ഇതൊക്കെ ഓർക്കുമ്പോൾ ഒരു
കാര്യം എനിക്ക് വ്യക്തമാവുന്നു. ഗുജറാത്തിലെ അക്രമികൾ അസ്സൽ
നിരീശ്വരരാണ്. അല്ലാഹു തീവണ്ടി കത്തിക്കാൻ ഒരിക്കലും ആവശ്യ
പ്പെടില്ല. കർമ്മത്തിലും പുനർജ്ജന്മത്തിലും വിശ്വസിക്കുന്നവർക്ക് ഒരു
ഗർഭിണിയുടെ വയറുകീറി കുഞ്ഞിനെ പുറത്തെടുത്ത് അതിനെ അരി
ഞ്ഞുകളയാനാവില്ല. അവർ സ്വയം ഹിന്ദുക്കളെന്നോ മുസൽമാന്മാരെന്നോ
വിശേഷിപ്പിക്കട്ടെ, അവർ കടുത്ത ദൈവനിന്ദകരാണ്. ദൈവത്തെ കുടില
കൃത്യങ്ങൾ നടത്താനുള്ള മറയാക്കുകയാണവർ.'

ഗുജറാത്ത് കലാപം ആരംഭിച്ച ഒന്നാം നാൾമുതൽത്തന്നെ മനുഷ്യനെ
പെട്രോളോ മണ്ണെണ്ണയോ ഒഴിച്ച്, അല്ലെങ്കിൽ എരിയുന്ന തീക്കുണ്ഡത്തി
ലേക്ക് വലിച്ചെറിഞ്ഞ് കൊല്ലുന്നത് ഒരു പതിവുസംഭവമായിരിക്കുന്നു.
ഗോധ്രയിൽ തുടങ്ങിയ കൂട്ടക്കുരുതിതന്നെ കുട്ടികളും മുതിർന്നവരും അട
ങ്ങുന്ന മനുഷ്യജീവികളെ തീകൊടുത്തുകൊണ്ടായിരുന്നുവല്ലോ. പിന്നീട്,
ഗുജറാത്തിലെ തെരുവുകളിലൂടെ തീപിടിച്ച ശരീരങ്ങൾ ആർത്തലച്ചു

കൊണ്ട് അതിദാരുണമായ മരണത്തിലേക്കു പായുന്നത് നാം കണ്ടുകൊണ്ടിരിക്കുന്നു. അവസാനം അവ തളർന്നുവീഴുന്നു. ശരീരങ്ങളുടെ ചിത പിടഞ്ഞുപിടഞ്ഞ് കത്തിത്തീരുന്നു. ഇതാണോ ഹിന്ദുത്വത്തിന്റെ മുഖം? സബർമതി എക്സ്പ്രസിൽ യാത്രചെയ്ത നിരപരാധികളെ തീയിട്ടുകൊന്നതാണോ ഇസ്ലാമിന്റെ മുഖം? കടുത്ത ഭയവും വിഹ്വലതയും നമ്മെ പൊതിയുന്നു.

വിവേകാനന്ദൻ വിഭാവനം ചെയ്ത ഹിന്ദുദർശനത്തിലാണ് താൻ വിശ്വസിക്കുന്നതെന്ന് വാജ്പേയി നടത്തിയ പ്രസ്താവന ഈ ലേഖനപരമ്പരയുടെ തുടക്കത്തിൽത്തന്നെ സൂചിപ്പിച്ചിരുന്നുവല്ലോ. ഇവിടെ ഉദ്ധരിക്കുന്നത് വിവേകാനന്ദൻ രചിച്ച ഒരു കവിതയുടെ പ്രസക്ത ഭാഗങ്ങളുടെ ഏകദേശ വിവർത്തനമാണ്:

'കുന്നുകളിലും താഴ്വരകളിലും പർവ്വതനിരകളിലും ഹിന്ദുക്ഷേത്രങ്ങളിലും ക്രിസ്ത്യൻദേവാലയങ്ങളിലും മുസ്ലിംപള്ളികളിലും വൃഥാ ഞാൻ നിന്നെത്തേടിയലഞ്ഞു... ദിനരാത്രങ്ങളും വർഷങ്ങളും കടന്നുപോയി. എന്റെ മസ്തിഷ്കത്തിൽ അഗ്നി നീറിപ്പുകഞ്ഞു. പകൽ രാവിലൊടുങ്ങിയതെപ്പോഴെന്ന് ഞാൻ അറിഞ്ഞില്ല. എന്റെ ഹൃദയം പിളരുകയാണെന്ന് തോന്നി. ഞാൻ ഗംഗാതീരത്ത് വെയിലും മഴയും കൊണ്ടുകിടന്നു. എല്ലാ പുണ്യാത്മാക്കളേയും വിളിച്ചുകേണു – 'മഹിതാത്മാക്കളെ, എനിക്കു കാരുണ്യപൂർവ്വം നേർവഴി കാണിച്ചാലും.'

'വർഷങ്ങൾ വീണ്ടും കടന്നുപോയി... അങ്ങനെ ഒരുനാൾ, എന്റെ രോദനങ്ങൾക്കിടയിൽ അതീവ ശാന്തവും കാരുണ്യപൂർവ്വവുമായ ശബ്ദത്തിൽ ആരോ എന്നെ 'എന്റെ മകനേ, എന്റെ മകനേ' എന്നു വിളിക്കുന്നതായി തോന്നി. എന്റെ ഹൃദയതന്ത്രികളിൽ ആ വാക്കുകൾ രോമാഞ്ചം ചൊരിഞ്ഞു.'

'...മിന്നൽപ്പിണർ കണക്കെയൊരു പ്രകാശധാര എന്റെ ആത്മാവിനെ പ്രഭാപൂരിതമാക്കി. എന്റെ ഹൃദയാന്തരാളം പ്രവിശാലമായി. ആനന്ദം, പരമാനന്ദം... എന്താണ് ഞാൻ കാണുന്നത്? എന്റെ സ്നേഹം, എന്റെ സ്നേഹസർവ്വസ്വം മുന്നിൽ വന്നുദിച്ചിരിക്കയാണല്ലോ. ഞാൻ ഇക്കാലമത്രയും നിന്നെ, നിന്നെമാത്രം, തിരയുകയായിരുന്നു.

'...പാവനസൗഹൃദങ്ങൾ കൈകൾ കോർക്കുമ്പോൾ, നീ മദ്ധ്യവർത്തിയാവുന്നു. അമ്മയുടെ ചുംബനത്തിൽ അമൃതം പകർന്നത് നീയാണ്. കൊച്ചുകുഞ്ഞിന്റെ കിളിക്കൊഞ്ചലിൽ നിറഞ്ഞുനില്ക്കുന്നതും നീതന്നെയാണല്ലോ. പണ്ടത്തെ പ്രവാചകർക്കൊപ്പം, എന്റെ ദൈവമേ, നീയുണ്ടായിരുന്നു. സർവ്വമതങ്ങളും നിന്നിൽനിന്നുത്ഭൂതമാകുന്നു. വേദങ്ങളും *ബൈബിളും ഖുർആനും* നിന്റെ അപദാനങ്ങൾ പ്രകീർത്തിക്കുന്നു......"

ഈ വിവേകാനന്ദദർശനത്തെ കവിഭാവനകൂടിയുള്ള പ്രധാനമന്ത്രി വാജ്പേയിക്ക് ഉൾക്കൊള്ളാനാകുമോ? അദ്ദേഹത്തിൻെറ വാക്കുകളും പ്രവർത്തനങ്ങളും നല്കുന്ന ഉത്തരം നിഷേധാത്മകമാണ്.

സാംസ്കാരിക ആക്രമണം, സാമ്പത്തികമായി തകർക്കൽ, മതപരമായ ആക്രമണം ഇതു മൂന്നുമാണ് ഗുജറാത്തിൽ അരങ്ങേറിയത്. നാളെ ഇന്ത്യയിൽ നടക്കാൻ പോകുന്ന വർഗ്ഗീയ കലാപത്തിന്റെയൊരു ബ്ലൂപ്രിന്റാണോ ഗുജറാത്തിലേത്? ആ ചിന്തപോലും നമ്മെ അസ്വസ്ഥരാക്കുകയും നടുക്കുകയും ചെയ്യുന്നു. ഗുജറാത്തിൽ ഭരണകൂടം വർഗ്ഗീയമാണ്. ഭരണകൂടം വർഗ്ഗീയമാകുന്നതിന്റെ പ്രത്യാഘാതം സമൂഹം വർഗ്ഗീയമാകുന്നതിനേക്കാൾ അപകടകരമത്രെ. വർഗ്ഗീയ ഭരണകൂടത്തിൽനിന്ന് സമൂഹത്തിനു രക്ഷയില്ലാത്ത സ്ഥിതി അതോടെ സംജാതമാകും. മതത്തിന്റെ പേരിൽ ആയുധമെടുത്തുതുടങ്ങിയാൽ ആഭ്യന്തരയുദ്ധത്തിലേക്ക് ഇന്ത്യ നീങ്ങാൻ ഇനി ഏറക്കാലം വേണ്ടിവരില്ല. ഇത് രാജ്യത്തിന്റെ ഭാവിയുമായി ബന്ധപ്പെടുത്തി കാണേണ്ട ഒന്നാണ്. ആ രീതിയിൽ വേണം നാം ഗുജറാത്ത് പ്രശ്നത്തെ വിലയിരുത്താൻ. ഇന്ന് അവരവർ വിശ്വസിക്കുന്ന മതത്തിനുവേണ്ടി മരിക്കാൻ സന്നദ്ധരായ ആയിരക്കണക്കിനാളുകളുണ്ട്. എന്നാൽ മതം അനുശാസിക്കുന്ന ദർശനങ്ങളുൾക്കൊള്ളാനോ അതനുസരിച്ച് ജീവിക്കാനോ തയ്യാറുള്ളവർ വളരെ വിരളമാണെന്നതാണ് ദുഃഖകരമായ സത്യം.

– *മാതൃഭൂമി ദിനപത്രം*, 2002 മെയ് 13-18
(രോഷത്തിന്റെ വിത്തുകൾ, *മാതൃഭൂമി* ബുക്സ്)

പത്രമാധ്യമങ്ങളും വിദേശമൂലധനവും

"പത്രമാധ്യമങ്ങളെ ബഹുരാഷ്ട്ര കുത്തകകൾക്ക് വില്ക്കുന്നത് ന്യായീകരിക്കാമെങ്കിൽ ഭരണനിർവ്വഹണം, നിയമനിർമ്മാണം, നീതിന്യായവ്യവസ്ഥ എന്നീ മൂന്ന് അടിസ്ഥാനസ്ഥാപനങ്ങളും വിദേശികൾക്ക് അടിയറവെച്ചുകൂടെ?"

- എ ജി നൂറാണി

ഇന്ത്യൻ പത്രമാധ്യമമേഖലയിൽ വിദേശമൂലധന നിക്ഷേപം അനുവദിക്കുന്നതിനെക്കുറിച്ച് വീണ്ടും ചർച്ചകളാരംഭിച്ചിട്ടുണ്ട്. ആഗോളവല്ക്കരണവും ഉദാരീകരണവും രാജ്യത്തിന്റെ സമസ്തമേഖലകളെയും അപായകരമായി ഗ്രസിച്ചുകൊണ്ടിരിക്കുന്ന പശ്ചാത്തലത്തിലാണ് പ്രത്യേക താല്പര്യങ്ങളുള്ള ചില കേന്ദ്രങ്ങൾ ദൂരവ്യാപകമായി പ്രത്യാഘാതങ്ങളുണ്ടാക്കുന്ന ഈ ചർച്ചകൾ പുനരാരംഭിച്ചിട്ടുള്ളത്. പത്രമാധ്യമരംഗത്തുതന്നെ പ്രവർത്തിക്കുന്ന ചിലർക്കൂടി അവരിൽപ്പെടുന്നുവെന്നതാണ് കൂടുതൽ ഖേദകരം. ഭക്ഷ്യവസ്തുക്കൾ, കാറുകൾ, ഇലക്ട്രോണിക് ഉപകരണങ്ങൾ, വസ്ത്രങ്ങൾ എന്നിവയെപ്പോലെ വെറുമൊരു ഉപഭോഗ ഉല്പന്നമായി, ജനാധിപത്യപ്രക്രിയയ്ക്കും അഭിപ്രായ രൂപീകരണത്തിനുമൊക്കെ അടിത്തറയായി നിലനില്ക്കുന്ന പത്രമാധ്യമത്തെ കാണുന്നത് അത്യന്തം ആപല്ക്കരമാണ്.

1954 ലെ പ്രഥമ പ്രസ് കമ്മീഷന്റെ ശുപാർശകളുടെ അടിസ്ഥാനത്തിൽ പ്രധാനമന്ത്രി ജവഹർലാൽ നെഹ്റുവിന്റെ നേതൃത്വത്തിലുണ്ടായിരുന്ന മന്ത്രിസഭ 1955 ൽ രൂപം നല്കിയ പത്രമാധ്യമനയം ഈ മേഖലയിൽ ഇന്നും മാർഗ്ഗദർശിയായി നിലനില്ക്കുന്നു. രാജ്യത്ത് വിദേശികൾ പത്രമാധ്യമങ്ങൾ നടത്തുന്നതും അവരുടെ മൂലധനം അതിന് ഉപയോഗപ്പെടുത്തുന്നതും പ്രസ്തുത നയം കർശനമായി നിരോധിച്ചിട്ടുണ്ട്.

വിദേശികൾ നടത്തുന്ന, അല്ലെങ്കിൽ നിയന്ത്രിക്കുന്ന, പത്രങ്ങൾക്കോ ആനുകാലിക പ്രസിദ്ധീകരണങ്ങൾക്കോ ഇന്ത്യൻ പതിപ്പുകൾ ഉണ്ടാകുന്നതും വിലക്കപ്പെട്ടിട്ടുണ്ട്. ഇത് തയ്യാറാക്കിയ നെഹ്റു മന്ത്രിസഭയിൽ അബുൽകലാം ആസാദ്, ഗോവിന്ദ്വല്ലഭ പാന്ത്, സി ഡി ദേശ്മുഖ്, ജഗ്ജീവൻറാം, ടി ടി കൃഷ്ണമാചാരി, ലാൽബഹദൂർ ശാസ്ത്രി, രാജ്കുമാരി അമൃത്കൗർ തുടങ്ങിയ പ്രഗല്ഭമതികളുണ്ടായിരുന്നു. രാജ്യത്തിന്റെ പരമാധികാരം, ദേശീയത, അഖണ്ഡത, ജനാധിപത്യഭരണക്രമം തുടങ്ങിയവയെ അടിസ്ഥാനമാക്കിയാണ് മാധ്യമനയത്തിന് രൂപം നല്കപ്പെട്ടത്. വിദേശ-ബഹുരാഷ്ട്രപത്രകുത്തകകളുടെ കടന്നുകയറ്റം ദേശീയപത്രസ്ഥാപനങ്ങളുടെ അടിത്തറതന്നെ തകർക്കുമെന്ന് ആ നയം ദീർഘദർശനം ചെയ്തിരുന്നു. പത്രമാധ്യമമേഖലയിലെ വിദേശമൂലധനവും നിയന്ത്രണവും ഇന്ത്യൻജനതയുടെ അഭിപ്രായരൂപീകരണപ്രക്രിയയെ പ്രതികൂലമായി ബാധിക്കുമെന്നും അത് ദേശീയ ജനാധിപത്യ വ്യവസ്ഥയെ അട്ടിമറിക്കുമെന്നും മാധ്യമനയത്തിന് രൂപം നല്കിയവർ മുൻകൂട്ടി കണ്ടിരിക്കാം.

ഈ നയത്തിന്റെ ഉദ്ദിഷ്ടലക്ഷ്യങ്ങളെക്കുറിച്ച് അടുത്തകാലം വരെയും അഭിപ്രായവ്യത്യാസങ്ങളൊന്നുമുണ്ടായിരുന്നില്ല. രാജ്യതാല്പര്യങ്ങൾക്കും പത്രവ്യവസായത്തിനും ഏറ്റവും അനുഗുണമായതെന്ന് ബോദ്ധ്യപ്പെട്ടതിന്റെ അടിസ്ഥാനത്തിലാണ് ഇന്ത്യൻ ന്യൂസ് പേപ്പർ സൊസൈറ്റി (ഐ എൻ എസ്) അച്ചടി മാദ്ധ്യമമേഖലയിലെ വിദേശമൂലധനനിക്ഷേപത്തെ ശക്തമായെതിർത്തുകൊണ്ട് ഏകകണ്ഠമായി ഒരു പ്രമേയം അംഗീകരിച്ചത്. എന്നാൽ ഏകദേശം അഞ്ചുദശകങ്ങൾക്ക് മുൻപ് അംഗീകരിക്കപ്പെട്ട പത്രമാധ്യമനയത്തിന്റെ പ്രസക്തിതന്നെ നഷ്ടപ്പെട്ടിരിക്കുന്നുവെന്നാണ് ഐ എൻ എസിലെ ചില അംഗങ്ങൾ ഇപ്പോൾ പറയുന്നത്. വിദേശമൂലധനനിക്ഷേപത്തിനെതിരെ ഐ എൻ എസ്, പ്രമേയം അംഗീകരിച്ചത് ഏകകണ്ഠമായിട്ടായിരുന്നു എന്ന കാര്യം അവർ വിസ്മരിക്കുന്നു. ഒരു വിഭാഗത്തിന് എതിർപ്പുണ്ടെങ്കിൽത്തന്നെ ഭൂരിപക്ഷതീരുമാനമാണല്ലോ ഒരു പൊതുപ്രശ്നത്തിൽ പ്രസക്തം. പാർലമെന്റിൽ അവതരിപ്പിക്കപ്പെട്ട ഒരു ബില്ലിന് ഭൂരിപക്ഷം അംഗങ്ങൾ അംഗീകാരം നല്കിയാൽ അത് നിയമമായിത്തീരാതെ തരമില്ല. ഏതാനും ചിലരുടെ എതിർപ്പിന് പ്രസക്തിയില്ലാതായിത്തീരുന്നു. അതുപോലെത്തന്നെ ഭൂരിപക്ഷം ജഡ്ജിമാരുടെ പിന്തുണയോടെ സുപ്രീംകോടതി ഒരു കേസിൽ വിധി പ്രസ്താവിക്കുന്നുവെന്നിരിക്കട്ടെ, ഭിന്നാഭിപ്രായം പ്രകടിപ്പിച്ച ജഡ്ജിമാർക്ക് പ്രസ്തുത വിധിയെ തടയാനവകാശമുണ്ടാവുകയില്ലല്ലോ. ഐ എൻ എസ് പ്രമേയത്തെ എതിർക്കുന്നവർക്ക് കരണീയമായിട്ടുള്ളത് അംഗീകരിക്കപ്പെട്ട രേഖയ്ക്ക് ബദലായി മറ്റൊരു പ്രമേയം അവതരിപ്പിച്ച് പാസാക്കിയെടുക്കുക മാത്രമാണ്.

ആഗോളവല്ക്കരണത്തിന്റെയും ഉദാരീകരണത്തിന്റെയും ഈ കാലഘട്ടത്തിൽ നെഹ്റുവും ആസാദും പാന്തും ദേശ്മുഖും ജഗ്ജീവൻറാമും

കൃഷ്ണമാചാരിയും മറ്റും ചിലർക്ക് വെറും പഴഞ്ചൻ നേതാക്കൾ മാത്ര
മാണ്. ഈ മഹാരഥന്മാർ ഇന്ത്യൻ സ്വാതന്ത്ര്യസമരത്തിന്റെ കുരുക്ഷേത്ര
ഭൂമിയിൽ വൈദേശിക കൊളോണിയൽ ശക്തിക്കെതിരെ പോരാടിയ
വരാണ്. കൊടിയ മർദ്ദനവും ജയിൽവാസവും അനുഭവിച്ചവരാണ്. വിദേ
ശമേധാവിത്വത്തിനെതിരെ സ്വദേശിപ്രസ്ഥാനം നയിച്ചവരാണവർ. അവരെ
പഴഞ്ചന്മാരെന്നു വിളിക്കുന്നവർ സ്വാതന്ത്ര്യസമരത്തെക്കുറിച്ചറിഞ്ഞത്
ഇന്ത്യാചരിത്രപുസ്തകത്തിൽനിന്നാണ്. വിയർപ്പും ചോരയും നല്കി
ബ്രിട്ടനിൽനിന്ന് സ്വാതന്ത്ര്യം നേടിത്തന്ന ദേശീയനേതാക്കൾക്ക്
വൈദേശിക മൂലധനത്തിനും സ്വാധീനങ്ങൾക്കുമെതിരെ എതിർപ്പുണ്ടാ
കുന്നത് തികച്ചും സ്വാഭാവികം. അതുകൊണ്ടുതന്നെയാണ് അവർക്ക്
സ്വദേശാഭിമാനത്തിന് ഊന്നൽ നല്കുന്ന ഒരു പത്രമാധ്യമനയത്തിന് രൂപം
നല്കാനായതും.

ഇപ്പോൾ പത്രമാധ്യമമേഖലയിൽ വിദേശമൂലധനത്തിനുവേണ്ടി വാദി
ക്കുന്നവർ ചൂണ്ടിക്കാണിക്കുന്നത് മാധ്യമരംഗത്തുണ്ടായിട്ടുള്ള മുന്നേ
റ്റത്തിനെതിരെ ഇന്ത്യക്ക് പുറംതിരിഞ്ഞു നില്ക്കാനാവില്ലെന്നാണ്.
ഇലക്ട്രോണിക് അച്ചടിമാധ്യമമേഖല സാക്ഷ്യം വഹിച്ചുകൊണ്ടിരിക്കു
ന്നത് വിസ്മയകരങ്ങളായ മാറ്റങ്ങൾക്കാണെന്നും അവർ ആകാം
ക്ഷാഭരിതരായി നിരീക്ഷിക്കുന്നു. ഡയറക്ട്-ടു-ഹോം ടെലിവിഷനടക്ക
മുള്ള സാറ്റലൈറ്റ് ടി വി ശൃംഖല, ഇന്റർനെറ്റ് എന്നിവയ്ക്ക് വാതിൽ
മലർക്കെ തുറന്നിട്ടുകൊടുത്ത നാം എന്തിന് അച്ചടിമാധ്യമമേഖലയിലെ
വിദേശമൂലധന നിക്ഷേപത്തിനു മാത്രം വിലങ്ങടിച്ചു നില്ക്കുന്നു എന്നാ
ണവരുടെ ചോദ്യം. ഇന്ത്യൻ പത്രമാധ്യമങ്ങളുടെ നിലവാരം താഴ്ന്നു
കൊണ്ടിരിക്കയാണെന്നും ഈ രംഗത്ത് വിദേശപത്രങ്ങളുടെ മത്സരം
വന്നാൽ ഗുണാത്മക മാറ്റങ്ങളുണ്ടാകുമെന്നും അവർ സമർത്ഥിക്കുവാൻ
ശ്രമിക്കുന്നു. പത്രമാധ്യമരംഗത്ത് നവീകരണമുണ്ടാക്കാൻ വിദേശമൂലധനം
അനിവാര്യമാണെന്നാണവരുടെ നിലപാട്. കൂടാതെ ആഗോളവല്ക്ക
രണത്തിന്റെയും ഉദാരീകരണത്തിന്റെയും ഭാഗമായി സർവ്വരംഗത്തും
നിയന്ത്രണങ്ങൾ ഇല്ലാതാക്കിക്കൊണ്ടിരിക്കുന്ന പശ്ചാത്തലത്തിൽ പത്ര
മാധ്യമമേഖലയിൽ മാത്രം നിയന്ത്രണങ്ങൾ നിലനിർത്തുന്നതിന്റെ
യുക്തിയെ അവർ ചോദ്യം ചെയ്യുന്നുമുണ്ട്. പത്രമാധ്യമ വ്യവസായത്തിൽ
വിദേശമൂലധനനിക്ഷേപം അനുവദിക്കുന്നതുകൊണ്ടു മാത്രം തകർന്നു
വീഴുന്നതാണോ രാജ്യത്തിന്റെ പരമാധികാരവും ദേശീയബോധവും
എന്നാണവരുടെ മറ്റൊരു ചോദ്യം.

1955 ൽ അംഗീകരിക്കപ്പെട്ട പത്രമാധ്യമനയം കാലഹരണപ്പെട്ടതാ
ണെന്ന വാദം മുൻപും ഉണ്ടായിട്ടുണ്ട്. ഏകദേശം 40 വർഷങ്ങൾ
ക്കുശേഷം, നരസിംഹറാവു പ്രധാനമന്ത്രിയായിരുന്ന കാലത്ത് പ്രസ്തുത
നയത്തെ പുനരവലോകനം ചെയ്യാൻ ഒരു ശ്രമം നടക്കുകയുണ്ടായി. എ
ന്നാൽ ആഗോളവല്ക്കരണത്തിനും ഉദാരീകരണത്തിനും തുടക്കംകുറി
ച്ച നരസിംഹറാവു ഗവൺമെന്റ് നിയമിച്ച മന്ത്രിസഭാകമ്മിറ്റി

ഏകകണ്ഠമായ ഒരു റിപ്പോർട്ട് തയ്യാറാക്കുന്നതിൽ പരാജയപ്പെടുകയാണുണ്ടായത്. 1982 ൽ നിയമിതമായ രണ്ടാമത് പ്രസ് കമ്മീഷൻ മുൻ കമ്മീഷന്റെ നിഗമനങ്ങൾ അടിവരയിട്ടുകൊണ്ടാണ് റിപ്പോർട്ട് നല്കിയത്. വിദേശികളിൽനിന്ന് വായ്പയായോ ഓഹരിയായോ മൂലധനം സ്വരൂപിക്കരുതെന്ന് അത് വ്യക്തമായി രേഖപ്പെടുത്തി. പ്രസ് കൗൺസിലും വിദേശ മൂലധനത്തെ കർശനമായി എതിർത്തു. നെഹ്റു മന്ത്രിസഭ രൂപം നല്കിയ പത്രമാധ്യമനയത്തിന്റെ മേന്മ വിശദീകരിക്കാനാണിത്രയും കാര്യങ്ങൾ സൂചിപ്പിച്ചത്.

വിശ്വാസ്യതയിലും ജനപ്രിയതയിലും ഇലക്ട്രോണിക് മാധ്യമങ്ങളേക്കാൾ മുന്നിലാണ് പത്രങ്ങളുടെ സ്ഥാനം. ടി വിയിൽ കാണുന്ന ദൃശ്യങ്ങൾ ക്ഷണഭംഗുരങ്ങളാണെങ്കിൽ, അച്ചടിമാധ്യമങ്ങളിൽനിന്ന് ലഭിക്കുന്ന വിവരങ്ങൾ കുറെക്കൂടി സ്ഥിരസ്വഭാവമുള്ളവയാണ്. അപ്രകാരമല്ലായിരുന്നുവെങ്കിൽ, ഇപ്പോൾ നാം സാക്ഷ്യം വഹിച്ചുകൊണ്ടിരിക്കുന്ന ഇലക്ട്രോണിക്മാധ്യമങ്ങളുടെ വേലിയേറ്റത്തിൽ വിദേശനാടുകളിലടക്കമുള്ള പത്ര-മാസികകൾ മുങ്ങിപ്പോകുമായിരുന്നു.

ഇന്ത്യൻ പത്രങ്ങൾ ഗുണനിലവാരത്തിൽ ശ്രദ്ധപതിപ്പിക്കുന്നില്ല എന്ന വാദം അടിസ്ഥാനമില്ലാത്തതാണ്. വിദേശപത്രങ്ങളുമായി താരതമ്യപ്പെടുത്തുമ്പോൾ അത്രവലിയ നിലവാരത്തകർച്ചയൊന്നും ഇന്ത്യൻപത്രങ്ങൾക്കുണ്ടായിട്ടില്ല. പാശ്ചാത്യമാധ്യമങ്ങളിൽ ഉന്നതഗുണനിലവാരം വെച്ചുപുലർത്തുന്ന പത്രങ്ങളേക്കാൾ എണ്ണത്തിൽ കൂടുതലുള്ളത് മസാലവർത്തമാനങ്ങൾ കുത്തിനിറച്ച ടാബ്ലോയ്ഡുകളല്ലേ? ജനാധിപത്യത്തിന്റെ ഈറ്റില്ലമെന്ന് വാഴ്ത്തപ്പെടുന്ന ബ്രിട്ടനിലെ ന്യൂസ് സ്റ്റാന്റിൽ ടാബ്ലോയ്ഡുകളുടെ പ്രളയം തന്നെയല്ലേ?

ഇന്ത്യൻ പത്രമാധ്യമരംഗത്ത് നവീകരണം സാദ്ധ്യമാക്കാൻ വിദേശമൂലധനനിക്ഷേപം അനിവാര്യമാണെന്ന ധാരണ ശരിയല്ല. പത്രപ്രസിദ്ധീകരണത്തിനാവശ്യമായ ആധുനിക യന്ത്രസാമഗ്രികൾ ഇന്ന് വിപണികളിൽ സുലഭമാണ്. ഇന്ത്യയിലെ ചെറുകിട പത്രസ്ഥാപനങ്ങൾ പോലും യൂറോ-അമേരിക്കൻ സാങ്കേതികവിദ്യ സ്വായത്തമാക്കിക്കഴിഞ്ഞിട്ടുണ്ട്.

അച്ചടി മാധ്യമമേഖലയിൽ വിദേശമൂലധനനിക്ഷേപം അനുവദിക്കുന്നതുകൊണ്ടു മാത്രം തകർന്നുവീഴുന്നതാണോ ഇന്ത്യൻദേശീയതയും പരമാധികാരവും എന്ന ചോദ്യം അടിസ്ഥാനപരമായ ചില വസ്തുതകളിലേക്കാണ് വിരൽചൂണ്ടുന്നത്. ഒരു ജനാധിപത്യവ്യവസ്ഥിതി നിലനില്ക്കുന്നത് ഭരണനിർവ്വഹണം, നിയമനിർമ്മാണം, നീതിന്യായവ്യവസ്ഥ എന്നീ മൂന്നു കരുത്തുറ്റസ്തംഭങ്ങളിലാണ്. അവയോളംതന്നെ നിർണ്ണായക പ്രാധാന്യമുള്ള മറ്റൊന്നാണ് പത്രമാധ്യമങ്ങൾ എന്ന 'നാലാം എസ്റ്റേറ്റ്'. വിവരവിനിമയം എന്ന സുപ്രധാന ദൗത്യമാണ് അവർ നിർവ്വഹിക്കുന്നത്. സമൂഹത്തിന്റെ കണ്ണും കാതുമാണ് പത്രങ്ങൾ.

ജനാധിപത്യവ്യവസ്ഥയിലെ രാഷ്ട്രീയപ്രക്രിയയിൽ മർമ്മപ്രധാനമായ

പങ്ക് നിർവ്വഹിക്കുന്നത് പത്രമാധ്യമങ്ങളാണ്. അവയ്ക്കു പകരം നില്ക്കാൻ മറ്റൊന്നില്ല. പ്രശസ്ത കോളമിസ്റ്റായ കെ കെ കത്യാലിന്റെ നിരീക്ഷണം ശ്രദ്ധേയമാണ്. 'പത്രങ്ങൾ ജനങ്ങൾക്ക് വിവരങ്ങൾ നല്കുന്നു; അവയെ അപഗ്രഥിക്കാൻ അവസരവും. രാഷ്ട്രീയ-സാമ്പത്തിക-സാമൂഹിക-ദേശീയ-പ്രാദേശിക-അന്തർദ്ദേശീയ പ്രശ്നങ്ങളെ മനസ്സിലാക്കാൻ സഹായിക്കുന്നതിലൂടെ സ്വയം മനസ്സിലാക്കുവാനും പത്രമാധ്യമങ്ങൾ ജനങ്ങളെ പ്രാപ്തരാക്കുന്നു. ഒരു പൗരനെന്ന നിലയ്ക്ക് എപ്രകാരം തന്റെ കടമകൾ നിർവ്വഹിക്കാമെന്നതിനെ സംബന്ധിച്ചുള്ള അവബോധവും പത്രങ്ങൾ സൃഷ്ടിക്കുന്നു'. അതിന് നേർവിപരീതമാണ് 1979 ൽ അടിയന്തരാവസ്ഥക്കാലത്ത് സംഭവിച്ചത്. മാധ്യമങ്ങൾ ഒരേ വാർത്ത തന്നെ നിരന്തരം പ്രസിദ്ധീകരിച്ചുകൊണ്ടിരുന്നു. എല്ലാം ഗവൺമെന്റിന്റെ അപദാനങ്ങളെ വാഴ്ത്തുന്നവ. സമൂഹത്തിൽ സംഭവിച്ചുകൊണ്ടിരുന്നതൊന്നും കർശനമായ സെൻസർഷിപ്പ് കാരണം പത്രങ്ങളിൽ വന്നില്ല. അതുകൊണ്ട് അധികൃതർ യഥാർത്ഥ വിവരങ്ങളൊന്നും അറിഞ്ഞുമില്ല. അതിൻെറ ഫലമെന്തായിരുന്നുവെന്ന് നാം കണ്ടു. മാധ്യമങ്ങളുടെ കരുത്ത് തെളിയിച്ച സംഭവമായിരുന്നു ഇത്.

പത്രമാധ്യമങ്ങളെ ബഹുരാഷ്ട്രകുത്തകകൾക്ക് വില്ക്കുന്നത് ന്യായീകരിക്കാമെങ്കിൽ ഭരണനിർവ്വഹണം, നിയമനിർമ്മാണം, നീതിന്യായവ്യവസ്ഥ എന്നീ മറ്റ് മൂന്ന് അടിസ്ഥാനസ്ഥാപനങ്ങളും വിദേശികൾക്ക് അടിയറവെച്ചുകൂടെ എന്നാണ് ഭരണഘടനാവിദഗ്ദ്ധനായ എ ജി നൂറാണി ചോദിക്കുന്നത്. അത്തരമൊരവസ്ഥ വിഭാവനം ചെയ്യുവാൻ നമുക്കാകുമോ? അമേരിക്കയിലെയോ ബ്രിട്ടനിലെയോ നിയമനിർമ്മാണസഭ ഇന്ത്യക്കാർക്കുള്ള നിയമം നിർമ്മിക്കാൻ തുടങ്ങിയാൽ എന്താകും അവസ്ഥ? അവിടത്തെ കോടതികൾ ഇവിടെ നീതിന്യായം നടത്തിയാലോ? അവിടത്തെ ഗവൺമെന്റ് നമ്മെ ഭരിക്കാൻ പുറപ്പെട്ടാലോ?

പത്രമാധ്യമങ്ങൾ പൊതുജനപ്രതിനിധികളാണെന്ന് ലോക അധീശത്വം സ്ഥാപിക്കാൻ ശ്രമിക്കുന്ന അമേരിക്കയിലെ അത്യുന്നതനീതിന്യായപീഠം അഭിപ്രായപ്പെട്ടിട്ടുണ്ട്. ഈ നിരീക്ഷണത്തിന്റെ അന്തഃസത്ത വളരെ വർഷങ്ങൾക്കു മുൻപുതന്നെ ബ്രിട്ടീഷ് പാർലമെന്റിലെ കൊടുങ്കാറ്റായിരുന്ന എഡ്മണ്ട് ബർക്ക് ഉൾക്കൊണ്ടിരുന്നു. അതുകൊണ്ടാണ് പാർലമെന്റിൽ അദ്ദേഹം നടത്തിയ ഒരുജ്ജ്വല പ്രഭാഷണമദ്ധ്യേ പ്രസ്ഗാലറിയിലേക്ക് വിരൽചൂണ്ടിക്കൊണ്ട് 'അതാണ് പരമപ്രധാനമായ നാലാംഎസ്റ്റേറ്റ്' എന്നദ്ദേഹം പ്രസ്താവിച്ചത്.

ആഗോളമാധ്യമമേഖല സ്വാതന്ത്ര്യത്തിന്റെയും നീതിയുടെയും വിളനിലമാണ് എന്നൊരു ധാരണ ചിലർക്കുണ്ട്. ആസ്ത്രേല്യക്കാരനായ റൂപെർട്ട് മർഡോക്കിനെപ്പോലുള്ള ചില വ്യക്തികളുടെ സ്വാധീനവലയത്തിലാണ് ലോക മാധ്യമമേഖല. ഒരു ഉല്പന്നമെന്നതിനെക്കാൾ വലിയ പ്രാധാന്യമൊന്നും മാധ്യമങ്ങൾക്ക് മർഡോക് കല്പിക്കുന്നില്ല. ജനറൽ ഇലക്ട്രിക്, എ ടി ആൻഡ് ടി/ ലിബർട്ടി മീഡിയ, ഡിസ്നി, ടൈം വാർ

ണർ, ന്യൂസ് കോർപ്പറേഷൻ, വയാകോം, സീഗ്രാം എന്നീ ബഹുരാഷ്ട്ര കുത്തകകൾ ഈ രംഗം കൈയടക്കിയിട്ടുണ്ട്. അവയാണ് ഏതെല്ലാം വാർത്തകൾ വെളിച്ചം കാണണമെന്ന് തീരുമാനിക്കുന്നത്. മൂന്നാംലോകരാഷ്ട്ര ങ്ങളിലെ വിവരങ്ങൾ ഇവർ സംഘം ചേർന്ന് തമസ്കരിക്കുന്നു. ലോക വാർത്തകളിൽ രണ്ടുശതമാനം മാത്രമാണ് അവർ മൂന്നാംലോകക്കാർക്ക് സദയം അനുവദിച്ചുകൊടുക്കുന്നത്. ഇതാണ് ആഗോള മാധ്യമകമ്പോള ത്തിലെ നീതി.

അമേരിക്കയിലും ബ്രിട്ടനിലും പാകിസ്ഥാനിലും ശ്രീലങ്കയിലും ബംഗ്ലാദേശിലും പത്രശൃംഖലകളുള്ള ഏതെങ്കിലും കോർപ്പറേഷൻ ഇന്ത്യയിൽ പത്രം തുടങ്ങിയാൽ ഒരു ദേശീയ പ്രതിസന്ധിയിൽ എങ്ങ നെയാവും ആ പത്രം പ്രതികരിക്കുക? ആ പ്രതിസന്ധിയിൽ തങ്ങളുടെ ലാഭമെത്ര എന്ന ചോദ്യം മാത്രമേ അവരുടെ മുന്നിലുണ്ടാകൂ. ഇന്ത്യയുടെ ദേശീയതാല്പര്യങ്ങൾ ഒരിക്കലുമവരെ അലോസരപ്പെടുത്തുകയില്ല.

ഇന്ത്യ മാത്രമല്ല, പാശ്ചാത്യ രാജ്യങ്ങളടക്കമുള്ള പല നാടുകളും പത്രമാധ്യമരംഗത്ത് വിദേശികളെ കർശനമായി നിരോധിക്കുന്നുണ്ട്. ആഗോളവല്ക്കരണത്തിന്റെയും ഉദാരീകരണത്തിന്റെയും വക്താക്കളായ അമേരിക്ക ഇക്കാര്യത്തിൽ മുൻപന്തിയിൽത്തന്നെയുണ്ട്. ഒരു സ്ഥാപന ത്തിന്റെ 80% ഓഹരികൾ ഒരു അമേരിക്കൻ പൗരന് മാത്രമേ സ്വന്തമാ ക്കാനാവൂ. വിദേശിയായ ഒരാൾ മാധ്യമരംഗത്ത് സ്വാധീനം ചെലുത്തി യാൽ ഉണ്ടാകുന്ന പ്രത്യാഘാതങ്ങൾ അനുഭവിച്ച ഭരണാധികാരിയാണ് മുൻ ബ്രിട്ടീഷ് പ്രധാനമന്ത്രി മാർഗരറ്റ് താച്ചർ. തുടക്കത്തിൽ തന്റെ താല്പര്യങ്ങൾ സംരക്ഷിക്കാനാണ് അവർ മർഡോക്കിന് ബ്രിട്ടീഷ് മാധ്യ മമേഖലയിൽ പ്രവർത്തനസ്വാതന്ത്ര്യമനുവദിച്ചത്. *ലണ്ടൻ ടൈംസ്* അട ക്കമുള്ള അവിടത്തെ പ്രധാനമാധ്യമങ്ങൾ കൈയടക്കിയ മർഡോക്ക് ആദ്യഘട്ടത്തിൽ താച്ചറെ തുണച്ചുവെങ്കിലും പിന്നീട് അവരെ തള്ളി പ്പറയുകയാണുണ്ടായത്. ഇതേ മർഡോക് കുറച്ചു വർഷങ്ങൾക്കുമുമ്പ് നമ്മുടെ നാട്ടിലെ ചില വൻകിട പത്രങ്ങളും ഇലക്ട്രോണിക് മാധ്യമങ്ങ ളും കൈയടക്കാനായി ഇവിടെ പലതവണ സന്ദർശനം നടത്തിയിരുന്നു. അതിൽ അദ്ദേഹം വിജയിച്ചിരുന്നുവെങ്കിൽ ഇന്ത്യൻ രാഷ്ട്രീയം അദ്ദേഹ ത്തിന്റെ വഴിയേ പോകുമായിരുന്നു. അദ്ദേഹം പുതിയ രാഷ്ട്രീയകക്ഷിക്ക് ജന്മം നല്കുന്നതും തിരഞ്ഞെടുപ്പിൽ തന്റെ ആളുകളെ മത്സരിപ്പിക്കു ന്നതും അവർ നിയമനിർമ്മാണസഭയിൽ അംഗങ്ങളാകുന്നതും അവരി ലൂടെ നമ്മുടെ ഭാവിഭാഗധേയങ്ങൾ ഈ വിദേശമാധ്യമ മുതലാളി നിർ ണ്ണയിക്കുന്നതും മറ്റും വെറും ഭ്രാന്തൻ സങ്കല്പമല്ല എന്നതിന് തെളിവ് മാർഗരറ്റ് താച്ചർക്കുണ്ടായ അനുഭവങ്ങൾ തന്നെ. ബഹുരാഷ്ട്ര മാധ്യമ കുത്തകകൾക്ക് ഇന്ത്യൻ അച്ചടിമാധ്യമങ്ങളെ നിയന്ത്രിക്കാൻ അവസരം ലഭിച്ചാൽ നമുക്ക് നഷ്ടമാവുക രാജ്യത്തിന്റെ പരമാധികാരവും ജനാധി പത്യവും അന്തസ്സുമാകും.

ഇന്ത്യൻ ഭരണഘടന ചില മൗലികാവകാശങ്ങൾ പൗരന്മാർക്ക് നല്

കിയിട്ടുണ്ട്. ജീവിക്കാനുള്ള അവകാശം, അഭിപ്രായപ്രകടന സ്വാതന്ത്ര്യം, സഞ്ചാരസ്വാതന്ത്ര്യം എന്നിവ അവയിൽപ്പെടുന്നു. പ്രസിദ്ധമായ എക്സ് പ്രസ് കേസിൽ വിധി പ്രസ്താവിച്ചുകൊണ്ട് സുപ്രീംകോടതി വളരെ പ്രധാനപ്പെട്ട ചില പരാമർശങ്ങൾ നടത്തിയിട്ടുണ്ട്. 'ഭരണഘടന അനുവദിക്കുന്ന രണ്ട് മൗലികാവകാശങ്ങളാണ് ഇന്ത്യൻ പത്രവ്യവസായമേഖല അനുഭവിച്ചുകൊണ്ടിരിക്കുന്നത്. ഭരണഘടനയുടെ 19(1) എ ആർട്ടിക്കിൾ അനുസരിച്ചുള്ള അഭിപ്രായപ്രകടനസ്വാതന്ത്ര്യവും ആർട്ടിക്കിൾ (1)(ജി) പ്രകാരമുള്ള ഏത് തൊഴിലിലും വ്യാപാരത്തിലും വ്യവസായത്തിലും ഏർപ്പെടാനുള്ള സ്വാതന്ത്ര്യവുമാണ് ആ അവകാശങ്ങൾ. പത്രങ്ങൾ അഭിപ്രായപ്രകടനവും ആശയവിനിമയവുമാണ് നടത്തുന്നത് എന്നതിനാൽ ഒന്നാമത്തെ അവകാശവും, ആശയവിനിമയം പത്രങ്ങളെ സംബന്ധിച്ചിടത്തോളം ഒരു തൊഴിലായതിനാൽ രണ്ടാമത്തെ അവകാശവും അവർക്ക് സിദ്ധിക്കുന്നു.' ഇത് അനുപമമായൊരു പദവിയാണ് പത്രങ്ങൾക്ക് നല്കുന്നത്. ഭരണഘടന പ്രദാനം ചെയ്യുന്ന ഈ അവകാശങ്ങൾ ഇന്ത്യൻ പൗരന്മാർക്കുമാത്രമേ അനുവദിച്ചിട്ടുള്ളൂ; അവർ നടത്തുന്ന പത്രമാധ്യമ സ്ഥാപനങ്ങൾക്കും. ദേശത്തോടും ജനങ്ങളോടും പ്രതിബദ്ധതയില്ലാത്ത വിദേശികൾക്ക് ഇവ അനുവദിച്ചുകൊടുത്താൽ അതിന്റെ ഫലം വിനാശകരമായിരിക്കും. അതുകൊണ്ടുതന്നെയാണ് ദേശീയ താല്പര്യങ്ങൾ സംരക്ഷിക്കാനായി സർവ്വവിധ മുൻകരുതലുകളും ഭരണഘടനയിൽ ഉൾപ്പെടുത്തിയിട്ടുള്ളത്.

ഇന്ത്യ ഒരു സ്വതന്ത്ര-പരമാധികാര റിപ്പബ്ലിക്കാണെന്നാണ് ഭരണഘടന പ്രഖ്യാപിക്കുന്നത്. പത്രമാധ്യമങ്ങളടക്കമുള്ള നാട്ടിലെ എല്ലാ സംരംഭങ്ങളെയും ആഗോളവല്ക്കരിക്കാമെങ്കിൽ, ആഭ്യന്തര-ദേശീയ സുരക്ഷാസംവിധാനത്തെയും ക്രമസമാധാനപാലനത്തെയും നീതിന്യായ വ്യവസ്ഥയെയും ഗവൺമെന്റിനെത്തന്നെയും ബഹുരാഷ്ട്രകുത്തകകൾക്കും കോർപ്പറേഷനുകൾക്കും ഏല്പിച്ചുകൊടുക്കാനാകുമോ? അത്യന്തം അപകടകരമായ ദിശയിലേക്കല്ലേ നാം നീങ്ങിക്കൊണ്ടിരിക്കുന്നത്? എവിടെവെച്ചെങ്കിലും ഇതിനൊരു തടയിടാതെ പറ്റില്ല. പത്രമാധ്യമ മേഖലയിൽ വിദേശ മൂലധനനിക്ഷേപമനുവദിക്കുന്നത് രാജ്യത്തിന്റെ പരമാധികാരത്തിന്റെയും സ്വാതന്ത്ര്യത്തിന്റെയും ദേശീയതയുടെയുമൊക്കെ അവസാനത്തിന്റെ ആരംഭമായിരിക്കും.

- മാതൃഭൂമി ദിനപത്രം, 2001 ഒക്ടോബർ 5
(രോഷത്തിന്റെ വിത്തുകൾ, മാതൃഭൂമി ബുക്സ്)

സെക്യുലറിസം സംരക്ഷിക്കാൻ

ഒരു മതനിരപേക്ഷ രാഷ്ട്രമാകണം ഇന്ത്യ എന്ന നമ്മുടെ തീരുമാനത്തിന് മുപ്പതുവർഷത്തെ പഴക്കമുണ്ട്. ഒരു സെക്യുലർ ജനാധിപത്യ റിപ്പബ്ലിക്കാണ് നമ്മുടേത്. നിയമപരമായി പരമാധികാരമുള്ള ഭരണഘടനയും നമുക്കുണ്ട്. എന്നാൽ ഭരണഘടന ലിഖിതമായതുകൊണ്ടു മാത്രമായില്ല. അതൊരു സാമൂഹിക യാഥാർത്ഥ്യമാകുമ്പോൾ മാത്രമേ സാർത്ഥകമാകുന്നുള്ളൂ.

ഭരണഘടനയെ ഉയർത്തിപ്പിടിക്കാനും സമ്പുഷ്ടമാക്കാനും ആവശ്യമായ സാമൂഹികഘടനയും ജീവിതരീതിയും വിചാരവികാരങ്ങളും നമുക്കുണ്ടാകണം. അപ്പോൾ മാത്രമേ ഒരു മതനിരപേക്ഷ സമൂഹം യാഥാർത്ഥ്യമായിത്തീരൂ! കഴിഞ്ഞ കുറേവർഷങ്ങളായി നാടിന്റെ വിവിധ ഭാഗങ്ങളിൽ വ്യാപകമായിവരുന്ന സാമുദായിക സംഘട്ടനങ്ങളും പ്രാദേശിക കലാപങ്ങളും ഏതു നാഗരിക സമൂഹത്തേയും ലജ്ജിപ്പിക്കുന്നതാണ്. മതേതരത്വം മരിച്ചുകൊണ്ടിരിക്കുന്ന ഈ ഘട്ടത്തിൽ ഇതുസംബന്ധിച്ചു മനസ്സുരുകി ചിന്തിക്കാൻ നാം നിർബ്ബന്ധിതരായിരിക്കുന്നു.

രാഷ്ട്രത്തെ വിഭജനത്തിലേക്കു നയിച്ചത് വർഗ്ഗീയവാദമാണെന്ന് നമുക്കറിയാം. ഭരണഘടനയ്ക്ക് രൂപം നല്കപ്പെട്ട കാലത്ത്, വിഭജനത്തിന്റെ വേദനിപ്പിക്കുന്ന സ്മരണകൾ നിലവിലുണ്ടായിരുന്നു. എന്നാൽ അന്ന് സാമുദായിക കക്ഷികളെ നിരോധിക്കാതിരിക്കാൻ കാരണം, നിരോധം അവയെ കൂടുതൽ ശക്തിപ്പെടുത്തുകയേ ഉള്ളൂ എന്നതുകൊണ്ടായിരിക്കാം!

ഇന്ത്യ എക്കാലത്തും ഒരു ബഹുവർഗ്ഗ-വർണ്ണ-ഭാഷാ സങ്കരസമൂഹമായിരുന്നുവല്ലോ. വൈവിദ്ധ്യമാണ് ഇന്ത്യയുടെ ആത്മാവ്. വിവിധ വിചാരധാരകളുടെ ഈ സംഗമത്തെ നിലനിർത്തിപ്പോന്നത് അതീവ സൂക്ഷ്മമായ

ഏകീകരണത്തിന്റെ ഒരു കണ്ണിയായിരുന്നു. നമ്മുടെ പരിഷ്കർത്താക്കളെല്ലാം ഈ വൈവിദ്ധ്യത്തെ കണ്ടറിഞ്ഞ് അംഗീകരിച്ചവരായിരുന്നു. മത-സമുദായ രംഗങ്ങളിലെ ജീർണ്ണാചാരങ്ങളെയും വിഭാഗീയതകളെയും തുറന്നെതിർക്കുകയും ജനങ്ങൾക്ക് നേരായ സാംസ്കാരികദർശനം നല്കുകയുമാണവർ ചെയ്തത്. മദ്ധ്യകാലഘട്ടത്തിലെ മഹാപ്രതിഭകളായ കബീർ, ഗുരുനാനാക്ക്, ചൈതന്യൻ, തുക്കാറാം, ബസഹേശ്വർ, ഡാഡു, പ്രാണനാഥ് തുടങ്ങിയവർ മനസ്സിന്റെ ജീർണ്ണതയ്ക്കെതിരെ ചിന്തിച്ചവരായിരുന്നു.

ഏതു മനുഷ്യനും തന്റെ പരിതോവസ്ഥയുടെ ഭാഗമായിരിക്കണം. സ്വയംരക്ഷയ്ക്കു വേണ്ടിയാണ് മനുഷ്യൻ നാഗരികതയെ രൂപപ്പെടുത്തിയത്. അതുമറന്ന്, മനുഷ്യൻ സ്വന്തമായി സൃഷ്ടിച്ച അറയിലേക്ക് ചുരുങ്ങുമ്പോഴാണ് അന്യവല്ക്കരണം നടക്കുന്നത്. അവിടെ വിഭക്തമനസ്സ് ഉടലെടുക്കുന്നു. അയൽക്കാരനുമായി അന്യോന്യം ബന്ധപ്പെട്ടും പൊരുത്തപ്പെട്ടും ജീവിക്കുന്ന സമൂഹങ്ങളിൽ - അത് ഗ്രാമങ്ങളിലായാലും നഗരങ്ങളിലെ ചേരിപ്രദേശങ്ങളിലായാലും-കലഹങ്ങൾ കുറവാണെന്നു കാണാം. കാരണം പരിതഃസ്ഥിതികളോട് ഇണങ്ങിച്ചേർന്നുകൊണ്ടുള്ളതാണ് അവരുടെ ജീവിതം. എന്നാൽ ചുറ്റുപാടുകളിൽനിന്ന് ഒറ്റപ്പെട്ടുകഴിയുന്ന അന്യവല്കൃത സമൂഹങ്ങളിൽ ആണ് കലാപങ്ങൾ കൂടുതൽ! വൈവിദ്ധ്യങ്ങളെ നിരാകരിക്കുകയും ഏകരൂപമായ ഘടന ഉണ്ടാക്കുകയും ചെയ്യുമ്പോൾ സമൂഹം നാശത്തിലേക്കാണ് നീങ്ങുക! പൂർണ്ണതയിലേക്ക് നയിക്കുന്നതിനു പകരം അത് നമ്മെ ചുരുക്കുകയാണ് ചെയ്യുന്നത്. അതോടെ സ്വാതന്ത്ര്യത്തിന്റെയും സമാധാനത്തിന്റെയും ദർശനം നഷ്ടപ്പെടുകയും അക്രമവാസനകൾ തലപൊക്കുകയും ചെയ്യുന്നു.

രാമജന്മഭൂമിയുടെയും ബാബറി മസ്ജിദിന്റേയും പേരിൽ ഉളവായ അസ്വസ്ഥതകളെ ഈ പശ്ചാത്തലത്തിൽ വേണം വിലയിരുത്താൻ. ഇവ രണ്ടും വിശാലമായ സംസ്കാരത്തിന്റെ പ്രതിരൂപങ്ങളാണ്; ബിംബങ്ങളാണ്. രാമൻ എന്നത് മനസ്സിൽ ജീവിച്ചിരിക്കുന്ന ഒരു സങ്കല്പമാണ്. ആ സങ്കല്പത്തെ ശിലയാക്കി മാറ്റുകയാണ് രാമശിലാ പ്രതിഷ്ഠയിലൂടെ. ജനങ്ങളുടെ ഉപബോധമനസ്സിന്റെ ഭാഗങ്ങളായ ഈ 'മിത്തു'കളെ മതവിഭാഗങ്ങൾ തമ്മിലുള്ള തർക്കപ്രശ്നമായി ചുരുക്കുമ്പോൾ, നമ്മുടെ പൊതു സംസ്കാരത്തിനാണ് സങ്കോചം സംഭവിക്കുന്നത്. അനന്തരതലമുറയ്ക്ക് ഇത്തരമൊരു ഹൃദയച്ചുരുക്കം ഉണ്ടാകുമെന്ന് അറിഞ്ഞിരുന്നുവെങ്കിൽ, ആദികവി വാല്മീകി, *രാമായണ*മെന്ന മഹാകാവ്യം തന്നെ രചിക്കുമായിരുന്നോ എന്നു സംശയിച്ചു പോകുന്നു. മതദർശനങ്ങളെ വിജ്ഞാനത്തിന്റെയും സമാധാനത്തിന്റെയും ഉപകരണങ്ങളാക്കി മാറ്റുന്നതിനു പകരം വിഭാഗീയതയുടെയും കാലുഷ്യത്തിന്റെയും ആയുധങ്ങളാക്കി മൂർച്ചകൂട്ടി, സമൂഹത്തെ പരസ്പരം ഇണക്കിച്ചേർക്കുന്ന കണ്ണികളെ വെട്ടിമുറിക്കുമ്പോൾ സ്പർദ്ധകളും സംഘട്ടനങ്ങളും അനിവാര്യമായിത്തീരുന്നു.

ഏകരൂപമായ ആര്യൻ സംസ്കാരം അടിച്ചേല്പിക്കാനുള്ള ശ്രമമാണ്

ഹിറ്റ്ലർ ജർമ്മനിയിൽ നടത്തിയത്. മതവും ജനാധിപത്യവും മതേതരത്വവുമെല്ലാം ഹിറ്റ്ലർ കശാപ്പുചെയ്തു. ലക്ഷക്കണക്കിനു ജൂതന്മാരെയും! ഹിറ്റ്ലറുടെ ഫാസിസ്റ്റ് ഏകാധിപത്യം ലോകത്തെ ഒരു മഹായുദ്ധത്തിന്റെ കെടുതിയിലേക്ക് നയിക്കുകയും ജർമ്മനിതന്നെ ശിഥിലീകൃതമാവുകയുമാണ് ഫലത്തിൽ ഉണ്ടായത്. ഏകരൂപസമൂഹത്തിനുവേണ്ടി നിലകൊള്ളുന്ന ഫാസിസ്റ്റ് ഏകാധിപത്യവും ജനാധിപത്യവും തമ്മിലുള്ള വ്യത്യാസം ഇവിടെ പ്രകടമാണ്. ജനാധിപത്യം അധികാരം പങ്കിടലും സഹകരണവുമാണ്. ആ ബോധമാണ് ജനാധിപത്യത്തെ സംരക്ഷിക്കുന്നത്. വിവിധ ജനവിഭാഗങ്ങൾക്ക് രക്ഷയും നീതിയും ലഭിക്കാനുള്ള വഴിയും ഇതുമാത്രമാണ്.

തന്റെ രക്തസാക്ഷിത്വത്തിന് ഒരു വർഷം മുമ്പ് ഗാന്ധിജി *ഹരിജൻ* വാരികയിൽ ഇങ്ങനെ എഴുതി: ഈ രാജ്യത്തു ജനിക്കുകയും ഇത് സ്വന്തം മാതൃഭൂമിയാണെന്നവകാശപ്പെടുകയും ചെയ്യുന്ന എല്ലാവരും, അവർ ഹിന്ദുവോ മുസ്ലിമോ പാർസിയോ ജൈനമതസ്ഥനോ സിഖുകാരനോ ആകട്ടെ, മാതൃഭൂമിയുടെ മക്കളാണ്. അതുകൊണ്ടുതന്നെ രക്തബന്ധത്തേക്കാൾ പ്രബലമായ ഒരു കണ്ണിയിൽ യോജിപ്പിക്കപ്പെട്ട സഹോദരന്മാരുമാണവർ. സെക്യുലറിസത്തിന്റെ എത്ര ഹൃദയസ്പർശിയും ലളിതവുമായ കാഴ്ചപ്പാടാണ് അതിലടങ്ങിയിരിക്കുന്നത്. ഗാന്ധിജിയെ വെടിവെച്ചു കൊന്നത് ഒരു ഹിന്ദുബ്രാഹ്മണനായ നാഥുറാം ഗോദ്സെ ആയിരുന്നു. എന്നാൽ ഗോഡ്സെയുടെ ഈ കൃത്യങ്ങളെ തുടർന്ന് ഇവിടെ ബ്രാഹ്മണർക്കെതിരായ കലാപങ്ങൾ ഒന്നുമുണ്ടായില്ലെന്നോർക്കണം. വിചാരണ നടത്തി ഘാതകനെ പരസ്യമായി തൂക്കിലിടുകയാണ് ചെയ്തത്. ഇന്ദിരാഗാന്ധിയുടെ വധവും നാട്ടിനെയാകെ വേദനിപ്പിച്ച സംഭവമായിരുന്നു. പക്ഷേ, ആ സംഭവത്തെ തുടർന്ന് നാട്ടിൽ പലേടങ്ങളിലും ഒരു വിഭാഗത്തിനെതിരെ വിദ്വേഷവികാരങ്ങൾ ആളിക്കത്തിച്ചു. ഡൽഹിയിൽ നിരപരാധികളായ കൊച്ചു കുട്ടികളടക്കം എത്രയോ സിഖുകാർ കൊല്ലപ്പെട്ടു. ഈ അക്രമങ്ങളെപ്പറ്റി അന്വേഷണം നടത്തിയെങ്കിലും കുറ്റവാളികളുടെ പേരിൽ നടപടികളുണ്ടായില്ലെന്നത് എത്ര ഖേദകരമാണ്....! നീതിയുടെ നിഷേധമാണ് അവിടെ നടന്നത്. നീതി ലഭിക്കാത്ത സമൂഹം അക്രമത്തിലേക്കു തിരിയാൻ നിർബ്ബന്ധിതരാകും.

ചെറിയചെറിയ കാര്യങ്ങൾ കാണാനുള്ള മനുഷ്യന്റെ കഴിവ് നഷ്ടപ്പെടുമ്പോഴാണ് അക്രമവാസനയും അസമാധാനവും ഉടലെടുക്കുന്നതെന്ന് അസ്തിത്വവാദത്തിന്റെ ആചാര്യനായ കിർകേഗോഡ് പറഞ്ഞത് എത്ര വാസ്തവമാണ്. കൊച്ചുകുഞ്ഞുങ്ങൾക്ക് ഒരു മഷിക്കുപ്പിയിൽ വീണ പാറ്റയെ കാണുമ്പോഴുള്ള വേദനയും ഒരു ചിത്രശലഭത്തെ കാണുമ്പോഴുള്ള നിഷ്കളങ്കമായ കൗതുകവും നിസ്സാരമായി തള്ളിക്കളയേണ്ടതല്ലെന്ന് അദ്ദേഹം ഒരിടത്ത് ചൂണ്ടിക്കാട്ടുന്നു.... നമ്മുടെ കുട്ടികൾക്ക് ഇന്ന് പരിസരങ്ങളിലുള്ള വസ്തുക്കളെ ഹൃദയലാഘവത്തോടെ നോക്കിക്കാണാനുള്ള സൗകര്യമെവിടെ? അവർ എന്തുമാത്രം അന്യവല്ക്കരിക്കപ്പെട്ടിരിക്കുന്നു

എന്നറിയാൻ കളിക്കോപ്പ് വില്പനശാലകൾ മാത്രം സന്ദർശിച്ചാൽ മതി. പലവിധത്തിലുള്ള യന്ത്രത്തോക്കുകളുടെ കൊച്ചു മാതൃകകളാണ് കുട്ടികൾക്കുവേണ്ടി അവിടെ ഒരുക്കിവെച്ചിരിക്കുന്നത്. അവരതു വാങ്ങി വെടിവെക്കുന്നതു കാണുമ്പോൾ മാതാപിതാക്കൾ കൈയടിച്ചു പ്രോത്സാഹിപ്പിക്കുന്നു. ഭീകരവാദത്തിന്റെ മാതൃകയ്ക്ക് നാം പിന്നെ പഞ്ചാബിലേക്കും മറ്റും പോകേണ്ടതുണ്ടോ? നാം നിത്യേന കണ്ടുകൊണ്ടിരിക്കുന്ന ചലച്ചിത്രങ്ങളിൽ പലതും അക്രമത്തെയും അന്യവല്ക്കരണത്തെയും പ്രോത്സാഹിപ്പിക്കുന്നവയാണല്ലോ.

യുവതലമുറയ്ക്ക് നല്കപ്പെടുന്ന വിദ്യാഭ്യാസത്തിന്റെ നിലവാരമെന്താണ്? ദേശീയൈക്യബോധവും മൂല്യനിഷ്ഠയുമുള്ള വ്യക്തികളെ വാർത്തെടുക്കാൻ നമ്മുടെ വിദ്യാഭ്യാസസമ്പ്രദായത്തിനു കഴിയുന്നില്ല. 1968 ൽ ശ്രീനഗറിൽ നടന്ന ദേശീയോദ്ഗ്രഥന സമിതി, പാഠപുസ്തകങ്ങൾ തയ്യാറാക്കുമ്പോൾ ഉദ്ഗ്രഥനവും സമുദായമൈത്രിയും യുവഹൃദയങ്ങളിൽ വളർത്തുന്നതിനുതകുന്ന പാഠങ്ങൾ ഉൾക്കൊള്ളിക്കണമെന്ന് പ്രത്യേകം നിഷ്കർഷിച്ചിരുന്നു. ആധുനികസമൂഹത്തെ കെട്ടിപ്പടുക്കുന്ന അനുഗുണമായ രീതിയിൽ പ്രാഥമികതലംതൊട്ട് ബിരുദാനന്തരപഠനം വരെയുള്ള വിദ്യാഭ്യാസം നവീകരിക്കണമെന്നും സമിതി നിർദ്ദേശിക്കുകയുണ്ടായി. രണ്ടു നിർദ്ദേശങ്ങളുമായി മുന്നോട്ടു പോകാൻ നമുക്ക് ഇനിയും സാധിച്ചിട്ടില്ല. സാമുദായികസൗഹാർദ്ദം നശിപ്പിക്കുന്നതിനും വിഭാഗീയത വളർത്തുന്നതിനും വേണ്ടി ബ്രിട്ടീഷുകാർ ബോധപൂർവ്വം തയ്യാറാക്കിയ ചരിത്രപുസ്തകങ്ങൾ തന്നെയാണ് നമ്മുടെ കുട്ടികൾ ഇന്നും പഠിച്ചുകൊണ്ടിരിക്കുന്നത്. ഇക്കാര്യത്തിൽ നാട്ടിലെ വിദ്യാഭ്യാസ പ്രവർത്തകർ ആഴത്തിലുള്ള ആത്മപരിശോധന നടത്തേണ്ട സമയമായിരിക്കുന്നു.

ബഹുഭൂരിപക്ഷം വരുന്ന വ്യത്യസ്ത ജനവിഭാഗങ്ങൾക്ക് ഒന്നിച്ചു ജീവിക്കാനും പുരോഗമിക്കാനുമുള്ള ഒരു രാജമാർഗ്ഗമെന്ന നിലയ്ക്കാണല്ലോ സെക്യുലറിസം എന്ന ആദർശം നാം സ്വീകരിച്ചത്. മതനിരപേക്ഷത എന്നാൽ നിർമ്മിതത്ത്വമോ, മതങ്ങളോടുള്ള അവഗണനയോ അല്ല; മറിച്ച്, അതു സൂചിപ്പിക്കുന്നത് എല്ലാ മതങ്ങളോടുമുള്ള തുല്യ ബഹുമാനമാണ്. കേവലം സഹിഷ്ണുതയുമല്ല അത്. ക്രിയാത്മകമായ ബഹുമതികൂടിയാണ്. 'മറ്റുള്ളവരുടെ മതങ്ങളെ ലഘുവായി കാണുന്ന ഒരു മനുഷ്യനും സ്വന്തം മതത്തെ ബഹുമാനിക്കുന്നവ'നല്ലെന്നത് അശോകചക്രവർത്തിയുടെ ഒരു ശിലാലിഖിതമാണ്. ഈ സത്യം ഉയർത്തിപ്പിടിക്കുകയും ഭരണാധികാരികൾ അത് അംഗീകരിക്കുകയും ചെയ്ത കാലങ്ങളിലെല്ലാം ഇന്ത്യ ഉന്നതികളെ സ്പർശിച്ചിരുന്നു. അനുരഞ്ജനത്തിനും സമന്വയത്തിനും അനുകൂലമായ ഘടകങ്ങൾ ഇന്ത്യൻ സംസ്കാരത്തിന്റെ ഈടുറ്റ സംഭാവനകളാണ്. എന്നിട്ടും വിഘടനവാദം ശക്തിപ്പെടുന്നതിന്റെ പിന്നിലുള്ള കാരണമെന്താണ്? ഏകീകരണത്തിനുള്ള ഇച്ഛാശക്തി നമുക്ക് നഷ്ടപ്പെട്ടിരിക്കുന്നു എന്നതാണ് സത്യം. ബഹുജനമനസ്സിന്റെ പേരിൽ സംസാരിക്കുന്നത് പലപ്പോഴും ബുദ്ധിജീവികളാണല്ലോ. ദേശീയാടിസ്ഥാനത്തിൽ

ചിന്തിക്കാനോ, ബഹുജനങ്ങളെ തന്നോടൊപ്പം കൂടെ കൊണ്ടുപോകാനോ അവർക്കു കഴിയുന്നില്ലെന്നത് നമ്മുടെ മറ്റൊരു നിർഭാഗ്യമാണ്. ഇവിടെ നാം കാണുന്നത് ഒരുതരം മാനസികമായ അസമത്വവും അന്യവല്ക്കരണവുമത്രെ!

ഭരണഘടന ഉറപ്പുതരുന്ന സമത്വം സാമ്പത്തികം മാത്രമല്ല, മാനസികമായ സമത്വത്തിന്റെ ഉറപ്പുകൂടി അതു വിഭാവനം ചെയ്യുന്നുണ്ട്. ഇംഗ്ലീഷ്ഭാഷയും സമ്പത്തും ഉയർന്നജാതിയും ചേർന്നു സൃഷ്ടിച്ച ഒരു വ്യവസ്ഥയാണ് ഇന്നും നിലവിലുള്ളത്. ബുദ്ധിജീവികളടക്കമുള്ള എല്ലാവരും പുറമെനിന്നു വിമർശിക്കുന്നതല്ലാതെ, ഈ വ്യവസ്ഥയെ അഴിച്ചു മാറ്റാൻ ഇനിയും സാധിച്ചിട്ടില്ല. അന്യഭാഷയിലൂടെയുള്ള വിദ്യാഭ്യാസവും ആശയവിനിമയവും മാറ്റി, ജനകീയഭാഷ എല്ലാ തലങ്ങളിലും അംഗീകരിക്കപ്പെടുമ്പോൾ മാത്രമേ അന്യവല്ക്കരണത്തിൽനിന്ന് വിപുലമായ ജനസമൂഹം മോചിപ്പിക്കപ്പെടുകയുള്ളൂ.

തുല്യസന്ദർഭങ്ങൾ നല്കപ്പെടുന്നതുകൊണ്ടു മാത്രം സമത്വം ഉണ്ടാകണമെന്നില്ല. ആയിരക്കണക്കിനു വർഷങ്ങളായി മാനസികവും സാംസ്കാരികവുമായി പിൻതള്ളപ്പെട്ടു കിടക്കുന്ന സമൂഹത്തിലെ അവശവിഭാഗങ്ങൾക്ക്, ഇതരവിഭാഗങ്ങളോടൊപ്പമെത്തുന്നതുവരെ, അവസരങ്ങൾ കൂടുതൽ ലഭിക്കുന്നു എന്നുറപ്പുവരുത്തുക തന്നെ വേണം! ജനസംഖ്യയുടെ പകുതിയിലധികം വരുന്ന സ്ത്രീകൾ ഇന്നും പിന്നാക്കാവസ്ഥയിൽ തന്നെയല്ലേ? അവരെ മുന്നോട്ടു കൊണ്ടുവരുന്നതിനും രാഷ്ട്രനിർമ്മാണ പ്രവർത്തനത്തിൽ ഫലപ്രദമായ പങ്കു വഹിക്കുന്നതിനു കഴിവു നല്കാനും തുല്യത മാത്രം പോര, അവസരങ്ങൾ കൂടുതൽ നല്കുക തന്നെ വേണം.

സമൂഹത്തിലെ ഏറ്റവും ചലനാത്മകങ്ങളായ ഘടകങ്ങളാണ് ട്രേഡ് യൂണിയനുകളും മറ്റ് സംഘടിത ബഹുജനപ്രസ്ഥാനങ്ങളും. അവയുടെ സ്ഥിതിയെന്താണ്? സാമ്പത്തികാവശ്യങ്ങളുടെ നിർവ്വഹണത്തിനുവേണ്ടി പൊരുതുന്ന ഈ വിഭാഗങ്ങളും സാമുദായികതയ്ക്കും അനാരോഗ്യകരമായ മറ്റു താല്പര്യങ്ങൾക്കും വിധേയമാകുന്നതു നാം കാണുന്നു. ട്രേഡ് യൂണിയനുകളും സംഘടിത പ്രസ്ഥാനങ്ങളും തങ്ങളുടെ സാമ്പത്തിക കാര്യങ്ങളിൽ മാത്രമേ ശ്രദ്ധ പതിപ്പിക്കുന്നുള്ളൂ. തൊഴിലാളിവർഗ്ഗത്തിന്റെ സാംസ്കാരികവും സാമൂഹികവുമായ താല്പര്യങ്ങൾ അവഗണിക്കപ്പെടുകയാണ്. അതുകാരണം സമൂഹത്തിലെ ജീർണ്ണിപ്പിന്റെയും അന്ധവിശ്വാസങ്ങളുടെയും സ്വാധീനത്തിലേക്ക് അവർ വഴുതിവീഴുന്നു. മതേതര ജനാധിപത്യാദർശങ്ങൾ വളർത്തിയെടുക്കാനുള്ള ശ്രമത്തിൽ അവരെ പങ്കാളികളാക്കാൻ ആരും ശ്രമിക്കുന്നില്ല. സാമ്പത്തികാവശ്യങ്ങൾക്കുവേണ്ടിയുള്ള പോരാട്ടങ്ങളും മതനിരപേക്ഷ ജനാധിപത്യത്തിനു വേണ്ടിയുള്ള പ്രവർത്തനങ്ങളും ഒന്നിച്ചുതന്നെ കാണേണ്ടതാണെന്നുള്ള ബോധം വളർത്തിയെടുക്കാൻ ട്രേഡ്യൂണിയനുകൾക്കും കഴിയേണ്ടതാണ്.

ജനങ്ങൾക്കു നീതി നല്കാൻ ബാദ്ധ്യസ്ഥരാണ് ഭരണവർഗ്ഗവും പൊലീസും. എന്നാൽ സാമുദായികസംഘട്ടനങ്ങളും കലാപങ്ങളുമുണ്ടാ

കുമ്പോൾ പലപ്പോഴും ഇവർ വഹിക്കുന്ന പങ്ക് സംശയാസ്പദമാണ്. ഭഗൽ പ്പൂർ സംഭവങ്ങളിലും മറ്റും തെളിഞ്ഞുകാണുന്നത് അതാണ്. മന്ത്രിതല ങ്ങളിലും ഉദ്യോഗസ്ഥ മേധാവികൾക്കിടയിലുമുള്ള രാഷ്ട്രീയമായ ഇച്ഛാ ശക്തിയുടെ അഭാവമാണ് ഇതിനു വഴിയൊരുക്കുന്നത്. എല്ലാ തലങ്ങ ളിലും പെട്ട ഉദ്യോഗസ്ഥർക്കും പൊലീസുകാർക്കും മതേതരാടിസ്ഥാ നത്തിൽ നിഷ്പക്ഷമായ നീതിനിർവ്വഹണത്തിനാവശ്യമായ ബോധവല്ക്ക രണവും പരിശീലനവും നല്കുകയാണ് ഇതിനാവശ്യം. സാമുദായിക സംഘട്ടനങ്ങളുണ്ടാവുമ്പോൾ നിർവ്വഹണാധികാരികളുടെ ഭാഗത്തുനിന്നു ണ്ടാകുന്ന വീഴ്ചകൾക്കും പോരായ്മകൾക്കും സംസ്ഥാന-കേന്ദ്ര ആഭ്യന്തര മന്ത്രാലയങ്ങൾ ഉത്തരവാദിത്വം വഹിക്കേണ്ടതാണെന്ന് ദേശീ യോദ്ഗ്രഥനസമിതിയുടെ ശ്രീനഗർസമ്മേളനം നടത്തിയ ശുപാർശ ഇ വിടെ പ്രത്യേകം ഓർക്കേണ്ടതാണ്.

നിയമങ്ങളും തീരുമാനങ്ങളും കൊണ്ടു മാത്രം സെക്യുലറിസത്തിന്റെ അടിത്തറ ഉറപ്പിക്കുക സാദ്ധ്യമല്ല. ബുദ്ധിജീവികളും രാഷ്ട്രീയ ബഹുജ നപ്രസ്ഥാനങ്ങളും നിയമപാലന-നിർവ്വഹണവിഭാഗങ്ങളും ചേർന്നു നിതാന്ത ജാഗ്രതയോടെയും പ്രയത്നത്തിലൂടെയും സാധിച്ചെടുക്കേണ്ട ഒരു ദേശീയകൃത്യമാണിത്.

- *ദേശാഭിമാനി വാരിക*, 1989 ഡിസംബർ 24-30
(*ബുദ്ധന്റെ ചിരി, മാതൃഭൂമി ബുക്സ്*)

ചരിത്രം അവസാനിക്കുന്നില്ല

ഒരിക്കൽ സത്യമെന്നു കരുതി പറഞ്ഞത് തിരുത്തേണ്ടിവരുമ്പോൾ പലർക്കും അമ്പരപ്പുണ്ടാകും. ചിലർക്കെങ്കിലും ചിരിക്കാൻ കഴിഞ്ഞേക്കാം; കഴിയണം. ലെനിനെപ്പറ്റി അങ്ങനെ ഒരു കഥ കേട്ടിട്ടുണ്ട്. റഷ്യൻകമ്യൂ ണിസ്റ്റ് പാർട്ടിയുടെ ആദ്യത്തെ ഇരുപത്തഞ്ചു വർഷങ്ങളുടെ ചരിത്രമെ ഴുതിയ കാറൽ റാഡേക്ക് ഇതു രേഖപ്പെടുത്തിയിട്ടുണ്ട്. ലെനിൻ മുപ്പതു വർഷങ്ങൾക്കു മുമ്പെഴുതിയ ചില ലേഖനങ്ങൾ വായിക്കുകയായിരുന്നു റാഡേക്ക്. അതുകണ്ടപ്പോഴാണ് ലെനിൻ ഉള്ളുതുറന്നു ചിരിച്ചത്: 'അതെ ഴുതിയ കാലത്ത് നാം എത്ര വിഡ്ഢികളായിരുന്നു എന്നു കാണുന്നത് രസകരം തന്നെയല്ലേ' എന്നായിരുന്നു ലെനിന്റെ ചോദ്യം.

പഴയതെറ്റുകളുടെ നേർക്ക് ചിരിക്കാനും പരിവർത്തനങ്ങൾ ഉൾക്കൊ ള്ളാനും തുറന്ന മനസ്സുകൾക്കേ സാധിക്കൂ. ഒരു കാലഘട്ടത്തിന്റെ അവ സാനവും ഏറക്കാലം മുറുകെ പിടിച്ചുപോന്ന വിശ്വാസപ്രമാണങ്ങളുടെ തിരുത്തലുമാണ് സോവിയറ്റ് റഷ്യയിലും കഴിഞ്ഞ എട്ടൊമ്പതു മാസങ്ങ ളായി കിഴക്കൻ യൂറോപ്പിലും നടന്നുകൊണ്ടിരിക്കുന്നത്. മാറ്റങ്ങൾ അനി വാര്യങ്ങളാണെങ്കിലും മാർക്സിസം മനുഷ്യവിമോചനത്തിന്റെ തത്ത്വ ശാസ്ത്രമായി കണ്ട ഒരു തലമുറ സ്വാഭാവികമായും അതിന്റെ മുമ്പിൽ അമ്പരന്നു നില്ക്കുന്നു. കാരണം, പലരും അലംഘനീയങ്ങളെന്നു കരു തിപ്പോന്ന ഒട്ടേറെ സങ്കല്പങ്ങളുടേയും ധാരണകളുടേയും അടിത്തറക ളാണ് ഈ മാറ്റങ്ങൾ ഇളക്കിയിരിക്കുന്നത്. ഒരു ചുറ്റുവട്ടത്തിൽ മാത്രം ചുരുങ്ങിനില്ക്കാതെ ഈ മാറ്റങ്ങളുടെ അലകൾ വിദൂരങ്ങളിലേക്ക് ഒഴു കിയെത്തുന്നു. വിപുലമായ മനുഷ്യസമൂഹം അതിന്റെ നേർക്ക് പ്രതികര ണസജ്ജമാകേണ്ടിയിരിക്കുന്നു. ദാർശനികനായ സ്പിനോസ പറഞ്ഞതു പോലെ 'ചിരിക്കുവാനോ കരയുവാനോ മാത്രമുള്ള അവസരമല്ല ഇതു

നല്കുന്നത്; ചിന്തിക്കാനും മനസ്സിലാക്കാനുമുള്ള സമയം കൂടിയാണ്.'

വർഷങ്ങളുടെ മരവിപ്പിനുശേഷം, റഷ്യയിലും പൂർവ്വയൂറോപ്യൻരാഷ്ട്ര ങ്ങളിലും നടക്കുന്ന ശക്തിമത്തായ ചലനങ്ങൾ എങ്ങോട്ടു നീങ്ങുമെ ന്നാണ് ലോകം ഉറ്റുനോക്കുന്നത്. മുതലാളിത്തത്തിന്റെ ജീർണ്ണതകളി ല്ലാത്ത ഒരു പുതിയ നാഗരികതയുടെ വാഗ്ദാനമായിരുന്നു 'ഒക്ടോബർ വിപ്ലവം'. ഫാസിസത്തിൽനിന്ന് യൂറോപ്പിനേയും മനുഷ്യരാശിയേയും രക്ഷിക്കാനുള്ള പ്രതിജ്ഞയുമായി സോവിയറ്റ് റഷ്യ രണ്ടാംലോകമഹാ യുദ്ധത്തിൽ പങ്കുചേർന്നു. എന്നാൽ, ലോകമിന്നോളം കണ്ട ഏകാധിപ ത്യങ്ങളേക്കാൾ ഭീകരമായ ഒരു വ്യവസ്ഥയാണ് റഷ്യയിൽ സ്റ്റാലിന്റെ ഭര ണകാലത്ത് വളർന്നുവന്നതെന്ന് നമുക്കിപ്പോൾ അറിയാൻ കഴിയുന്നു. അരനൂറ്റാണ്ടുകാലം ഉയർന്നുനിന്ന 'ഇരുമ്പുമറ' തകർന്നു വീണപ്പോൾ, അപ്പുറത്ത് ഒരു വലിയ മിഥ്യയാണോ നിലവിലുണ്ടായിരുന്നതെന്ന് നാം ചോദിച്ചുപോകുന്നു. അതെല്ലാം ശത്രുക്കൾ പടച്ചുണ്ടാക്കുന്ന കെട്ടുകഥ കളാണെന്നായിരുന്നു മുമ്പ് നല്കപ്പെട്ട വിശദീകരണം. ആർതർ മില്ലറുടെ ഭാഷയിൽ 'അധികാരത്തിന്റെ പാപം യാഥാർത്ഥ്യത്തെ വികൃതമാക്കുക മാത്രമല്ല, കാപട്യം സത്യമാണെന്ന് ജനങ്ങളെ ബോദ്ധ്യപ്പെടുത്തുകകൂടി ചെയ്യുന്നു; സത്യമായും സംഭവിച്ചുകൊണ്ടിരിക്കുന്നതെന്തോ, അതു പോലും ശത്രുക്കൾ സൃഷ്ടിക്കുന്ന കടങ്കഥകളാണെന്ന് ജനങ്ങളെ വിശ്വ സിപ്പിക്കുകയും ചെയ്യുന്നു.'

അധികാരത്തിന്റെ കേന്ദ്രീകരണം

മുതലാളിത്തത്തിന്റെ ജീർണ്ണതയിൽനിന്നും ചൂഷണത്തിൽനിന്നും സമൂഹത്തിനും മനുഷ്യനും മോചനം നല്കുന്ന ഒരു വ്യവസ്ഥയിൽ ഫാസി സവും മുതലാളിത്തവും കാഴ്ചവെച്ചതിനേക്കാൾ ഭീകരങ്ങളായ അനുഭ വങ്ങൾ ഉടലെടുത്തതെങ്ങനെ? കേന്ദ്രീകൃതമായ ആസൂത്രണവും കേന്ദ്രീ കൃതമായ അധികാരവുമാണ് അതിന്റെ മുഖ്യ കാരണം. ജനങ്ങളുടെ അധി കാരം പാർട്ടിയുടെ അധികാരവും പാർട്ടിയുടെ അധികാരം സെക്രട്ടറി യേറ്റിന്റെ അധികാരവുമായി മാറുകയും, പിന്നീട് വ്യക്തിയുടെ ഏകാധിപ ത്യത്തിൽ കേന്ദ്രീകൃതമാവുകയുമാണ് റഷ്യയിലുണ്ടായത്. 1929 മുതൽ 24 വർഷങ്ങൾ നീണ്ടുനിന്ന സ്റ്റാലിൻ വാഴ്ച ഒരു 'മഹാഭീകരത' - The Great Terror എന്നാണ് വിശേഷിപ്പിക്കപ്പെട്ടിട്ടുള്ളത്. 1934 നും 38 നും ഇടയ്ക്ക് 80 ലക്ഷത്തോളം സോവിയറ്റ് പൗരന്മാർ പ്രതിവിപ്ലവ ഗൂഢാ ലോചനക്കേസുകളിൽ പ്രതികളാവുകയും അറസ്റ്റ് ചെയ്യപ്പെടുകയുമു ണ്ടായി - 5 ലക്ഷം പേർ വധിക്കപ്പെട്ടു എന്നാണ് കണക്ക്. 'ഒരു മനുഷ്യൻ മരിച്ചാൽ അതൊരു ദുരന്തമാണ്; ദശലക്ഷം പേരുടെ മരണം വെറും സ്ഥി തിവിവരക്കണക്കു മാത്രമാണ്' എന്ന് സ്റ്റാലിൻ ഒരിക്കൽ പറഞ്ഞുവല്ലോ.

അഭിപ്രായവ്യത്യാസങ്ങളും രാഷ്ട്രീയ പ്രതിയോഗികളുടെ പ്രവർത്ത നങ്ങളും അടിച്ചമർത്തുന്നതിന് സ്റ്റാലിൻ സുലഭമായി പ്രയോഗിച്ച തന്ത്ര മായിരുന്നു പ്രതിവിപ്ലവമെന്നത്. ഒക്ടോബർ വിപ്ലവാനന്തരം സോവിയറ്റ്

കമ്യൂണിസ്റ്റ്പാർട്ടിയുടെ ജനറൽ സെക്രട്ടറിയായിത്തീർന്ന സ്റ്റാലിൻ ഭരണയന്ത്രത്തിന്റെ മർമ്മപ്രധാനങ്ങളായ സ്ഥാനങ്ങളിൽ സ്വന്തം അനുകൂലികളെ നിയോഗിച്ചു. സ്റ്റാലിന്റെ പരുക്കൻ സമ്പ്രദായങ്ങളെ ലെനിൻ ഇഷ്ടപ്പെട്ടിരുന്നില്ല. 1924 ൽ ലെനിൻ മരണമടഞ്ഞു. ഇതോടെ അധികാരത്തിന്റെ നിയന്ത്രണം പൂർണ്ണമായും സ്റ്റാലിന്റെ കൈകളിൽ ഒതുങ്ങി. തന്റെ പ്രമുഖ രാഷ്ട്രീയ പ്രതിയോഗിയായിരുന്ന ലിയോൺ ട്രോട്സ്കിയെ നാടുകടത്തി. താരതമ്യേന മിതവാദിയായിരുന്ന സർജികിറോവ് രഹസ്യമയമായ സാഹചര്യങ്ങളിൽ വധിക്കപ്പെട്ടു. കിറോവ് വധത്തിന്റെ പിന്നിൽ സ്റ്റാലിന്റെ കൈകളാണുള്ളതെന്ന് മിക്ക ചരിത്രകാരന്മാരും വിശ്വസിക്കുമ്പോൾ, അതു സംബന്ധിച്ചു നടത്തിയ കുറ്റവിചാരണയിൽ ഒരു പ്രതിവിപ്ലവ ഗൂഢാലോചനയാണ് സ്റ്റാലിൻ കണ്ടെത്തിയത്. പത്തു ലക്ഷത്തോളം പാർട്ടി അംഗങ്ങൾ ഈ ഗൂഢാലോചനയിൽ പിടികൂടപ്പെട്ടു.

എൻ കെ വി ഡി എന്ന പേരിലറിയപ്പെട്ട കുപ്രസിദ്ധമായ രഹസ്യപൊലീസ് വിഭാഗവും മോസ്കോ നഗരത്തിലെ തടങ്കൽപ്പാളയങ്ങളും സൈബീരിയൻ നാടുകടത്തലുകളും കോൺസൻട്രേഷൻ ക്യാമ്പുകളിലെ നിർബ്ബന്ധത്തൊഴിലുമെല്ലാം മർദ്ദനത്തിന്റെ ക്രൂരമായ ഉപകരണങ്ങളായി മാറുകയായിരുന്നു. ഭരണയന്ത്രത്തിന്റെ കടുംപിടിത്തവും സുരക്ഷാവ്യവസ്ഥകളും സാമ്രാജ്യവാദികളുടെ ആക്രമണത്തിൽനിന്നും അട്ടിമറികളിൽനിന്നും രാഷ്ട്രത്തെ സംരക്ഷിക്കാനും ആഭ്യന്തര സുരക്ഷിതത്വം ഉറപ്പുവരുത്താനും വ്യവസായവല്ക്കരണത്തിന്റെ ഗതി ത്വരിതപ്പെടുത്താനും അനിവാര്യമായിരുന്നു എന്നാണ് ഇതിനു നല്കപ്പെട്ട ന്യായീകരണം.

സ്റ്റാലിൻ ഭരണകാലത്ത് താരതമ്യേന സ്വാതന്ത്ര്യമനുഭവിച്ചിരുന്ന അനത്തോലി റൈബക്കോവിന്റെ *ചിൽഡ്രൻ ഓഫ് അർബാറ്റ്* എന്ന ആത്മകഥാപരമായ പുതിയ ചരിത്രനോവൽ ആ കാലഘട്ടത്തിന്റെ നഗ്നവും നടുക്കുന്നതുമായ വിവരണങ്ങളാണ് നല്കുന്നത്. ജോസഫ് സ്റ്റാലിന്റെ യഥാർത്ഥ കഥ ജനങ്ങളെ അറിയിക്കേണ്ടത് തന്റെ ദൗത്യമാണെന്ന് റൈബക്കോവ് കരുതി. 'സാഹസങ്ങളും അപകടങ്ങളും നിറഞ്ഞ ജീവിതമായിരുന്നു എന്റേത്; എഴുപത്തേഴു കഴിഞ്ഞ ഞാൻ എന്തിനുവേണ്ടി അവശേഷിച്ചു എന്ന് ഞാനിപ്പോൾ അറിയുന്നു. ഭരണയന്ത്രത്തിന്റെ കീഴിൽ ചതഞ്ഞരഞ്ഞു പോയവരുടെ ഓർമ്മകൾക്ക് നീതി നല്കുന്നതിനുവേണ്ടി മാത്രം അതിജീവിക്കാനാണ് എന്റെ വിധി' എന്ന് റൈബക്കോവ് പറയുന്നു. ഭീതിയുടെ പ്രകമ്പനമാണ് സ്റ്റാലിൻ സൃഷ്ടിച്ചത്. എല്ലാവർക്കുംവേണ്ടി അയാൾ തനിച്ചു ചിന്തിച്ചു. ഈ ഭീതിയിൽനിന്ന് നാം മുക്തിനേടുന്നില്ലെങ്കിൽ ഒരു സമൂഹമെന്ന നിലയ്ക്ക് വികസിക്കാൻ നമുക്ക് കഴിയുകയില്ലെന്ന് അദ്ദേഹം റഷ്യൻ ജനതയോടു പറയുന്നു.

ഏകാധിപത്യം പടരുന്നു

മാർക്സിയൻ സിദ്ധാന്തത്തിന്റെ വിമോചനമെന്ന ആകർഷണത്തെ സ്റ്റാലിൻ വേണ്ടുവോളം പ്രയോജനപ്പെടുത്തി. ഫാസിസത്തിൽനിന്നും

നാസിസത്തിൽനിന്നും ലോകത്തെ രക്ഷിക്കാനുള്ള ശക്തി എന്ന നിലയ്ക്കാണല്ലോ റഷ്യ രണ്ടാം ലോകമഹായുദ്ധത്തിൽ പ്രവേശിച്ചത്. രണ്ടാം ലോകമഹായുദ്ധത്തിലെ വിജയത്തെത്തുടന്ന് മദ്ധ്യയൂറോപ്പിന്റെ ഹൃദയഭാഗത്തുള്ള പത്തുരാജ്യങ്ങളിൽ സ്റ്റാലിന്റെ ചുവപ്പുസേന സ്ഥാനമുറപ്പിച്ചു. ത്രിശക്തികളുടെ യാൾട്ടാസന്ധി അതിന് അംഗീകാരവും നല്കി. പിന്നീട് 1945 ൽ കിഴക്കൻ യൂറോപ്പിലെ ചെറുകിട രാഷ്ട്രങ്ങളിലും സോഷ്യൽ ഡെമോക്രാറ്റിക് കക്ഷികളുമായി സോവിയറ്റ് അനുകൂല കമ്യൂണിസ്റ്റ് കൂട്ടുഭരണങ്ങൾ ഉണ്ടാക്കി. 1949 ആവുമ്പോഴേക്കും അവ കമ്യൂണിസ്റ്റ് ആധിപത്യമുള്ള ജനകീയ റിപ്പബ്ലിക്കുകളായിത്തീർന്നു. യൂഗോസ്ലാവിയയിലെ മാർഷൽ ടിറ്റോ മാത്രമാണ് അന്ന് സ്റ്റാലിനെ ചോദ്യംചെയ്തത്. മാർക്സിസ്റ്റ്-ലെനിനിസ്റ്റ് മുദ്രാവാക്യങ്ങളിലൂടെ കൊളോണിയലിസ്റ്റ് ലക്ഷ്യം സ്ഥാപിക്കുകയാണ് സാമ്രാജ്യശക്തിയായ സോവിയറ്റ് റഷ്യ ചെയ്യുന്നതെന്നായിരുന്നു ടിറ്റോവിന്റെ വിമർശനം. അതിന്റെ ഫലമായി ടിറ്റോ ഒരു തിരുത്തൽവാദിയായി മുദ്രകുത്തപ്പെടുകയും കമ്യൂണിസ്റ്റ് ജാതിയിൽനിന്ന് ഭ്രഷ്ടനാവുകയുമാണ് ഉണ്ടായത്.

സോവിയറ്റ് റഷ്യയുടെ തണലിൽ പൂർവ്വയൂറോപ്യൻ രാഷ്ട്രങ്ങളിലെല്ലാം റഷ്യൻ ഏകാധിപത്യവാഴ്ചയുടെ കൊച്ചുപതിപ്പുകൾ വളർന്നുവന്നു. റുമാനിയയിലെ നിക്കോളായ് സീസെസ്ക്യൂവും ബൾഗേറിയയിലെ തോഡോർ ഷിവ്ക്കോവും പിന്നീട് സ്റ്റാലിനെയും ഹിറ്റ്ലറെയും കവച്ചുവെക്കുന്ന ഏകാധിപതികളായി മാറി. ജനജീവിതങ്ങൾക്ക് വില കല്പിക്കാത്ത ഒരു ഭയാനകസ്വപ്നമായിരുന്നു സീസെക്ക്യൂവിന്റെ 24 കൊല്ലത്തെ ഭരണം. വിമർശകരേയും പ്രതിയോഗികളേയും ഭ്രാന്തന്മാരെന്ന് മുദ്രകുത്തി സീസെസ്ക്യൂ ചിത്തരോഗ ആസ്പത്രികളിലേക്കയച്ചു. ബുക്കാറെസ്റ്റിലെ ഏറ്റവും വലിയ ചിത്തരോഗ ആശുപത്രിയിൽ പ്രതിവർഷം മുപ്പതിനായിരം എന്ന നിരക്കിലാണ് മനോരോഗികൾ വന്നുകൊണ്ടിരുന്നത്. ഇന്നും അതു തുടരുന്നു. പരണോയ്യ എന്ന പ്രത്യേക രോഗത്തിന് അടിമകളാണവർ. വർദ്ധിച്ച ആത്മഹത്യാനിരക്കാണ് റുമാനിയയിലേത്, ഏറെയും സ്ത്രീകൾ. ഏറ്റവും ദുരിതമനുഭവിക്കുന്നത് സ്ത്രീകൾ തന്നെ. ഉള്ള കുട്ടികളെപ്പോലും പുലർത്താൻ കഴിയാതെ വിഷമിക്കുന്ന അവർ കൂടുതൽ പ്രസവിക്കാൻ നിർബ്ബന്ധിതരാവുകയായിരുന്നു. കാരണം റുമാനിയയുടെ ജനസംഖ്യ വർദ്ധിപ്പിക്കണം എന്ന് സീസെസ്ക്യൂവിന്റെ പത്നി എലീനയുടെ വിശ്വാസവും നിർബ്ബന്ധവുമായിരുന്നു. സീസെസ്ക്യൂവിന്റെ പതനവാർത്ത കേട്ടപ്പോൾ റുമേനിയയുടെ ഇഷ്ടഗായികയായിരുന്ന 102 വയസ്സുകാരി സെല്ല ഡെലവറൻഷ്യ പിയാനോ വായിച്ചുകൊണ്ടാണ് തന്റെ ആഹ്ലാദം പ്രകടിപ്പിച്ചത്. എതിർപ്പുകളും ചെറുത്തുനില്പുമില്ലാതെ ദീർഘവർഷങ്ങളിൽ ഏകാധിപത്യവാഴ്ച തുടരാൻ ഇവർക്കെങ്ങനെ കഴിയുന്നു എന്നത് നമുക്ക് ഒരാശ്ചര്യമായിരിക്കാം. 'സംശയമോ കാലുഷ്യമോ ഇല്ലാത്ത ഹൃദയങ്ങളെ ഉണങ്ങിയ വിറകിനെ തീയെന്നപോലെ ഭയം ഗ്രസിക്കുന്നു' എന്നാണ് പ്രമുഖ പത്രപ്രവർത്തകനായ സ്റ്റീഫൻ വൈഷൻസ്കി

പറയുന്നത്. സാമൂഹികവിരുദ്ധരും ജയിൽപ്പുള്ളികളും നാസി തഗ്ഗുകളും അടങ്ങുന്ന സുരക്ഷാസൈന്യമാണ് സീസെസ്ക്യൂവിന്റെ വാഴ്ചയെ ഉറപ്പിച്ചത്. പക്ഷേ, ജനങ്ങളുടെ ഉയിർത്തെഴുന്നേല്പിന്റെ മുന്നിൽ ഈ ഭരണങ്ങൾ തകർന്നുവീണു. ചൈനയിലെ ടിയാനെൻമെൻ സ്ക്വയറിലും റുമാനിയയിലും മാത്രമാണ് ജനകീയപ്രക്ഷോഭങ്ങൾ രക്തത്തിൽ കുതിർന്നത്. 'സ്വാതന്ത്ര്യത്തിന്റെ വൃക്ഷം കാലത്തോടുകാലം രക്തംകൊണ്ട് നനയ്ക്കപ്പെടുമെന്നും അത് സ്വാഭാവികമായ വളം മാത്രമാണെന്നും' തോമസ് ജെഫേഴ്സൺ പറഞ്ഞത് ഓർത്തുപോവുകയാണ്. ബർലിൻ മതിലിന്റെ തകർച്ചയിലുമുണ്ട് പ്രതീകാത്മകത. റഷ്യയിലും കിഴക്കൻ യൂറോപ്പിലും ഇരുമ്പുമറയുടെ യുഗം അവസാനിക്കുമ്പോളാണ് ഇരുപത്തെട്ടു വർഷം മുമ്പ് കമ്യൂണിസ്റ്റ് ഭരണം പണിതുയർത്ത ഈ 'നാണക്കേടിന്റെ ചുമരും' തകർന്നിരിക്കുന്നത്.

റഷ്യയിലെ പ്രതിസന്ധി

സുദീർഘങ്ങളായ ദശകങ്ങളിലൂടെ ജനാധിപത്യധ്വംസനവും സ്വാതന്ത്ര്യനിഷേധവും നടന്നിട്ടും കേന്ദ്രീകൃതമായ ആസൂത്രണവും രാഷ്ട്രീയാധികാരവും പ്രയോഗത്തിൽ വരുത്തിയിട്ടും സമൂഹത്തിന്റെ പ്രാഥമിക പ്രശ്നങ്ങൾപോലും പരിഹരിക്കാൻ ഈ വ്യവസ്ഥകൾക്ക് കഴിഞ്ഞിട്ടില്ലെന്നതാണ് സത്യം. തൊഴിലില്ലായ്മയോ ദേശീയവും വംശീയവുമായ വിഭാഗീയതകളോ അവസാനിപ്പിക്കാൻ അവർക്കു കഴിഞ്ഞിട്ടില്ല. സോവിയറ്റ് റഷ്യ നേരിടുന്ന ഏറ്റവും ഗുരുതരമായ പ്രതിസന്ധി ഭക്ഷ്യ-ഭവനപ്രശ്നങ്ങളും ഉപഭോഗസാധനങ്ങളുടെ ദുർഭിക്ഷവുമാണെന്ന് ഗോർബച്ചേവു തന്നെ തുറന്നുസമ്മതിക്കുന്നു. സോപ്പ്, പഞ്ചസാര, ചായ, സ്കൂൾ നോട്ടുപുസ്തകങ്ങൾ, സിഗരറ്റ്, സോസേജ്, ഫലവർഗ്ഗങ്ങൾ, പച്ചക്കറി, വെണ്ണ എന്നിവയും തീപ്പെട്ടിപോലും ആവശ്യത്തിനു ലഭിക്കാനില്ലെന്നതാണ് വസ്തുത. ഇതിനൊരു മറുവശവും ഉണ്ട്. ഉപഭോഗവസ്തുക്കളുടെ ശൂന്യതയാണ് സാധാരണജനങ്ങളുടെ അനുഭവമെങ്കിൽ സമ്പന്നവിഭാഗം അവിടെയും തഴച്ചുവളരുകയായിരുന്നു. റഷ്യൻ റൂബിളിനു വില കുറയുമ്പോൾ അമേരിക്കൻ ഡോളറിന് പ്രിയം വർദ്ധിച്ചു. ഡോളർ കൊടുത്താൽ ആവശ്യമുള്ള ഉപഭോഗവസ്തുക്കൾ പെട്ടെന്ന് ലഭിക്കുന്ന ബെറിയോസ്കോ ഷോപ്പുകൾ മോസ്കോവിൽ കാണാം. റഷ്യയിൽ നടന്ന ഏറ്റവും ഒടുവിലത്തെ ഒരു പഠനം വെളിപ്പെടുത്തുന്നത് അവിടെ കോടീശ്വരന്മാരുടെ എണ്ണം പെരുകി എന്നാണ്. പതിനയ്യായിരത്തിനും മുപ്പതിനായിരത്തിനും ഇടയിൽ വരുമത്രേ അവരുടെ എണ്ണം. ഒരു സമാന്തര സമ്പദ്വ്യവസ്ഥ തന്നെ അവിടെ വളർന്നുവന്നിരിക്കയാണ്. കമ്യൂണിസ്റ്റ് വ്യവസ്ഥിതിക്കു കീഴിൽ ഒരു 'പുതിയ വർഗ്ഗം' വളരുന്നതിനെക്കുറിച്ച് യൂഗോസ്ലാവ്യയിലെ മിലോവൻ ഡിജലാസ് ദീർഘദർശനം ചെയ്തത് സംഭവിച്ചിരിക്കയാണ്.

തുറന്ന സമീപനത്തിന്റെ ഫലമായി റഷ്യൻ ജനതയ്ക്ക് പുതിയ സ്വാതന്ത്ര്യം ലഭിച്ചിരിക്കുന്നു, എങ്കിലും സമൂഹത്തിൽ അത് വമ്പിച്ച ഞെട്ട

ലാണ് ഉളവാക്കിയിരിക്കുന്നതെന്ന് സോവിയറ്റ് ചലച്ചിത്ര സംവിധായകനായ അലെക്സി ഘെർമാൻ പറയുന്നു. ജീവിതത്തിന്റെ മേൽപ്പുര തങ്ങളുടെമേൽ തകർന്നുവീണതുപോലെയാണ് ജനങ്ങളുടെ അനുഭവം. തകർച്ചയുടെ കൂമ്പാരങ്ങൾക്കിടയിൽനിന്ന് പുറത്തുകടക്കാൻ ശ്രമിക്കാത്തവർ കൺമുമ്പിൽ കാണുന്നത് വിശ്വസിക്കാനും അന്വേഷിക്കാനും പ്രവർത്തിക്കാനും തങ്ങളോട് ആവശ്യപ്പെട്ടതൊന്നും ശരിയല്ലെന്ന് അവർ മനസ്സിലാക്കുകയാണ്; വിമോചനത്തിനും വിശകലനത്തിനും ആശ്രയമായിരുന്ന എല്ലാ ധാരണകളും വിശ്വാസപ്രമാണങ്ങളും തകർന്നിരിക്കയാണെന്ന് ഘെർമാൻ പറഞ്ഞു.

മാർക്സ് ഒരു തികഞ്ഞ മാനവികവാദിയാണ്. തികച്ചും അന്യവല്ക്കരണത്തിൽനിന്ന് മുക്തനായ, സ്വയം സംതൃപ്തനായ ഒരു മനുഷ്യനെയാണ് മാർക്സ് വിഭാവനം ചെയ്തത് (The German Ideology). അങ്ങനെയുള്ള മനുഷ്യൻ പ്രഭാതങ്ങളിൽ വേട്ടയാടുകയും മദ്ധ്യാഹ്നങ്ങളിൽ മത്സ്യം പിടിക്കുകയും സായാഹ്നങ്ങളിൽ തത്ത്വചിന്തകളിലും വിമർശനങ്ങളിലും ഏർപ്പെടുകയും ചെയ്യും. എന്നാൽ മാർക്സിസത്തിന്റെ പേരിൽ നിലവിൽവന്ന സമൂഹക്രമങ്ങളിൽ, സ്വതന്ത്രമായ ജീവിതവും വിശ്രമവേളകളും മൂല്യാധിഷ്ഠിത വീക്ഷണവും നഷ്ടപ്പെട്ടതാണനുഭവം. പഴയ മൂല്യങ്ങളുടെ സ്ഥാനത്ത് പുതിയതൊന്നും നല്കാനവർക്ക് കഴിഞ്ഞതുമില്ല. ഒരിക്കൽ ജോർജിയയുടെ തലസ്ഥാനമായ തിബിലിസ് സന്ദർശിച്ച ഈ ലേഖകന് അവിടെ ഒരു ഓർത്തഡോക്സ് ചർച്ചിൽ പ്രാർത്ഥിച്ചുകൊണ്ടിരുന്ന ഒരു പെൺകുട്ടിയെ കാണാനിടയായി. മനുഷ്യശബ്ദം മാത്രമുൾക്കൊള്ളുന്ന മധുരവും പ്രശസ്തവുമായ 'പോലിഫോണിയ' എന്ന സംഗീതം ആ പള്ളിയുടെ പ്രത്യേക ആകർഷണമാണ്. എന്തിനെക്കുറിച്ചാണ് പ്രാർത്ഥിച്ചതെന്ന് ഞാനാ പെൺകുട്ടിയോട് ചോദിച്ചു. അവളുടെ വിശദീകരണം ഇങ്ങനെയായിരുന്നു: കിടപ്പറയിൽ വസ്ത്രങ്ങൾ കൊളുത്തിയിടാൻ ഒരു കൊളുത്തു (Hanger) കാണും. മുറിയിൽ കടന്നാൽ വസ്ത്രങ്ങൾ അതിലാണ് തൂക്കിയിടുക. പുതുതായി പണിത വീട്ടിൽ കൊളുത്തില്ലെന്നിരിക്കട്ടെ, വസ്ത്രങ്ങൾ എവിടെ തൂക്കിയിടും! പുതിയ വിപ്ലവത്തിനുശേഷം വിശ്വാസത്തിന്റെ കൊളുത്ത് നീക്കംചെയ്യപ്പെട്ടു. മനുഷ്യഹൃദയത്തിന്റെ വേദനയും ദുഃഖങ്ങളും വിശ്വാസത്തിന്റെ-മതത്തിന്റേയോ ദൈവത്തിന്റേയോ ആവട്ടെ-കൊളുത്തിലാണ് തൂക്കുക; വിശ്വാസത്തിനും സമാധാനത്തിനും- പ്രാർത്ഥന അതിനുവേണ്ടിയാണ്. തിബിലിസിൽ നാസ്തിക യൂണിവേഴ്സിറ്റികൾ ഉണ്ട്. അവിടെ പഠിച്ചുവളർന്നവളാകാം ഈ കുട്ടിയും.

മതത്തിന്റെ ലഹരി

മതത്തിൽ വിശ്വസിക്കാനും വിശ്വസിക്കാതിരിക്കാനും മനുഷ്യന് അവകാശമുണ്ട്. അതവന്റെ വ്യക്തിഗതമായ പ്രശ്നമാണ്. നവംബറിൽ റോമിൽ മാർപ്പാപ്പയെ കാണുന്നതിനു തൊട്ടുമുമ്പ് മിഖായേൽ ഗോർബച്ചേവ് പറഞ്ഞു: 'മനസ്സിന്റെ ഒരു വിപ്ലവമാണ് നമുക്കിന്നാവശ്യം!' എന്തൊക്കെ

മാറ്റങ്ങളാണ് റഷ്യയിൽ നടന്നുകൊണ്ടിരിക്കുന്നത്? ആ മാറ്റങ്ങളുടെ പരിണാമത്തെപ്പറ്റി പ്രവചിക്കുകയും വിഷമമാണ്. കഴിഞ്ഞവർഷം ജൂൺ മാസത്തിൽ ക്രെംലിനിലെ ബോൾഷോയ് തിയേറ്ററിൽ റഷ്യയിലെ ക്രിസ്തീയസഭയുടെ ആയിരാമത് വാർഷികം ആഘോഷിക്കപ്പെട്ടു. നൂറു രാഷ്ട്രങ്ങളിൽനിന്നുള്ള അഞ്ഞൂറിൽപ്പരം പ്രതിനിധികളാണ് ഇദംപ്രഥമമായി നടന്ന ഈ വാർഷികത്തിൽ പങ്കെടുത്തത്. പോപ്പ് ജോൺപോളിന്റെ സെക്രട്ടറി അഗസ്റ്റിനോ കർദ്ദിനാൾ കാസറോലി തുടങ്ങി പ്രമുഖ മതനേതാക്കളോടൊപ്പം വേദിയിൽ ഗോർബച്ചേവിന്റെ പത്നി റോസാ ഗോർബച്ചേവ് ഉണ്ടായിരുന്നു. സമ്മേളനത്തിന്റെ ഭാരവാഹികളിലൊരാളായ ഒഡേസയിലെ അദ്ധ്യാപകൻ ഫാദർ വിക്ടോർ പെറ്റ് ലുച് ചെങ്കോ വിശ്വാസത്തിന്റെ വീണ്ടുകിട്ടലിനെ ഇങ്ങനെയാണ് വിശേഷിപ്പിച്ചത്: 'മധുവിധുപോലെയാണ് ഇത്. ഒരു മദലഹരിയിലാണ് ഞങ്ങളെന്നുതോന്നുന്നു; ഈ ലഹരിയിൽനിന്ന് ഒരിക്കലും ഉണരാതിരിക്കട്ടെ എന്നാശിക്കുകയും ചെയ്യുന്നു!' അഞ്ചുകോടിയോളം വരുന്ന അംഗസംഖ്യയുള്ള ഓർത്തഡോക്സ് സഭയുടെ പിന്തുണ തന്റെ പരിഷ്കരണസംരംഭങ്ങൾക്കുണ്ടാകണമെന്ന് ഗോർബച്ചേവ് ആഗ്രഹിക്കുന്നു. കമ്യൂണിസ്റ്റ് പാർട്ടിയേക്കാളും അംഗസംഖ്യയാണ് ക്രിസ്തീയ സഭയ്ക്കുള്ളത്. എന്നാൽ അതോടൊപ്പം മതത്തിന്റെ ധാർമ്മികവും ക്രിയാത്മകവുമായ പ്രചോദനം സോവിയറ്റ് നേതാക്കൾ മനസ്സിലാക്കുന്നുണ്ടെന്നാണ് സമ്മേളനത്തിൽ പങ്കെടുത്ത ഒരു പാശ്ചാത്യ വിദഗ്ദ്ധൻ പറഞ്ഞത്. റഷ്യൻ സമൂഹം നേരിടുന്നത് സാമൂഹ്യ ശിഥിലീകരണമാണ്. അസംതൃപ്തി കത്തിപ്പടരുന്ന യുവജനത, ദുസ്സഹമാംവിധം വർദ്ധിക്കുന്ന ഗർഭച്ഛിദ്രനിരക്ക്, മദ്യത്തിന്റേയും മയക്കുമരുന്നുകളുടേയും ഗുരുതരമായ പ്രശ്നങ്ങൾ എന്നിവ അലട്ടുന്ന ഈ സമൂഹത്തിൽ മതവിശ്വാസികൾ മാത്രമാണ് ക്രിയാത്മകങ്ങളായ അംഗങ്ങൾ. അതുകൊണ്ടുതന്നെ പള്ളിക്കെതിരായ വിമർശനം നടത്താൻ ഒരു സോവിയറ്റ് നേതാവിനും ഇന്നു കഴിയില്ല.

മുതലാളിത്തത്തിന്റെ സാങ്കേതികവിദ്യകളും ബഹുലോല്പാദന സമ്പ്രദായവും ഏറ്റുവാങ്ങിയ കമ്യൂണിസം ഫലത്തിൽ എത്തിച്ചേർന്നിരിക്കുന്നത് മനുഷ്യന്റെ അന്യവല്ക്കരണത്തിൽ തന്നെ. മുതലാളിത്തലോകത്തിലും മനുഷ്യന്റെ അന്യവല്ക്കരണം മൂർദ്ധന്യദശയിലെത്തിയിരിക്കുകയാണ്. ഒരിക്കൽ ന്യൂയോർക്ക് നഗരത്തിലൂടെ നടന്നുപോകുമ്പോൾ റോഡരികിൽ ഉണ്ടായിരുന്ന ഒരു യുവതി സമയം തിരക്കി. വാച്ചിൽ നോക്കി കൃത്യസമയം പറഞ്ഞുകൊടുത്തപ്പോൾ, ഇതു രാത്രിയോ പകലോ എന്നായി അവളുടെ ചോദ്യം. മയക്കുമരുന്നിന്റെ അടിമയായ ആ യുവതിക്ക് ദിനരാത്രബോധംപോലും നഷ്ടപ്പെട്ടിരുന്നു. മുതലാളിത്തസംസ്കാരം വരുത്തിവെച്ച ജീർണ്ണതയുടെ ഒരു കണ്ണിയാണ് ആ യുവതി. മനുഷ്യന്റെ ആന്തരികവും ഭൗതികവുമായ പ്രശ്നങ്ങൾക്ക് പരിഹാരം കാണാൻ മുതലാളിത്ത വ്യവസ്ഥയ്ക്കും കഴിയുന്നില്ല. കൂടുതൽ സങ്കീർണ്ണങ്ങളായ പ്രശ്നങ്ങൾ സൃഷ്ടിക്കുകയും മനുഷ്യന്റെ ആത്മവിശ്വാസം നശിപ്പിച്ച് അഗാ

ധമായ നിസ്സഹായതയിലേക്ക് അവനെ തള്ളിവീഴ്ത്തുകയുമാണ് മുതലാളിത്തം ചെയ്തത്. രാഷ്ട്രീയവും സാമ്പത്തികവുമായ അമിതകേന്ദ്രീകരണവും അനിയന്ത്രിതമായ സാങ്കേതികവിദ്യയുടെയും വ്യവസായവല്ക്കരണത്തിന്റെയും തിടുക്കവും ബലപ്രയോഗവും ഈ രണ്ടു വ്യവസ്ഥകളുടേയും പൊതുസ്വഭാവമാണ്. ചുരുങ്ങിയ ചെലവിൽ വൻതോതിൽ ഉല്പാദനം നടത്തി വമ്പിച്ച ലാഭം ഉടമകൾക്ക് തട്ടിയെടുക്കാൻ അവസരം നല്കുന്നതാണ് മുതലാളിത്തവ്യവസ്ഥ. അവികസിത രാജ്യങ്ങളിലെ ഉല്പാദനോപാധികളെ അതു തകർക്കുന്നു. അപരിഹാര്യമായ യാതനകളിലേക്കും കെടുതികളിലേക്കും വിപുലമായ ജനവിഭാഗങ്ങളെ അതു തള്ളിവീഴ്ത്തുന്നു.

മുതലാളിത്തത്തിന്റെ വികസനം സംബന്ധിച്ച മാർക്സിന്റെ ദർശനത്തിൽ അപൂർണ്ണതയുണ്ടെന്ന് ഡോ. രാംമനോഹർലോഹ്യ ചൂണ്ടിക്കാട്ടി. 'ഉല്പാദന ശക്തികളും ഉല്പാദനബന്ധങ്ങളും തമ്മിൽ മുതലാളിത്തം സംഘട്ടനമുണ്ടാക്കുന്നു. എന്നാൽ അതോടൊപ്പം അത് രണ്ടു ലോകങ്ങളെയും സൃഷ്ടിക്കുന്നുവെന്ന് കൂട്ടിച്ചേർത്താലേ മാർക്സിന്റെ വിശകലനം പൂർത്തിയാവു; ഈ രണ്ടു ലോകങ്ങളിൽ ഒന്നിലെ ജനങ്ങൾക്ക് മുതലാളിത്തം വിപ്ലവകരമായ സാങ്കേതികവിദ്യ നല്കുന്നു. മറ്റേതിനാകട്ടെ, വിലയില്ലാത്തവയും ക്ഷയോന്മുഖവുമായ ഉല്പാദനോപകരണങ്ങളും; ദാരിദ്ര്യവും ദുരിതങ്ങളും അവാച്യമായ യാതനകളുമാണ് ഇതിന്റെ ഫലം. മുതലാളിത്തം സൃഷ്ടിക്കുന്ന ഈ മൗലികവൈരുദ്ധ്യത്തെ അംഗീകരിക്കുന്നില്ലെങ്കിൽ, മുതലാളിത്തവികസനം സംബന്ധിച്ച മാർക്സിന്റെ സിദ്ധാന്തം അർദ്ധസത്യമേ ആവുന്നുള്ളൂ (On Dotcrine).' മുതലാളിത്തത്തിന്റെ ബഹുലോല്പാദനമാതൃക തന്നെയാണ് കമ്യൂണിസം സ്വീകരിച്ചത്. ഉല്പാദനോപാധിയുടെ ഉടമസ്ഥതയെ സംബന്ധിച്ചു മാത്രമേ അവർക്ക് അഭിപ്രായവ്യത്യാസമുള്ളൂ. കേന്ദ്രീകൃതമായ നിയന്ത്രണത്തിലാണിവർ ഊന്നുന്നത്. വികേന്ദ്രീകൃതമായ നിയന്ത്രണം സാദ്ധ്യമല്ലാതെ വരുമ്പോൾ യാന്ത്രികവ്യവസ്ഥ പരാജയപ്പെടുകയും വ്യവസായ ജനാധിപത്യവും തൊഴിലാളിവർഗ്ഗനിയന്ത്രണവും അടിത്തറ പൊളിഞ്ഞ് തകരുകയും ചെയ്യും. ബഹുലോല്പാദനത്തിന്റെ ഉപകരണങ്ങൾ എല്ലാവർക്കും ലഭിക്കുകയില്ല; അതു കാരണം ജനലക്ഷങ്ങളെ മാറ്റിനിർത്തുകയോ ഒഴിവാക്കേണ്ടിവരികയോ ചെയ്യും. ഒരിക്കലും ലഭിക്കാത്ത അപ്പത്തിനുവേണ്ടി, വിലപ്പെട്ട സ്വാതന്ത്ര്യം ജനങ്ങൾക്ക് ബലിനല്കേണ്ടിവരുന്നതങ്ങനെയാണ്.

സർവ്വനാശത്തിലേക്ക്

കമ്യൂണിസത്തിന്റെ പരാജയം മുതലാളിത്തരീതിയിലുള്ള ഉദാരജനാധിപത്യത്തിന്റെ വിജയമാണെന്ന് സ്ഥാപിച്ചെടുക്കാനുള്ള ശ്രമങ്ങളും ഒരു വശത്ത് നടക്കുന്നുണ്ട്. ഇതിനകം പ്രശസ്തമായ 'ചരിത്രം അവസാനിക്കുകയാണോ' എന്ന തന്റെ ലേഖനത്തിൽ ഫ്രാൻസിസ് ഫുക്കുയാമ പാശ്ചാത്യമാതൃകയിലുള്ള ലിബറൽ ഡെമോക്രസി മാർക്സിയൻ സമ്പ്രദാ

യത്തെ അതിജീവിച്ചതായി അവകാശപ്പെടുന്നുണ്ട്. ഉദാരസമ്പദ്വ്യവസ്ഥ വളർത്തിയെടുത്ത അസീമമായ ഉപഭോഗസംസ്കാരമാണ് ഈ വിജയത്തിന്റെ അടിസ്ഥാനമായി ഫുക്കുയാമ കാണുന്നത്; ചൈനയിൽപ്പോലും വളർന്നുവന്ന കാർഷികവിപണികളും കളർ ടെലിവിഷൻ സെറ്റുകളുടെ പ്രചാരവും കഴിഞ്ഞവർഷം തൊട്ട് മോസ്കോവിലാരംഭിച്ച സഹകരണ റെസ്റ്റാറന്റുകളും തുണിവ്യാപാരശാലകളും ഇതിനുദാഹരണമായി അദ്ദേഹം ചൂണ്ടിക്കാട്ടുന്നു. ജപ്പാനിലെ ഡിപ്പാർട്ടുമെന്റ് സ്റ്റോറുകളിൽ ബീഥോവന്റെ സംഗീതത്തിന് പ്രിയം കൂടിയതും പ്രാഗിലും റങ്കൂണിലും ടെഹ്റാനിലും റോക്ക് സംഗീതം പടർന്നുപിടിക്കുന്നതുമൊക്കെ വിജയത്തിന്റെ മാതൃകയായി അദ്ദേഹം ചൂണ്ടിക്കാട്ടുന്നു. എന്നാൽ അനിയന്ത്രിതമായ ഉപഭോഗസംസ്കാരം ഉയർത്തിയിട്ടുള്ള വിനാശകരമായ മറ്റൊരു പരിണാമത്തെ ഫുക്കുയാമ സൗകര്യപൂർവ്വം വിസ്മരിക്കുകയാണെന്നു തോന്നുന്നു. ഉദാരസമ്പദ്വ്യവസ്ഥ വളർത്തിയെടുത്ത ഈ ഉപഭോഗസംസ്കാരം ഭൂമിയിലെ വിഭവങ്ങളെ ഞെട്ടിപ്പിക്കുന്ന തോതിൽ കുറച്ചുകൊണ്ടുവരുന്നതും ഭൂമിയുടെ അസ്തിത്വംതന്നെ തന്മൂലം ഒരു ചോദ്യചിഹ്നമായി മാറിക്കൊണ്ടിരിക്കുന്നതും നാം കാണുന്നു. ഉപഭോഗസംസ്കാരത്തിന്റെ ഉറവിടമായ വ്യവസായവല്ക്കരണം നമ്മെ ഏതു പതനത്തിലാണെത്തിച്ചിരിക്കുന്നത്? വ്യവസായവല്ക്കരണവും സാമ്പത്തിക പ്രവർത്തനവും പരിസ്ഥിതി ഘടകങ്ങളെ കണക്കിലെടുക്കാതെ തുടരുന്നത് അണ്വായുധ ഭീഷണിയേക്കാൾ വിനാശകരമാവുമെന്ന നിഗമനത്തിലാണ് ശാസ്ത്രജ്ഞന്മാർ ഇന്നെത്തിച്ചേർന്നിരിക്കുന്നത്. പരിസ്ഥിതിയിൽ വരുന്ന ഹാനികരമായ 'മാറ്റങ്ങൾ' മനുഷ്യരാശിയുടെ സാമൂഹിക സാമ്പത്തിക വികസനത്തിനാവശ്യമായ വിഭവങ്ങളെ നശിപ്പിക്കുകയും ഭൂമിയിൽ ജീവന്റെ നിലനില്പുതന്നെ അപകടഗ്രസ്തമാക്കുകയും ചെയ്യും. പ്രതിദിനം ശതക്കണക്കിന് ജീവിവർഗ്ഗങ്ങൾ ഒടുങ്ങിവരികയാണ്. ഇത് മനുഷ്യന്റെ കാര്യത്തിലും സംഭവിക്കാവുന്നതത്രെ. വ്യവസായവല്ക്കരണത്തിന്റെ ഇന്നത്തെ ഗതിവേഗം തുടരുകയാണെങ്കിൽ ലോകജനത ഏറെ താമസിയാതെ വിഷമയമായ വായു ശ്വസിക്കുകയും വിഷജലം കുടിക്കുകയും ചെയ്യേണ്ടിവരും. ഭൂമിയുടെ ചുവട്ടിലും പുറത്തുമുള്ള ജലവിഭവങ്ങൾ മനുഷ്യോപയോഗത്തിനു പറ്റിയതല്ലാതാകും. ആഗോള കാലാവസ്ഥ തീക്ഷ്ണമാവുകയും ശുദ്ധീകരിച്ചെടുക്കാൻ വയ്യാത്ത വിധം സമുദ്രജലം മലിനമാവുകയും ചെയ്യും. വനനശീകരണവും മരുഭൂവല്ക്കരണവും വ്യാപകമാവുകയും ഭൂമിയുടെ രക്ഷാകവചമായ 'ഓസോൺ' ക്ഷയിക്കുകയും ചെയ്യുന്നതോടെ മനുഷ്യാസ്തിത്വത്തിന്റെ ആധാരശിലതന്നെ നശിക്കുമെന്നാണ് വന്നുകൂടിയിരിക്കുന്നത്.

ഉപഭോഗസംസ്കാരത്തിന്റെ വളർച്ചയ്ക്കുവേണ്ടി ചൂഷണം ചെയ്യപ്പെടുന്ന മേഖലകൾക്ക് വ്യാപ്തി വർദ്ധിക്കുമ്പോൾ അവയ്ക്കുവേണ്ടി മതിൽക്കെട്ടുകൾ ഉയരുകയാണ്. ഈ മതിൽക്കെട്ടുകളുടെ സംരക്ഷണത്തിന് ആയുധപ്പുരകൾ വേണ്ടിവരുന്നു. ആയുധനിർമ്മാണത്തിനുവേണ്ടി

അമേരിക്കയും റഷ്യയും മാത്രം പ്രതിവർഷം ശതക്കണക്കിന് ബില്യൺ ഡോളറാണ് ചെലവഴിക്കുന്നത്. ഈ ആയുധങ്ങൾ ഏറിയ പങ്കും വാങ്ങുന്നതോ മൂന്നാംലോക രാഷ്ട്രങ്ങളും. ആയുധസംഭരണത്തിനുവേണ്ടി ഈ രാഷ്ട്രങ്ങൾ തങ്ങളുടെ ദേശീയവരുമാനങ്ങളേക്കാൾ കവിഞ്ഞ തുകയാണ് ചെലവഴിക്കുന്നത്. ആയുധത്തിനുവേണ്ടി വൻതുകകൾ ചെലവഴിക്കുമ്പോൾ പ്രതിവർഷം 150 ലക്ഷംപേരാണ് - ഏറെയും കുട്ടികൾ - ഈ രാഷ്ട്രങ്ങളിൽ പട്ടിണികൊണ്ട് മരണമടയുന്നത്. ലോകജനസംഖ്യയുടെ 40 ശതമാനത്തിനും ആരോഗ്യശുശ്രൂഷാസൗകര്യങ്ങൾ ലഭിക്കുന്നില്ല. മനുഷ്യരാശിയുടെ 35 ശതമാനം വരുന്ന ജനവിഭാഗത്തിന് സംരക്ഷിത ശുദ്ധജലം ഇന്നും അപ്രാപ്യമാണ്. ഇതൊക്കെയായാലും, പകുതിയിലധികം പേരും ആയുധനിർമ്മാണത്തിന്റെ ക്രൂരമായ സാങ്കേതികവിദ്യയിൽ മുഴുകിയിരിക്കുകയാണെന്ന് ഭൗതിക ശാസ്ത്രജ്ഞനും ദാർശനികനുമായ ഫ്രിജ്തോഫ് കാപ്ര ചൂണ്ടിക്കാട്ടി. അതിജീവനത്തിനുവേണ്ടി പ്രകൃതിയോട് പൊരുതി ശാസ്ത്രസാങ്കേതികവിദ്യ വികസിപ്പിച്ചെടുത്തത് മനുഷ്യനാണ്. ഇന്ന് ആ ശാസ്ത്രസാങ്കേതികവിദ്യ മനുഷ്യനേക്കാൾ വലുതായിരിക്കുന്നു. മനുഷ്യൻ സ്വന്തം സൃഷ്ടിയുടെ മുമ്പിൽ ഭയവിഹ്വലനായി നില്ക്കുകയാണ്.

ഉപഭോഗവസ്തുക്കളുടെ ആവശ്യത്തിൽക്കവിഞ്ഞ ഉല്പാദനം അനാവശ്യമെന്നു മാത്രമല്ല, ദോഷംകൂടിയാണെന്ന് സർ ജൂലിയൻ ഹക്സിലി അദ്ദേഹത്തിന്റെ 'ഡാർവിനുശേഷം പരിണാമം' എന്ന നിബന്ധത്തിൽ പറയുന്നുണ്ട്. മനുഷ്യന് സ്വയംപര്യാപ്തയും സമൂഹത്തിന്റെ പൂർണ്ണ വികസനവുമാണ് മാനവികലക്ഷ്യമെങ്കിൽ പ്രയോജനപരതയ്ക്ക് സാധാരണ അർത്ഥത്തിൽ കുറഞ്ഞ പ്രസക്തിയേയുള്ളൂവെന്ന് ഹക്സ്ലി അഭിപ്രായപ്പെടുന്നു. പ്രാഥമികാവശ്യങ്ങൾക്കുവേണ്ടിയുള്ള പദാർത്ഥങ്ങളുടെ ഉല്പാദനത്തോത് ആവശ്യമാണെങ്കിലും അതിനും ഒരു പരിധിയുണ്ടാകണം. അളവിൽക്കവിഞ്ഞ കലോറികളും മദ്യവും ടി വി സെറ്റുകളും അലക്കുയന്ത്രങ്ങളും ആളോഹരിയായി നല്കുന്നത് അനാവശ്യം മാത്രമല്ല, ഹാനികരവുമത്രെ. ഉല്പാദനത്തിന്റെ നിരക്ക് ഈ ലക്ഷ്യത്തിലുള്ള മാർഗ്ഗമല്ലാതെ കേവലലക്ഷ്യമാകാൻ പാടുള്ളതല്ലെന്നാണ് ഹക്സിലിയുടെ അഭിപ്രായം. ബഹുലോല്പാദനത്തിലധിഷ്ഠിതമായ സമ്പദ്വ്യസ്ഥകളുടെ മുന്നേറ്റം സമൂഹത്തിന്റെയും മനുഷ്യന്റെയും പ്രകൃതിയുടെയും സമതുലനം നശിപ്പിച്ചിരിക്കുകയാണ്. വിവേകം എവിടെയോ നഷ്ടപ്പെട്ടിരിക്കുന്നു. ഈ കവിതാശകലമാണ് ഓർമ്മവന്നത്: 'ജീവിച്ചതുകൊണ്ട് നമുക്ക് നഷ്ടപ്പെട്ട ജീവിതമെവിടെ? വിവരങ്ങൾ ശേഖരിക്കുന്നതിനിടയിൽ നമുക്ക് കൈമോശം വന്ന ജ്ഞാനമെവിടെ? ഇരുപത് നൂറ്റാണ്ടുകളുടെ സ്വർഗ്ഗചക്രങ്ങൾ നമ്മെ ദൈവത്തിൽനിന്നകറ്റുകയും പൊടിമണ്ണിലേക്ക് അടുപ്പിക്കുകയുമാണ്.'

ചെറുതാണ് സുന്ദരം

മുതലാളിത്തവും കമ്യൂണിസവും വ്യക്തിയുടെയും സമൂഹത്തി

ന്റെയും സങ്കീർണ്ണ പ്രശ്നങ്ങൾക്ക് പരിഹാരം കാണുന്നതിന് സഹായകമായിട്ടില്ല. വ്യവസ്ഥ സമൂഹത്തേയും മനുഷ്യനേയും അഭിവൃദ്ധിപ്പെടുത്തുന്നതിലായിരിക്കണം. എന്നാലിവിടെ വ്യവസ്ഥയുടെ ചട്ടക്കൂട്ടിൽ മനുഷ്യനേയും സമൂഹത്തേയും ഒതുക്കുകയാണ് ചെയ്തത്. മുതലാളിത്തവും കമ്യൂണിസവും ശാസ്ത്രത്തെ വളർത്തിയെങ്കിലും അത് മനുഷ്യന്റെ ആന്തരികമായ വളർച്ചയെ സഹായിച്ചിട്ടില്ല. സാർവ്വലൗകികമായി ചിന്തിക്കുകയും പ്രാദേശികമായി ജീവിക്കുകയും ചെയ്യുക എന്നതാണ് യൂറോപ്പിലെ പുതിയ മുദ്രാവാക്യം. ഇവിടെ നമുക്ക് ഒരു പുതിയ സാങ്കേതികവിപ്ലവം അനിവാര്യമായി വന്നിരിക്കുന്നു. അത് ലഘുസാങ്കേതികവിദ്യയിൽ അധിഷ്ഠിതമായിരിക്കണം. സോഷ്യലിസ്റ്റ് വ്യവസായവല്ക്കരണത്തിനു സംസ്കാരത്തിനും വേണ്ടിയുള്ള യുദ്ധം വിജയിക്കണമെങ്കിൽ ലഘുഘടകം യന്ത്രവും ചെറുകിട സാങ്കേതികവിദ്യയും എന്ന ആശയം പ്രാവർത്തികമാക്കുകയാണ് വേണ്ടത്. ഡോ. രാംമനോഹർ ലോഹ്യ അത്തരത്തിലുള്ള ഒരു സമ്പദ്‌വ്യവസ്ഥയുടെ അനിവാര്യതയെപ്പറ്റി പറയുകയുണ്ടായി. അതിന് അധികാരത്തിന്റേയും ആസൂത്രണത്തിന്റേയും വികേന്ദ്രീകരണവും ജനങ്ങളുടെ സമ്പൂർണ്ണ പങ്കാളിത്തവും ഉറപ്പുവരുത്തണം. ശാസ്ത്രം മനുഷ്യന്റെ സൃഷ്ടിയാണ്. മനുഷ്യർ ശാസ്ത്രത്തിന്റെ സൃഷ്ടിയായിക്കൂടാ. ഇന്ന് റോബോട്ടുകളുടെ കാലമാണ്. 1985 ൽ അമേരിക്കയിലെ മെഷീഗണിലുള്ള ഒരു ഫാക്ടറിയിൽ ഒരു തൊഴിലാളി മരണമടഞ്ഞ വാർത്ത വന്നു. ഫാക്ടറിയിലുള്ള ഒരു ഇലക്ട്രോണിക് റോബോട്ടിന്റെ പ്രവർത്തനമേഖലയിൽ അബദ്ധത്തിൽ ചെന്ന് ആ തൊഴിലാളി അപകടത്തിൽപ്പെട്ടു. റോബോട്ട് അയാളെ രക്ഷിക്കാനൊരു ശ്രമം നടത്തി. പക്ഷേ, റോബോട്ടിന്റെ പിടിയിൽപ്പെട്ട തൊഴിലാളി ചതഞ്ഞരഞ്ഞുപോയി. സ്വന്തം ശക്തിയും രക്ഷിച്ചെടുക്കുന്ന മനുഷ്യന്റെ ശാരീരികശേഷിയും വേർതിരിച്ചറിയാനുള്ള കഴിവ് യന്ത്രമനുഷ്യനില്ലല്ലോ.

ഒടുവിൽ ദൈവത്തിലേക്ക്

ഒരു വ്യവസ്ഥയും പൂർണ്ണമാണെന്നു കരുതേണ്ടതില്ല. എങ്കിലും മുതലാളിത്തവും കമ്യൂണിസവുമല്ലാതെ മറ്റു മാർഗ്ഗങ്ങളില്ല എന്ന ധാരണ ശരിയല്ല. നമുക്ക് വേണ്ടത് മനുഷ്യന്റെ ആന്തരികവും ഭൗതികവുമായ വികസനത്തിന് സഹായകമാവുന്ന വ്യവസ്ഥയാണ്. വ്യതിരിക്തമായ അഭിപ്രായം രേഖപ്പെടുത്തുവാനുള്ള അവകാശം മൗലികമാണ്. ഇത് വ്യക്തിസ്വാതന്ത്ര്യത്തിന്റെ പ്രശ്നമത്രെ. വ്യക്തിസ്വാതന്ത്ര്യം ഉറപ്പുവരുത്താത്ത ഏതു രാഷ്ട്രീയദർശനവും വഴിപിഴപ്പിക്കുമെന്ന് എം എൻ റോയ് ചൂണ്ടിക്കാട്ടുന്നുണ്ട്. ജനാധിപത്യത്തിൽനിന്ന് വിച്ഛേദിക്കപ്പെട്ട വ്യവസ്ഥയെ സോഷ്യലിസ്റ്റ് വ്യവസ്ഥയെന്ന് വിളിക്കാൻ ആവുകയില്ല. സോഷ്യലിസത്തിന്റെ ആത്മാവ് ജനാധിപത്യവും ജനാധിപത്യത്തിന്റെ പ്രാണവായു സോഷ്യലിസവുമാണ്.

ഒരുവേള, ഗാന്ധിയും മാർക്സും ചരിത്രത്തിന്റെ പാതയിൽ കണ്ടു മുട്ടിയിരുന്നുവെങ്കിൽ എന്നു നാമാശിച്ചുപോകുന്നു. ഭാരതീയ നവോത്ഥാ നത്തിന്റെ ശില്പിയായി വിശേഷിപ്പിക്കപ്പെട്ട സ്വാമി വിവേകാനന്ദൻ സോഷ്യലിസത്തെപ്പറ്റി പറഞ്ഞ വാക്കുകൾ ഇപ്പോൾ അർത്ഥവത്തായി തോന്നുന്നു. 'ഞാനൊരു സോഷ്യലിസ്റ്റാണ്; അതൊരു പരിശുദ്ധവും പൂർ ണ്ണവുമായ വ്യവസ്ഥയാണെന്ന് ധരിക്കുന്നതുകൊണ്ടല്ല. ഉണ്ണാൻ ഒന്നുമി ല്ലാതിരിക്കുന്നതിലും ഭേദം പാതി റൊട്ടിയെങ്കിലും കിട്ടുന്നതല്ലേ? നാം പരിശോധിച്ച മറ്റു വ്യവസ്ഥകളെല്ലാം കുറവുകളുള്ളതാണെന്ന് പരീക്ഷണം കൊണ്ട് നാം മനസ്സിലാക്കി. ഇതും ഒന്നു പരിശോധിക്കുക. ചുരുങ്ങിയത് അതിന്റെ പുതുമ കണക്കിലെടുത്തെങ്കിലും; ഒരു മനുഷ്യൻതന്നെ എന്നെന്നും വേദനയും സംതൃപ്തിയും അനുഭവിക്കുന്നതിലും ഭേദമല്ലേ, വേദനയും സംതൃപ്തിയും പുനർവിതരണം ചെയ്യുന്നത്? ലോകത്തിൽ നന്മയുടെയും തിന്മയുടെയും ആകത്തുക മാറ്റമില്ലാതെ തുടരുകതന്നെ ചെയ്യും. പുതിയ വ്യവസ്ഥയുടെ നുകം ചുമലിൽനിന്ന് മറ്റൊരു ചുമലി ലേക്ക് മാറ്റപ്പെടുമെന്നു മാത്രം.

ഈ ദുരിതപൂർണ്ണമായ ലോകത്തിൽ ഓരോ ശുനകനും അവന്റേതായ ദിവസം അനുഭവിക്കട്ടെ; അങ്ങനെ പറയപ്പെടുന്ന സംതൃപ്തിയുടെ അനു ഭൂതികൾക്കുശേഷം, ഈ ലോകത്തിന്റേയും ഭരണകൂടങ്ങളുടേയും പൊങ്ങ ച്ചങ്ങൾ തിരസ്കരിച്ച് ഒടുവിലവർ ദൈവത്തിൽ തിരിച്ചെത്തുകതന്നെ ചെയ്യും.'

ഓരോ മനുഷ്യനേയും കേവലമൊരുപാധിയായല്ല, ലക്ഷ്യമായി കാണുകയും മനുഷ്യൻ സമസ്തമൂല്യങ്ങളുടെയും കേന്ദ്രവും ഉറവിടവു മാവുകയും ചെയ്യുന്ന ഒരു സാമൂഹികക്രമമാണാവശ്യമെന്ന ഇമ്മാനുവൽ കാന്റിന്റെ വാക്കുകളും ഈ സത്യത്തെ തിരിച്ചുപറയുകയല്ലേ ചെയ്യുന്നത്?
– *മാതൃഭൂമി ആഴ്ചപ്പതിപ്പ്*, 1990 ഫിബ്രവരി 4-17

ഡോ. ലോഹ്യ: സാമൂഹികവിപ്ലവത്തിന്റെ ആചാര്യൻ

സാമൂഹികനീതി ഇന്ത്യൻ രാഷ്ട്രീയത്തിന്റെ മുഖ്യ മുദ്രാവാക്യമായിത്തീർന്നിരിക്കുന്ന ഇന്ന് ഡോ. രാംമനോഹർ ലോഹ്യയുടെ സ്മരണ അത്യന്തം പ്രസക്തമാണ്. സാമൂഹികവിപ്ലവത്തിലൂടെ വേണം ഇന്ത്യൻ സമൂഹത്തിന് സോഷ്യലിസ്റ്റ് പരിവർത്തനം സാധിച്ചെടുക്കാനെന്ന്, ഉറക്കെ പറയുകയും ചിന്തിക്കുകയും ചെയ്ത ഒരേ ഒരു രാഷ്ട്രീയാചാര്യൻ ഡോ. ലോഹ്യയായിരുന്നുവെന്ന് പറയുന്നത് അതിശയോക്തിയാവില്ല.

ഇന്ത്യയുടെ സാമൂഹികപരിവർത്തനത്തിൽ, ജാതിവ്യവസ്ഥയുടെ നിർമ്മാർജ്ജനത്തിന് സുപ്രധാന പങ്കാണ് ഡോ. ലോഹ്യ കല്പിച്ചത്. ബഹുഭൂരിപക്ഷം വരുന്ന നമ്മുടെ ജനങ്ങളുടെ അധഃപതനത്തിനും സാമൂഹിക-സാമ്പത്തിക ജീവിതത്തിന്റെ തകർച്ചയ്ക്കും അടിസ്ഥാനപരമായ കാരണമായാണ് ജാതിവ്യവസ്ഥയെ അദ്ദേഹം കണ്ടത്. അതോടൊപ്പം ലോകമെങ്ങുമുള്ള അധഃസ്ഥിത വിഭാഗങ്ങളുടെ സമഗ്രവികസനവും അദ്ദേഹത്തിന്റെ ലക്ഷ്യമായിരുന്നു.

ഇന്ത്യൻ സമൂഹത്തിലെ ഏറ്റവും പ്രകടമായ വസ്തുതയാണ് ജാതി. തത്ത്വത്തിൽ അതിനെ എതിർക്കുന്നവർപോലും ജീവിതത്തിൽ അതിനെ വിശ്വസിക്കുന്നതായി കാണാം. ജാതിയും വർഗ്ഗവും രണ്ടും രണ്ടാണെന്നാണ് ഡോ. ലോഹ്യ ചൂണ്ടിക്കാട്ടിയത്. 'ജാതിയും വർഗ്ഗവും തമ്മിലുള്ള വ്യത്യാസം ജാതിയുടെ നിശ്ചലതയാണ്; ജാതിബദ്ധനായ ഒരു വ്യക്തിക്ക് ഉയർന്ന ജാതിക്കാരനാവാൻ കഴിയുകയില്ല; ഒരു പ്രത്യേക ജാതിക്ക് പദവിയിലോ പണത്തിലോ ഉൽക്കർഷം നേടാനും സാദ്ധ്യമല്ല. എന്നാൽ വർഗ്ഗമാകട്ടെ, ചലനാത്മകമായ ജാതിയാണ്. ജാതി നിശ്ചലമായ വർഗ്ഗവും.' *ദി വീൽസ് ഓഫ് ഹിസ്റ്ററി* (പുറം 24) എന്ന തന്റെ ഗ്രന്ഥത്തിൽ ഡോ. ലോഹ്യ ഇത് വിശദമായി ചർച്ചചെയ്യുന്നുണ്ട്.

സഹസ്രാബ്ദങ്ങളിലൂടെ വളർന്നു വന്നതാണീ വ്യവസ്ഥ ഇന്ത്യയിൽ. പരിണാമവ്യവസ്ഥയിൽ സഹജമായ ഒരു തിരഞ്ഞെടുപ്പ് പ്രക്രിയ കാണു മല്ലോ. ജാതിവ്യവസ്ഥയിലും അതുപോലെ, സാമൂഹികമായി പ്രാധാന്യ മുള്ള ഒരു തിരഞ്ഞെടുപ്പു സമ്പ്രദായം കെട്ടുപിണഞ്ഞു കിടക്കുന്നുണ്ട്.

ചില പ്രത്യേക തൊഴിലുകളിലുള്ള വൈദഗ്ദ്ധ്യം, പ്രവൃത്തികൗശ ലങ്ങളുടെ നടത്തിപ്പുസമ്പ്രദായം, ചില തത്ത്വങ്ങളും മൂല്യങ്ങളും കൈ കാര്യം ചെയ്യൽ എന്നിവ പാരമ്പര്യസംസ്കാരങ്ങളായി മാറുകയാണിവിടെ. എല്ലാവർക്കും തുല്യമായ സാമൂഹ്യപദവിയും സാമ്പത്തിക പ്രതിഫലവും നല്കുന്നതാണ് ജാതിയുടെ അടിസ്ഥാനത്തിലുള്ള ഈ വൈദഗ്ദ്ധ്യ നിർ ണ്ണയമെങ്കിൽ, അത് ഭേദപ്പെട്ടതാകാമായിരുന്നുവെന്ന് ഡോ. ലോഹ്യ കരുതി. എന്നാൽ ചില വൈദഗ്ദ്ധ്യങ്ങൾ മറ്റുള്ളവയേക്കാൾ അവിശ്വസ നീയമാം വിധം യോഗ്യതയുള്ളതും ഉയർന്നതുമായി.

അവയ്ക്കു ചുവടെ അവസാനമില്ലാത്ത പടവുകളും. താഴ്ന്ന തല ങ്ങളിൽപ്പെട്ട വൈദഗ്ദ്ധ്യങ്ങൾ നീചങ്ങളായി കരുതപ്പെടുകയാണ് ഈ വ്യവസ്ഥയിൽ ഉണ്ടായത്.

വരേണ്യവർഗ്ഗം രൂപംകൊള്ളുന്നു

ഉയർന്നജാതി എന്ന പേരിൽ ഇന്ത്യൻ സമൂഹത്തിൽ ഒരു വരേണ്യ വർഗ്ഗം വളർന്നുവരികയും താഴ്ന്ന ജാതിക്കാർക്ക് അപ്രാപ്യമായ പ്രത്യേക ഭാഷ, വസ്ത്രധാരണം, ജീവിതനിലവാരം, ആചാരമുറകൾ എന്നിവകളി ലൂടെ കുലീനതയുടെ ആധിപത്യം അവർ നേടിയെടുക്കുകയും ചെയ്തു. നൂറ്റാണ്ടുകളിലൂടെ താഴ്ന്ന ജാതിക്കാരിൽ അധമ മനോഭാവം വളർത്തി യെടുക്കാനും അവർക്കു കഴിഞ്ഞു. ആരാധനകളും പൂജകളും പരിപൂർണ്ണ വിധേയത്വവുമാണ് മോചനത്തിന്റെ മാർഗ്ഗമെന്ന് അവരെക്കൊണ്ട് അംഗീ കരിപ്പിക്കുന്ന തത്ത്വശാസ്ത്രവും പ്രചരിപ്പിക്കപ്പെട്ടു.

സ്വാതന്ത്ര്യത്തിനുശേഷമുള്ള ഇന്ത്യൻ സമൂഹഘടനയിലും കാര്യമായ മാറ്റങ്ങൾ വന്നിട്ടില്ലെന്ന് ലോഹ്യ ചൂണ്ടിക്കാട്ടി. ജനസംഖ്യ യുടെ അഞ്ചിലൊരു ഭാഗം മാത്രം വരുന്ന സവർണ്ണജാതികളാണ് രാഷ്ട്ര ത്തിന്റെ അഞ്ചിൽ നാലുഭാഗത്തിന്റെയും നേതൃത്വം കൈയടക്കിയിരിക്കു ന്നത്. 'വ്യവസായം, സൈന്യം, സിവിൽഭരണം, രാഷ്ട്രീയകക്ഷികൾ തുടങ്ങി ദേശീയപ്രവർത്തനത്തിന്റെ മുഖ്യമേഖലകളെല്ലാം തന്നെ അഞ്ചിൽ നാലുഭാഗവും ഉയർന്നജാതിക്കാരുടെ കൈപ്പിടിയിൽ ആണെന്ന് ഡോ. ലോഹ്യ വിശകലനം ചെയ്തു. ഉയർന്ന ഉദ്യോഗങ്ങളിലേക്കുള്ള നിയമന ങ്ങളും റിക്രൂട്ട്മെന്റും അത് കൈകാര്യം ചെയ്യുന്നവരുടെ വർഗ്ഗപരമായ പശ്ചാത്തലവും പരിശോധിച്ചാൽ ഇത് വ്യക്തമാവും. ഏതു തൊഴിലുമാ കട്ടെ, നിയമനങ്ങളിൽ പ്രാമുഖ്യം ലഭിക്കുന്നത് ഉയർന്ന ജാതിക്കാർ, നഗ രാധിഷ്ഠിത ഗ്രൂപ്പുകൾ, പുരുഷന്മാർ എന്നിവർക്കാണ്. ഉദ്യോഗസ്ഥ മേധാ വികൾ, മാനേജർമാർ, ബുദ്ധിജീവികൾ എന്നിവർക്കിടയിൽ നടത്തപ്പെട്ട ഒരു സർവ്വേയിൽ ഈ വിഭാഗത്തിൽപ്പെട്ട 85 ശതമാനം ഹിന്ദുക്കളിൽ 81.5

ശതമാനവും ഉയർന്നജാതിക്കാരാണെന്നാണ് കണ്ടത്. പട്ടികജാതിക്കാരിൽ 1.1 ശതമാനവും.

രാഷ്ട്രീയവും സാമൂഹികവും സാമ്പത്തികവുമായ എല്ലാ മേഖലകളിലും നിറഞ്ഞുനില്ക്കുന്ന ജാതിവ്യവസ്ഥ, വ്യവസായവികസനം കൊണ്ടോ ആധുനിക ജനാധിപത്യവിധാനങ്ങൾകൊണ്ടോ മാഞ്ഞുപോകുന്ന ഒന്നല്ലെന്ന് ഡോ. ലോഹ്യ ഉറച്ചുവിശ്വസിച്ചു. സാമ്പത്തിക സമത്വം കൈവന്നുകഴിഞ്ഞാലും ജാതീയമായ അസമത്വങ്ങൾ നീങ്ങുകയില്ലെന്ന ഡോ. ലോഹ്യയുടെ വാദഗതിയോട് ഇന്ന് മിക്ക സാമൂഹിക ശാസ്ത്രജ്ഞന്മാരും യോജിക്കുന്നുണ്ട്. സാമ്പത്തികവും ജാതിപരവുമായ അസമത്വങ്ങൾ നശിപ്പിക്കപ്പെടേണ്ട ഇരട്ടപ്പിശാചുക്കളാണെന്ന് ലോഹ്യ അഭിപ്രായപ്പെട്ടു. ജാതിവ്യവസ്ഥയും അതിന്റെ ഫലമായ അസന്തുലിതാവസ്ഥയുമാണ് ഇന്ത്യൻ സമൂഹത്തിൽ സോഷ്യലിസ്റ്റ് പരിവർത്തനത്തിന്റെ മാർഗ്ഗത്തിലുള്ള മുഖ്യ തടസ്സങ്ങൾ. ജാതിനിരസനത്തെ സാമൂഹികപരിവർത്തനത്തിന്റെ അനിവാര്യഭാഗമായി കാണുന്ന ഈ ദർശനവും അവതരിപ്പിക്കുന്ന സമരതന്ത്രവുമാണ് ഡോ. ലോഹ്യയുടെ സിദ്ധാന്തങ്ങളെ അത്രമാത്രം പ്രസക്തമാക്കുന്നത്.

അവസരസമത്വം നല്കുകയും ജീവിതനിലവാരവും യോഗ്യതയും ഉയർത്തുകയും ചെയ്താൽ ജാതി താനേ പോകുമെന്ന വാദം അദ്ദേഹം അംഗീകരിക്കുന്നില്ല. 'എല്ലാവർക്കും അവസരസമത്വം ലഭിക്കുമ്പോൾ, 5000 വർഷങ്ങളുടെ തുറന്ന വിദ്യാഭ്യാസത്തിന്റെ പാരമ്പര്യമുള്ള ജാതി മുകളിൽ വരും' എന്നാണ് അദ്ദേഹം പറഞ്ഞത്. ജാതി നിർമ്മാർജ്ജനത്തിലൂടെ വീണുകിട്ടുന്ന ആത്മാഭിമാനവും അതോടൊപ്പം സാമ്പത്തികാഭിവൃദ്ധിയും ഒന്നിച്ചു വന്നാൽ മാത്രമേ, ഒരു പൂർണ്ണ മനുഷ്യന്റേയും ഉയർത്തെഴുന്നേറ്റ ജനതയുടേയും പ്രവർത്തനരംഗത്തേക്ക് അവരെ ഉയർത്താൻ കഴിയൂ. നാമമാത്രമായ ഏതാനും പേരെ മാത്രമല്ല, അധഃസ്ഥിതരായ എല്ലാ വിഭാഗങ്ങളേയും ദേശീയ നേതൃത്വത്തിലേക്കുയർത്തുന്ന സോദ്ദേശമായ ഒരു നയംതന്നെ ഇതിനാവശ്യമാണ്. സ്ത്രീകൾ, ശൂദ്രർ, ഹരിജനങ്ങൾ, മുസ്ലിമുകൾ, ആദിവാസികൾ എന്നീ അഞ്ചു വിഭാഗങ്ങളെയാണ് ഡോ. ലോഹ്യ അധഃസ്ഥിത വർഗ്ഗത്തിൽ പെടുത്തുന്നത്. ഭാഗികമായല്ല, സമഗ്രമായിത്തന്നെ ഈ വിഭാഗങ്ങളെ ഉദ്ധരിക്കുന്നതിനുള്ള സാമൂഹികവിപ്ലവം മാത്രമേ വിജയിക്കൂ എന്നദ്ദേഹം വിശ്വസിച്ചു. ദ്വിജസ്ത്രീകളടക്കം എല്ലാ സ്ത്രീകളെയും സമൂഹത്തിലെ അധഃസ്ഥിത വർഗ്ഗത്തിൽ ഉൾപ്പെടുത്തിയാൽ, അവർ ജനസംഖ്യയുടെ തൊണ്ണൂറുശതമാനം വരും. ഈ വിപുലമായ സമൂഹം ജാതിയുടേയും വിവേചനത്തിന്റേയും ക്രൂരമായ പിടിയിലമർന്നതാണ് ഇന്ത്യ വിദേശാക്രമണങ്ങളുടെ മുമ്പിൽ പോലും അടിയറവ് പറയാൻ കാരണമെന്ന് ഡോ. ലോഹ്യ ചൂണ്ടിക്കാട്ടി.

ഈ ക്രൂരമായ വ്യവസ്ഥയുടെ നിവാരണത്തിന് അദ്ദേഹം മൂർത്തമായ ഒരു പരിപാടി തന്നെയാണ് നിർദ്ദേശിക്കുന്നത്; 'ഇന്ത്യൻ ജനതയുടെ കർമ്മവീര്യം ഒരിക്കൽക്കൂടി പുനരുജ്ജീവിപ്പിക്കണമെങ്കിൽ, അതിനുള്ള ഏക

മാത്രമായ പ്രതിവിധി, അവർക്ക് പ്രത്യേക പരിഗണനകളും അവസരങ്ങളും സംവരണം ചെയ്യുക തന്നെയാണ്... രാഷ്ട്രത്തിന്റെ ഏറ്റവും ഉയർന്ന ഗസറ്റഡ് ഉദ്യോഗങ്ങളുടെയും നേതൃപദവികളുടെയും 60 ശതമാനം അധഃസ്ഥിത വിഭാഗത്തിൽപ്പെട്ട 90 ശതമാനം വരുന്ന ജനങ്ങൾക്കു നല്കപ്പെടണം' (ഡോ. ലോഹ്യ: *ദി കാസ്റ്റ് സിസ്റ്റം*, പുറം 80). കഴിവുകൾ കണക്കിലെടുക്കാതെ തന്നെ ഭൂമിയിലുള്ള 60 ശതമാനം പ്രവൃത്തിസന്ദർഭങ്ങളും അവർക്കു നല്കണം. അവസരങ്ങൾ വ്യാപിപ്പിക്കുന്നതിനുള്ള പശ്ചാത് പ്രക്രിയയുടെ ഏകമായ ഉദ്ദേശ്യം ജാതിവ്യവസ്ഥയെ തകർക്കുകയും ജനങ്ങളുടെ വീര്യം വീണ്ടെടുക്കുകയും മാത്രമാകണമെന്ന് ഡോ. ലോഹ്യ ആവശ്യപ്പെട്ടു. സാമൂഹികവിപ്ലവത്തിലൂടെ അധഃസ്ഥിതരെ മുന്നോട്ടു നയിക്കാനുള്ള ഡോ. ലോഹ്യയുടെ സിദ്ധാന്തങ്ങൾ നാടിന് ഇന്നും പ്രചോദനവും ശാന്തിയുടെ ഉറവിടവുമാണ്.

- 1992, (*ബുദ്ധന്റെ ചിരി*)

വർഗ്ഗീയതയുടെ മനസ്സും ശരീരവും

ഇന്ത്യയുടെ പ്രഥമ പ്രധാനമന്ത്രിയായ ജവഹർലാൽ നെഹ്റു വർഷങ്ങൾക്കു മുമ്പ് മുഖ്യമന്ത്രിമാർക്കുള്ള കത്തുകളിലൊന്നിൽ ഇപ്രകാരം എഴുതി: 'ഇന്ത്യയിൽ മുസ്ലിംവർഗ്ഗീയത ഉണ്ടെന്ന് ഞാൻ സമ്മതിക്കുന്നു. മുസ്ലിം വർഗ്ഗീയത മുസ്ലിങ്ങൾക്കിടയിൽ ശക്തവും എന്നാൽ അവരെ സംബന്ധിച്ചിടത്തോളം ഹൈന്ദവവർഗ്ഗീയതയേക്കാൾ അപകടകരവുമാണെന്നതിനോടും ഞാൻ ഒരളവോളം യോജിക്കുന്നു. എന്നാൽ മുസ്ലിംവർഗ്ഗീയതയ്ക്ക് ഒരിക്കലും ഇന്ത്യൻ സമൂഹത്തിൽ ആധിപത്യം സ്ഥാപിക്കാനോ ഇവിടെ ഫാസിസം കൊണ്ടുവരാനോ കഴിയുകയില്ല. ഹൈന്ദവവർഗ്ഗീയതയ്ക്കേ അതിനു കഴിയൂ. അതുകൊണ്ടു നാം വളരെ ജാഗരൂകരായിരിക്കുകയും മറ്റെന്തിനേക്കാളുപരി ഹൈന്ദവവർഗ്ഗീയതയ്ക്കെതിരെ പോരാടുകയും വേണം' (*കമ്മ്യൂണലിസം ഇൻ ഇന്ത്യ* - ബിപിൻ ചന്ദ്രയുടെ ലേഖനം-പേജ് 140). ഹിന്ദുത്വം അപകടത്തിലാണെന്ന മുറവിളിയും ഹിന്ദുത്വത്തിന്റെ പുനഃസ്ഥാപനത്തിലൂടെ മാത്രമേ ഇന്ത്യയുടെ ഐക്യവും അഖണ്ഡതയും നിലനിർത്താനാവൂ എന്ന മുദ്രാവാക്യവുമായി ഹൈന്ദവ വർഗ്ഗീയത ഇന്ത്യൻ സമൂഹത്തിൽ ആധിപത്യം സ്ഥാപിച്ചെടുക്കുവാൻ കൊണ്ടുപിടിച്ചു ശ്രമിച്ചുകൊണ്ടിരിക്കുന്ന ഇന്നത്തെ സാഹചര്യത്തിൽ നെഹ്റുവിന്റെ ഈ മുന്നറിയിപ്പിന് വളരെയേറെ പ്രസക്തിയും പ്രാധാന്യവുമുണ്ട്. കഴിഞ്ഞ ദശകത്തിന്റെ മദ്ധ്യത്തോടെ ബാബറി മസ്ജിദ്-രാമജന്മഭൂമി പ്രശ്നം ഉയർത്തിപ്പിടിച്ചുകൊണ്ട് ഹൈന്ദവവർഗ്ഗീയത നടത്തിയ ശക്തവും സംഘടിതവുമായ മുന്നേറ്റമാണ് ഇന്ന് ഇന്ത്യയിലാകെ പടർന്നുപിടിച്ചുകൊണ്ടിരിക്കുന്ന വർഗ്ഗീയസംഘർഷങ്ങൾക്കും സംഘട്ടനങ്ങൾക്കുമുള്ള മൂലകാരണം. ഹൈന്ദവവർഗ്ഗീയതയെന്ന ആപത്തിനെതിരെ മുന്നറിയിപ്പു നല്കിയ ജവഹർലാൽ നെഹ്റുവിന്റെ അനുയായികളുടെ

ഭരണത്തിൽ അയോദ്ധ്യയിലെ ബാബറി മസ്ജിദ് ഹിന്ദുക്കൾക്ക് ആരാധനയ്ക്കായി തുറന്നുകൊടുക്കുകയും അവിടെ തർക്കസ്ഥലത്ത് ശിലാന്യാസം നടത്താൻ അവരെ അനുവദിക്കുകയും ചെയ്ത നടപടികൾ ഹൈന്ദവവർഗ്ഗീയതയ്ക്ക് ലഭിച്ച അപ്രതീക്ഷിതവും എന്നാൽ അവസരോചിതവുമായ പ്രോത്സാഹനങ്ങളും പ്രചോദനങ്ങളുമായിരുന്നു. ഇന്ത്യയെപ്പോലെ വിവിധ മതന്യൂനപക്ഷങ്ങൾ നൂറ്റാണ്ടുകളായി തികഞ്ഞ സൗഹൃദത്തിലും സൗമനസ്യത്തിലും കഴിഞ്ഞുവന്നിരുന്ന ഒരു രാജ്യത്ത് ഹൈന്ദവ വർഗ്ഗീയത എല്ലാ മറകളും നീക്കി ഫാസിസത്തിന്റെ മുഖവുമായി പ്രത്യക്ഷപ്പെടുന്നതാണ് ഏറ്റവും വലിയ ആപത്ത് എന്ന കാര്യത്തിൽ രണ്ടുപക്ഷമുണ്ടാവാനിടയില്ല.

ഹിന്ദുവും ഹിന്ദുവും തമ്മിൽ

ഹൈന്ദവവർഗ്ഗീതയുടെ അപ്രതിഹതമായ ഈ മുന്നേറ്റത്തിന്റെ പശ്ചാത്തലത്തിൽ ഇന്ത്യൻ സമൂഹത്തിന്റെ ഇതഃപര്യന്തമുള്ള വികാസപരിണാമങ്ങളെക്കുറിച്ച് ആഴത്തിൽ പഠിക്കുവാനും അപഗ്രഥിക്കുവാനും നാം നിർബ്ബന്ധിതരാകുന്നു. ഈ അപഗ്രഥനം ഇന്ത്യയുടെ വർഗ്ഗീയതയുടെ വേരുകൾ തേടിയുള്ള ഒരന്വേഷണത്തിന്ന് നമ്മെ അനിവാര്യമായും പ്രേരിപ്പിക്കുകയും ചെയ്യുന്നു. ഇന്ത്യയിലെ സങ്കീർണ്ണങ്ങളായ സാമൂഹ്യ-സാമ്പത്തിക - രാഷ്ട്രീയ പ്രശ്നങ്ങളേയും പ്രതിസന്ധികളേയുംകുറിച്ച് വളരെ അവഗാഢമായി പഠിക്കുകയും ഒരു ദാർശനികന്റെ ഉൾക്കാഴ്ചയോടെ ദീർഘവീക്ഷണത്തോടെയും പല സത്യങ്ങളും വിളിച്ചുപറയുകയും ചെയ്ത വിപ്ലവകാരിയായ റാംമനോഹർ ലോഹ്യ വർഷങ്ങൾക്കു മുമ്പ് 'ഹിന്ദുവും ഹിന്ദുവും തമ്മിൽ' എന്നൊരു ചിന്തോദ്ദീപകമായ ലേഖനത്തിൽ എഴുതി: 'ഇന്ത്യാചരിത്രത്തിലെ ഏറ്റവും വലിയ യുദ്ധം ഹൈന്ദവസമൂഹത്തിലെ യാഥാസ്ഥിതികത്വവും ലിബറൽ ചിന്താഗതിയും തമ്മിലുള്ള യുദ്ധം, കഴിഞ്ഞ അയ്യായിരത്തിലേറെ വർഷങ്ങളായി തുടർന്നുകൊണ്ടിരിക്കുകയാണ്. അതിന്റെ അന്ത്യം ഇനിയും ദൃശ്യമായിട്ടില്ല' (*പൊളിറ്റിക്കൽ തിങ്കേഴ്സ് ഓഫ് മോഡേൺ ഇന്ത്യ*-നമ്പർ 9-ഡോ. റാം മനോഹർ ലോഹ്യ-പേജ് 292).

ഒരിക്കലും അവസാനിക്കാതെ അനുസ്യൂതമായി തുടരുന്ന ഈ യുദ്ധത്തിൽ കഴിഞ്ഞ അയ്യായിരം വർഷങ്ങൾക്കിടയിൽ ചിലപ്പോൾ യാഥാസ്ഥിതിക സമൂഹത്തിനും ചിലപ്പോൾ ലിബറൽ ചിന്താഗതിക്കും സമൂഹത്തിൽ ആധിപത്യം ഉണ്ടായിരുന്നതായി ഇന്ത്യയുടെ ചരിത്രം വെളിപ്പെടുത്തുന്നുണ്ട്. വേദോപനിഷത്തുകളുടെ കാലത്ത് ജാതിവ്യവസ്ഥയ്ക്കെതിരെ ഒരു സവർണ്ണ ഉപനിഷത്തിലൂടെ (*വജ്രസൂചികോപനിഷത്ത്*) ആക്രമണം അഴിച്ചുവിട്ട കാലഘട്ടവും ശ്രീബുദ്ധന്റെയും മഹാവീരന്റെയും കാലഘട്ടവും പില്ക്കാലത്ത് ആവിർഭവിച്ച മൗര്യ-ഗുപ്ത സാമ്രാജ്യങ്ങളുടെ കാലഘട്ടവും, ആധുനിക ഇന്ത്യാചരിത്രത്തിലെ ഗാന്ധിയൻ കാലഘട്ടവും ഹൈന്ദവ സമൂഹത്തിലെ ലിബറൽ ചിന്താഗതിയുടെ വിജയ

ഗാഥകളാണ്.

ജാതി, സ്വത്ത്, സ്ത്രീ, സഹിഷ്ണുത എന്നീ നാലു സുപ്രധാന പ്രശ്നങ്ങളോടുള്ള സമീപനത്തെ ആസ്പദമാക്കിയാണ് ഹൈന്ദവസമൂഹം യാഥാസ്ഥിതികത്വത്തിന്റേയും ലിബറലിസത്തിന്റേയും ഇടയിൽ നിരന്തരമായി ആന്ദോളനം ചെയ്തുകൊണ്ടിരിക്കുന്നത്. ഈ പ്രശ്നങ്ങളിൽ കാലോചിതമായ പരിഷ്കാരങ്ങളും പരിവർത്തനങ്ങളും വേണമെന്നു വാദിക്കുന്നവർ ലിബറൽ ചിന്താഗതിക്കാരും, വേണ്ടാ എന്നു ശഠിക്കുന്നവർ യാഥാസ്ഥിതികരുമാണ്. ജാതി, സ്വത്ത് എന്നിവയ്ക്കെതിരെയും സ്ത്രീ സ്വാതന്ത്ര്യത്തിനു വേണ്ടിയും സജീവമായി പ്രവർത്തിക്കുന്ന ഹിന്ദുവിന് അഹിന്ദുവിനോട് (മുസ്ലിം, ക്രിസ്ത്യൻ, സിഖ്, പാഴ്സി തുടങ്ങിയവർ) ഹൃദയാന്തർഭാഗത്തുനിന്നുളവാകുന്ന സഹിഷ്ണുത തോന്നാതിരിക്കാൻ പറ്റില്ല. അത്തരം ഹിന്ദു അനിവാര്യമായി ഈ സഹിഷ്ണുതയും സൗഹൃദവുമുള്ളവനായിരിക്കുകയും ചെയ്യും. ഹൈന്ദവ സമൂഹത്തിലെ ഈ ലിബറൽ ചിന്താഗതിക്ക് ഇന്ത്യൻ സമൂഹത്തിൽ ആധിപത്യം ഉണ്ടായിരുന്ന കാലഘട്ടങ്ങളിൽ മാത്രമേ ഇന്ത്യയിൽ ഐക്യം നിലനില്ക്കുകയും ഇന്ത്യ പുരോഗതി കൈവരിക്കുകയും ചെയ്തിരുന്നുള്ളൂവെന്ന് ഇന്ത്യാ ചരിത്രത്തിന്റെ ഏടുകൾ പരിശോധിച്ചാൽ കാണാവുന്നതാണ്. വർണ്ണശബളമായിരുന്ന അത്തരം വിവിധ കാലഘട്ടങ്ങളുടെ ഉജ്ജ്വല സംഭാവനകളായിരുന്നു ഉപനിഷത്തുകളും ബുദ്ധനും മഹാവീരനും വിവേകാനന്ദനും മഹാത്മാഗാന്ധിയുമെല്ലാം.

സുവർണ്ണ കാലഘട്ടം

മഹത്തായ ആ സുവർണ്ണ കാലഘട്ടങ്ങളെക്കുറിച്ച് അഭിമാനംകൊണ്ട സ്വാമി വിവേകാനന്ദൻ പ്രഖ്യാപിച്ചു: 'ഇത് (ഇന്ത്യ) തത്ത്വചിന്തയുടേയും ആത്മീയതയുടേയും സദാചാരത്തിന്റേയും മാധുര്യത്തിന്റേയും സൗമ്യതയുടേയും സ്നേഹത്തിന്റേയും മാതൃഭൂമിയാണ്. ലോകത്തെക്കുറിച്ചുള്ള എന്റെ അനുഭവങ്ങൾ, ഈ നിലപാടിൽ ഉറച്ചു നില്ക്കുവാനും ഇക്കാര്യത്തിൽ ലോകത്തിലെ എല്ലാ രാജ്യങ്ങളിലും വെച്ച് ഒന്നാംസ്ഥാനത്തും മുൻപന്തിയിലും ഇന്നും നില്ക്കുന്നത് ഇന്ത്യയാണെന്നുള്ള ധീരമായ ഒരു പ്രഖ്യാപനം നടത്തുവാനും എന്നെ പ്രേരിപ്പിക്കുന്നു' (*വിവേകാനന്ദന്റെ പ്രസംഗങ്ങൾ*).

സ്വാമി വിവേകാനന്ദന്റെ ഈ ധീരമായ പ്രഖ്യാപനത്തെ ഒന്നുകൂടി വിശദീകരിക്കുകയും ദീപ്തമാക്കുകയും ചെയ്തുകൊണ്ട് ഡോ. എസ് രാധാകൃഷ്ണൻ പറയുന്നു: 'ഇന്ത്യയിൽ തത്ത്വശാസ്ത്രം ഒരിക്കലും സ്വയം ബോധവത്തോ വിമർശനപരമോ ആവുകയുണ്ടായില്ലെന്നു പറയുന്നത് അസത്യമത്രേ. തത്ത്വചിന്തയുടെ ആദിമ ദശകളിൽത്തന്നെ മതപരമായ വിശ്വാസത്തിലെ തെറ്റുകളെ യുക്തിചിന്ത തിരുത്തിപ്പോന്നു. വേദസൂക്തങ്ങളിൽ ഉപനിഷത്തുക്കളിലേക്കുള്ള പുരോഗതി സൂചിപ്പിക്കുന്ന മതത്തിന്റെ മുന്നേറ്റം ഇതിനു സാക്ഷ്യം വഹിക്കുന്നു. ബുദ്ധമതത്തോളം നാം

എത്തുമ്പോഴാകട്ടെ, എല്ലാ വസ്തുക്കളിലേക്കും കടന്നുചെല്ലുകയും എല്ലാ വസ്തുക്കളേയും പരീക്ഷണങ്ങൾക്ക് വിധേയമാക്കുകയും യുക്തിചിന്തയെ നിർഭയമായി പിന്തുടർന്നുപോവുകയും ചെയ്യുന്ന ന്യായവാദത്തിന് കീഴ്പെടുമെങ്കിൽക്കൂടി, ബാഹ്യമായ ഒരധികാര ശക്തിക്കും വഴങ്ങിക്കൊടുക്കാത്തതും സ്വന്തം ധീരപരിശ്രമങ്ങൾക്ക് ഒരു പരിമിതിയും അംഗീകരിക്കാത്തതുമായ മനസ്സിന്റെ ആത്മവിശ്വാസം തികഞ്ഞ നിലപാടായി ദാർശനികപ്രവണത വളർന്നുകഴിഞ്ഞിരിക്കുന്നു. ദർശനപദ്ധതികളിൽ എത്തിക്കഴിയുമ്പോഴേക്ക് ക്രമബദ്ധമായ വിചിന്തനത്തിനുള്ള ശക്തങ്ങളും അനുസ്യൂതങ്ങളുമായ പ്രയത്നങ്ങൾ നാം കാണുന്നു. ഈശ്വരന്റെ സത്തയെപ്പറ്റി സാംഖ്യം മൂകമാണ് സിദ്ധാന്തപരമായി ഈശ്വരസത്ത തെളിയിക്കുക അസാദ്ധ്യമാണെന്ന് അതിന് ഉറപ്പുണ്ട്. ദർശനപദ്ധതികൾ പരമ്പരാപ്രാപ്തമായ മതത്തിൽനിന്നും പക്ഷപാതത്തിൽ നിന്നും എങ്ങനെ തികച്ചും സ്വതന്ത്രങ്ങളായിരിക്കുന്നുവെന്ന് ഇതിൽനിന്ന് വ്യക്തമാകുന്നു. വൈശേഷികദർശനവും യോഗദർശനവും ഒരു സർവേശ്വരനെ അംഗീകരിക്കുന്നുണ്ട്. എന്നാൽ അദ്ദേഹമാണ് പ്രപഞ്ചസ്രഷ്ടാവ് എന്ന് അവ കരുതുന്നില്ല. ജൈമിനി ഈശ്വരനെപ്പറ്റി പ്രസ്താവിക്കുന്നതുതന്നെ അദ്ദേഹത്തിന്റെ കാരുണ്യവും ലോകത്തിന്റെമേൽ അദ്ദേഹത്തിനുള്ള നൈതികഭരണവും നിഷേധിക്കുവാൻ വേണ്ടിയത്രേ. ആദിമ ബൗദ്ധദർശനപദ്ധതികൾ ഈശ്വരവിഷയത്തിൽ താല്പര്യമില്ലാത്തവയായിരുന്നു. ഈശ്വരനെ നിഷേധിക്കുകയും പുരോഹിതന്മാരെ അപഹസിക്കുകയും വേദങ്ങളെ നിന്ദിക്കുകയും സുഖഭോഗങ്ങളിൽ പരമപുരുഷാർത്ഥം കണ്ടെത്തുകയും ചെയ്ത വസ്തുവാദികളായ ചാർവ്വാകന്മാർക്കൂടി ഇവിടെ ഉണ്ടായിരുന്നു.

'ജീവിതത്തിൽ മതത്തിന്റെയും സാമൂഹികമാമൂലുകളുടെയും ആധിപത്യം സ്വതന്ത്രങ്ങളായ ദാർശനികപാഠങ്ങൾക്ക് തടസ്സമാവുന്നില്ല. വ്യക്തിയുടെ സാമുദായികജീവിതം ജാതിയുടെ കർശനനിയമങ്ങളാൽ കെട്ടപ്പെട്ടിരിക്കെത്തന്നെ അഭിപ്രായങ്ങളെ സംബന്ധിച്ചിടത്തോളം അയാൾക്ക് പൂർണ്ണമായ സഞ്ചാരസ്വാതന്ത്ര്യമുണ്ടെന്ന വസ്തുത അസാധാരണമായ ഒരു വിരോധാഭാസമാണെങ്കിലും പ്രകടമായ ഒരു സത്യം മാത്രമേ ആകുന്നുള്ളൂ. മനുഷ്യർക്ക് ജന്മനാ കൈവരുന്ന വിശ്വാസപ്രമാണങ്ങളെ യുക്തിചിന്ത സ്വതന്ത്രമായി വിമർശിക്കുന്നു, ചോദ്യം ചെയ്യുന്നു. അതുകൊണ്ടത്രേ യാഥാസ്ഥിതിക സിദ്ധാന്തങ്ങൾക്ക് വിരുദ്ധങ്ങളായ സിദ്ധാന്തങ്ങളിൽ വിശ്വസിക്കുന്നവരും, സന്ദേഹവാദികളും അവിശ്വാസികളും യുക്തിവാദികളും സ്വതന്ത്രചിന്തകരും ഭൗതികവാദികളും സുഖവാദികളുമെല്ലാം ഇന്ത്യയിൽ പടർന്നു പന്തലിക്കുന്നത്.' (*ഭാരതീയദർശനം*-മലയാളം പരിഭാഷ-ഒന്നാം വാല്യം-പേജ് 7-8. അടിവര ലേഖകന്റേത്).

തന്റെ ആത്മകഥയിൽ ജവഹർലാൽ നെഹ്റു എഴുതി: 'അവളുടെ (ഇന്ത്യയുടെ) മുറിവേല്ക്കപ്പെട്ട ശരീരത്തിനുള്ളിൽ ഒരാൾക്ക് ഇപ്പോഴും ആത്മചൈതന്യത്തിന്റെ മഹനീയത ദർശിക്കുവാനാകും. ദീർഘ കാലഘട്ടങ്ങളിലൂടെ അവൾ സഞ്ചരിച്ചു. ആ യാത്രയ്ക്കിടയിൽ വഴിമദ്ധ്യേ

അവൾ ബൗദ്ധികസമ്പത്ത് ധാരാളം വാരിക്കൂട്ടി. അപരിചിതരുമായി ബ
ന്ധപ്പെട്ടു. അവരെ അവളുടെ വലിയ കുടുംബത്തിലേക്ക് കൂട്ടിച്ചേർത്തു.
ഉയർച്ചയുടേയും താഴ്ചയുടേയും ദിനങ്ങൾക്ക് അവൾ സാക്ഷിയായി. അപ
മാനവും കഠിനദുഃഖവും അനുഭവിച്ചു. അസാധാരണങ്ങളായ പല ദൃശ്യ
ങ്ങളും കണ്ടു. എന്നാൽ ഈ നീണ്ട യാത്രയിലുടനീളം അവളുടെ അതി
പുരാതനമായ സംസ്കാരത്തെ അവൾ കെട്ടിപ്പിടിച്ചിരുന്നു. അതിൽനിന്ന്
ശക്തിയും ഊർജ്ജവും വലിച്ചെടുക്കുകയും മറുനാടുകൾക്കുകൂടി അത്
പങ്കുവെയ്ക്കുകയും ചെയ്തിരുന്നു... അവൾ രാഷ്ട്രീയമായി പലപ്പോഴും
ഛിന്നഭിന്നമായെങ്കിലും അവളുടെ അന്തരാത്മാവ് ആ പൊതു പൈതൃ
കത്തെ എന്നും കാത്തുസൂക്ഷിച്ചിരുന്നു. അവളുടെ വൈവിധ്യത്തിൽ
അത്ഭുതകരമായ ഒരു ഐക്യം ദൃശ്യമായിരുന്നു. എല്ലാ പുരാതന നാടു
കളെയും പോലെ അവളും നല്ലതിന്റേയും തീയതിന്റേയും ഒരു അസാ
ധാരണ മിശ്രിതമായിരുന്നു. നല്ലത് എപ്പോഴും ആവരണം ചെയ്യപ്പെട്ടിരു
ന്നതിനാൽ അതിനെ അന്വേഷിച്ച് കണ്ടുപിടിക്കേണ്ടിയിരുന്നു. അതേ
സമയം തീയതിന്റെ ദുർഗ്ഗന്ധം വളരെ പ്രകടമായിരുന്നു. നിർദ്ദയനും തീക്ഷ്
ണകിരണനുമായ അവളുടെ സൂര്യൻ തീയതിനെല്ലാം വലിയ പ്രചാരം
നല്കുകയും ചെയ്തിരുന്നു' (*ആൻ ആട്ടോബയോഗ്രഫി*-ജവഹർലാൽ
നെഹ്റു-പേജ് 429, 430).

ഹൈന്ദവസമൂഹത്തിലെ ലിബറൽ ചിന്താഗതി എപ്രകാരമാണ്
വിളങ്ങി വിലസിയതെന്നും അത് ഇന്ത്യയുടെ ദാർശനിക-സാംസ്കാരിക
അടിത്തറയെ എങ്ങനെ ബലിഷ്ഠമാക്കിയെന്നും സമർത്ഥിക്കുവാനാണ്
മൂന്ന് മഹാരഥന്മാരുടെ വാക്കുകളെ സാമാന്യം ദീർഘമായി ഇവിടെ ഉദ്ധ
രിച്ചത്. ഈ ചിന്താഗതിയാണ് വിവിധ മതങ്ങളെ ഇങ്ങോട്ട് ആകർഷി
ച്ചതും പല സാംസ്കാരിക ധാരകളേയും ഇവിടത്തെ മുഖ്യധാരയിൽ ല
യിച്ചുചേരുവാൻ സഹായിച്ചതും. ലോകത്ത് ആവിർഭവിച്ച ഏതാണ്ടെല്ലാ
മതങ്ങളും ഇന്ത്യയിൽ പ്രചരിക്കാൻ കാരണമായത് ഈ വിശാലമായ ചി
ന്താഗതി മൂലമാണ്. ക്രിസ്തുവിനുശേഷം 52-ാമാണ്ടിൽത്തന്നെ ക്രിസ്
തുമതം ഇന്ത്യയിൽ (കൊടുങ്ങല്ലൂരിൽ) എത്തിയതിന്റെയും പ്രവാചകന്റെ
കാലത്തുതന്നെ ഇസ്ലാംമതം ഇവിടെ പ്രചരിച്ചതിന്റെയും (അതും കൊടു
ങ്ങല്ലൂരിൽനിന്നുതന്നെ) കാരണവും മറ്റൊന്നല്ല. സരതുഷ്ട്രമതം പേർ
ഷ്യയിൽ പീഡനങ്ങൾക്ക് വിധേയമായപ്പോൾ നാം ഇരുകൈകളും നീട്ടി
അതിനെ സ്വീകരിച്ചതും ഇക്കാരണത്താൽ തന്നെ. ഇവ്വിധം വൈവിധ്യ
പൂർണ്ണങ്ങളായ മതങ്ങളുടേയും ദർശനങ്ങളുടേയും തജ്ജന്യങ്ങളായ സാം
സ്കാരികധാരകളുടേയും സമഞ്ജസമായ സമന്വയമാണ് ഇന്ത്യൻ സംസ്
കാരം. ഈ വൈവിധ്യങ്ങളിലും അഥവാ നാനാത്വങ്ങളിലും ഏകത്വം കൈ
വരിക്കുവാനും ഇന്ത്യയെന്ന മഹാരാജ്യത്തിന്റെ മഹത്വപൂർണ്ണമായ സാംസ്
കാരിക-ദാർശനിക പൈതൃകത്തെ ധാരമുറിയാതെ ഇന്നോളം നിലനിർ
ത്തുവാനും സഹായിച്ചത് ഹൈന്ദവ സമൂഹത്തിലെ ലിബറൽ ചിന്താഗ
തിയാണ്. ഇതുകൊണ്ടാണ് ഇന്ത്യ ലോകത്തിലെ എല്ലാ മതങ്ങളുടേയും

കാഴ്ചശാല (Museum of World religions) ആയിത്തീർന്നതും.

യാഥാസ്ഥിതികത്വത്തിന്റെ ഭീകരമുഖം

എന്നാൽ ഇതിനു നേരെ വിപരീതമാണ് ഹൈന്ദവസമൂഹത്തിലെ യാഥാസ്ഥിതികത്വത്തിന്റെ സമീപനം. അത് നാനാത്വത്തിലെ ഐക്യം (Untiy in diversity) അംഗീകരിക്കുന്നില്ല. അതിന്റെ മുദ്രാവാക്യം ഏക ത്വത്തിന്റെ ഐക്യം (Untiy in uniformity) എന്നതാണ്. ഈ ഏകത്വസി ദ്ധാന്തത്തെ ഹൈന്ദവ സമൂഹത്തിന്റേയും ഇന്ത്യൻ സമൂഹത്തിന്റേയും മേൽ അടിച്ചേല്പിക്കുവാൻ യാഥാസ്ഥിതികത്വം പലപ്പോഴും ശ്രമിച്ചിട്ടുണ്ട്. ആ ശ്രമങ്ങൾ ഇപ്പോഴും തുടരുന്നു എന്നതിന്റെ വ്യക്തമായ തെളിവുക ളാണ് എല്ലാ ഹിന്ദുക്കളും ഒന്നാണെന്ന മുദ്രാവാക്യവും രഥയാത്രയും ഏകതായാത്രയുമെല്ലാം. ഈ യാഥാസ്ഥിതികത്വം ജാതിവ്യവസ്ഥ കർശ നമായും കർക്കശമായും നിലനിർത്തണമെന്ന് വാദിക്കുന്നു. ഇതിനെതിരെ അധഃകൃതർ അഥവാ പഞ്ചമർ നടത്തിയ ചെറുത്തുനില്പുകളിലൊന്നാ യിരുന്നു വർഷങ്ങൾക്കു മുമ്പ് നാസിക്കിൽവെച്ച് ഡോ. അംബേദ്കർ അഞ്ചുലക്ഷം അനുയായികളോടൊപ്പം ബുദ്ധമതം സ്വീകരിച്ച നടപടി. ഹൈന്ദവസമൂഹം എന്നെല്ലാം പരിവർത്തനവിധേയമാകാൻ ശ്രമിച്ചി ട്ടുണ്ടോ അന്നെല്ലാം യാഥാസ്ഥിതികത്വം അവയ്ക്കുള്ളിൽ നുഴഞ്ഞുകയറി അത്തരം സംരംഭങ്ങളെ തകർത്തിട്ടുണ്ട്. തുളസീദാസ്, കബീർ, ചൈത ന്യൻ തുടങ്ങിയ മതാചാര്യന്മാരും രാജാറാം മോഹൻറോയിയെപ്പോലുള്ള സാമൂഹിക പരിഷ്കർത്താക്കളും മഹാത്മാഗാന്ധിയെപ്പോലുള്ള രാഷ്ട്രീയ നേതാക്കളും നേതൃത്വം നല്കിയ പരിഷ്കരണശ്രമങ്ങളെയെല്ലാം ഈ യാഥാസ്ഥിതികത്വം തകർക്കുകയായിരുന്നു. ഒരു സനാതനഹിന്ദു ആയി രുന്നതുകൊണ്ടുതന്നെ ഹിന്ദുത്വത്തിന്റെ ഉന്നതമൂല്യങ്ങളെ ഉയർത്തിപ്പി ടിക്കുവാനും ഹിന്ദു-അഹിന്ദു ഐക്യം, വിശിഷ്യ ഹിന്ദു-മുസ്ലിം ഐക്യം, ഒരു യാഥാർത്ഥ്യമാക്കുവാനും വേണ്ടി ജീവിതം ഉഴിഞ്ഞുവെച്ച മഹാത്മാ ഗാന്ധിയെ വധിച്ചുകൊണ്ടായിരുന്നു യാഥാസ്ഥിതികത്വം പകവീട്ടിയത്. ഇവിടെ വർഗ്ഗീയതയുടെ മനസ്സും ശരീരവും ഒന്നാവുകയായിരുന്നു.

വീർ സവർക്കറുടെ നേതൃത്വത്തിൽ പ്രവർത്തിച്ചിരുന്ന ഹിന്ദു മഹാ സഭയായിരുന്നു ഈ യാഥാസ്ഥിതികത്വത്തിന്റെ മറ്റൊരു ഭീകരമുഖം. 1937 ൽ അഹമ്മദാബാദിൽ ചേർന്ന ഹിന്ദുമഹാസഭാസമ്മേളനത്തിൽ അദ്ധ്യ ക്ഷത വഹിച്ചുകൊണ്ട് വീർ സവർക്കർ പ്രഖ്യാപിച്ചു: 'ഇന്ത്യക്ക് ഒരിക്കലും ഒരൊറ്റ രാഷ്ട്രമാകുവാൻ കഴിയില്ല. നേരെ മറിച്ച് രണ്ടു രാഷ്ട്രങ്ങളാണ് പ്രധാനമായും ഇന്ത്യയിലുള്ളത്-ഹിന്ദുവും മുസ്ലിമും.' ഈ പ്രസം ഗത്തിൽനിന്നുമാണ് പാകിസ്ഥാൻ എന്ന ആശയം മുഹമ്മദലി ജിന്നയ്ക്ക് ലഭിച്ചത്. ജിന്ന രാഷ്ട്രീയമെല്ലാം മതിയാക്കി പ്രിവി കൗൺസിൽ പ്രാക്ടീ സുമായി കഴിയുകയായിരുന്നു. മടങ്ങിവന്ന് മുസ്ലിംലീഗിന്റെ നേതൃത്വം ഏറ്റെടുക്കുവാൻ അദ്ദേഹത്തെ പ്രേരിപ്പിച്ചത് മുഖ്യമായും ഹിന്ദുമഹാസഭ യുടെ പ്രവർത്തനങ്ങളായിരുന്നു. 1944 ൽ ഗാന്ധിജിയും ജിന്നയും തമ്മിൽ

ഒരു കൂടിക്കാഴ്ച നിശ്ചയിക്കപ്പെട്ടു. അതിനു തൊട്ടുമുമ്പ് 1944 ആഗസ്ത് 5 ന് ജിന്ന പുറപ്പെടുവിച്ച പ്രസ്താവനയിൽ അദ്ദേഹം ഗാന്ധിജിയെ ആദ്യമായി 'മഹാത്മാ' എന്ന് അഭിസംബോധന ചെയ്തുകൊണ്ട് പറഞ്ഞു: 'നാം തമ്മിൽ കൂടിക്കാണണമെന്ന് ജനങ്ങൾ സാർവ്വത്രികമായി ആഗ്രഹിക്കുന്നു. ഏതായാലും നാം തമ്മിൽ കൂടിക്കാണുവാൻ പോകുന്ന ഈ അവസരത്തിൽ ഞങ്ങളെ സഹായിക്കുക. നാം ഏതാണ്ട് ധാരണയിലെത്തുവാൻ പോവുകയാണ്. കഴിഞ്ഞതെല്ലാം വിസ്മരിക്കുക' (*മഹാത്മാ, ദ ലാസ്റ്റ് ഫേസ്* - പേജ് 82). എന്നാൽ ഗാന്ധി-ജിന്നാസന്ധിസംഭാഷണം നടക്കരുതെന്ന് ആഗ്രഹിച്ച ഹിന്ദുമഹാസഭ ജിന്നയെ കാണാൻ വാർദ്ധയിൽനിന്ന് പുറപ്പെടുന്ന ഗാന്ധിജിയെ പിക്കറ്റ് ചെയ്യുമെന്ന് പ്രഖ്യാപിച്ചു. അതിന് തുനിഞ്ഞ ഹിന്ദുമഹാസഭാ വോളണ്ടിയർമാരെ പൊലീസ് അറസ്റ്റ് ചെയ്യുകയുമുണ്ടായി. അതേക്കുറിച്ച് പൊലീസ് മേധാവിയിൽനിന്ന് വിവരം ലഭിച്ചതിനെ തുടർന്ന് ഗാന്ധിജിയുടെ സെക്രട്ടറിയായിരുന്ന പ്യാരേലാൽ സർ തേജ് ബഹദൂർ സാപ്രുവിന് അയച്ച കത്തിൽ എഴുതി: 'പിക്കറ്റ് ചെയ്തവരുടെ നേതാവ് അത്യാവേശം ഉള്ളവനും കടുത്ത യാഥാസ്ഥിതികനായും ഞരമ്പുരോഗമുള്ളവനെപ്പോലെയും കാണപ്പെട്ടു എന്നത് കുറെ ഉൽക്കണ്ഠ ഉളവാക്കി. അറസ്റ്റിനുശേഷം അയാളെ ദേഹപരിശോധന നടത്തിയപ്പോൾ ഒരു വലിയ കഠാര കണ്ടെടുക്കുകയുണ്ടായി. അയാളെ അറസ്റ്റുചെയ്ത പൊലീസ് ഉദ്യോഗസ്ഥൻ ഏതായാലും താങ്കൾക്ക് ഒരു രക്തസാക്ഷിയായി എന്ന സംതൃപ്തിയുണ്ടായല്ലോ എന്ന് തമാശരൂപേണ പറഞ്ഞപ്പോൾ, 'ഇല്ല, അത് ആരെങ്കിലും ഗാന്ധിജിയെ വധിക്കുമ്പോഴേ ഉണ്ടാവുകയുള്ളൂ' എന്നായിരുന്നു പെട്ടെന്നുള്ള മറുപടി. ഇക്കാര്യങ്ങൾ നേതാക്കൾക്ക് വിട്ടുകൊടുക്കുക. ഉദാഹരണമായി സവർക്കർ (ഹിന്ദുമഹാസഭാ നേതാവ്) തന്നെ വന്ന് അക്കാര്യം നിർവ്വഹിക്കട്ടെ എന്ന് ആ പൊലീസ് ഉദ്യോഗസ്ഥൻ വീണ്ടും പറഞ്ഞപ്പോൾ മറുപടി ഇങ്ങനെയായിരുന്നു. 'അത് ഗാന്ധിജിക്ക് വളരെ വലിയ ബഹുമതിയായിപ്പോകും. ആ ജോലിക്ക് ജാംദാർ ധാരാളം മതിയാകും. ഈ ജാംദാർ എന്നു വിളിച്ചത് അയാളുടെ കൂടെ പിക്കറ്റുചെയ്ത നാഥുറാം വിനായക് ഗോഡ്സെ ആയിരുന്നു. മൂന്നര വർഷങ്ങൾക്കുശേഷം ഈ ദുരന്തപ്രവചനം യാഥാർത്ഥ്യമാക്കപ്പെട്ടു' (*മഹാത്മാഗാന്ധി - ദ ലാസ്റ്റ് ഫേസ്*- പേജ് 82). ഹൈന്ദവ യാഥാസ്ഥിതികത്വത്തിന്റെ മുഖം എത്രമാത്രം ഭീകരമായിരുന്നുവെന്ന് ഈ സംഭവം പ്രസ്പഷ്ടമാക്കുന്നു.

ആർ എസ് എസ് ഈ ഹൈന്ദവ യാഥാസ്ഥിതികത്വത്തിന്റെ മറ്റൊരു മുഖമാണ്. ഈ അടുത്ത കാലത്തായി ബി ജെ പി, വിശ്വഹിന്ദു പരിഷത്ത്, ബജ്റംഗ്ദൾ എന്നിവ സംയുക്തമായി ഉയർത്തുന്ന ഭൂരിപക്ഷത്വ സിദ്ധാന്തത്തിൽ (Majoritarianism) അധിഷ്ഠിതമായ ഹിന്ദുവർഗ്ഗീയതയാണ് യാഥാസ്ഥിതികത്വത്തിന്റെ ഏറ്റവും പുതിയതും ഭയാനകവുമായ രൂപം. ചരിത്രയാഥാർത്ഥ്യങ്ങളെയെല്ലാം വിസ്മരിച്ചുകൊണ്ട് മുസ്ലിംപള്ളി (ബാബറി മസ്ജിദ്) പൊളിച്ച് ശ്രീരാമക്ഷേത്രം പണിയാൻ തുടങ്ങിയിരി

ക്കുന്ന ഈ കൂട്ടുകെട്ട് ലക്ഷ്യമിട്ടിരിക്കുന്നത് മൂവ്വായിരം മുസ്ലിം ദേവാലയങ്ങൾ പൊളിക്കാനാണെന്ന് വിശ്വഹിന്ദുപരിഷത്ത് പലവുരു വ്യക്തമാക്കിയിട്ടുണ്ട്. അയോദ്ധ്യയിലെ തർക്കഭൂമി കൈമാറരുതെന്നും അവിടെയുള്ള കെട്ടിടങ്ങൾ പൊളിക്കുകയോ പുതിയവ നിർമ്മിക്കുകയോ ചെയ്യരുതെന്നുമുള്ള നീതിന്യായപീഠത്തിന്റെയും പാർലമെന്റിന്റെയും വിലക്കുകളെല്ലാം നഗ്നമായി ലംഘിച്ചുകൊണ്ട് അവിടെ ബി ജെ പി, ആർ എസ് എസ്, വിശ്വഹിന്ദു പരിഷത്ത്, ബജ്റംഗ്ദൾ എന്നിവയുടെ നേതൃത്വത്തിൽ ക്ഷേത്രനിർമ്മാണം തുടങ്ങിയത് ഹൈന്ദവയാഥാസ്ഥിതികത്വം ഹൈന്ദവ ലിബറിലസത്തിനു നേരെയും ഇന്ത്യൻ ജനസമൂഹത്തിന്റെ നേരെയും ഉയർത്തിയിരിക്കുന്ന സംഘടിതമായ വെല്ലുവിളിയാണ്. ഇവയുടെ പ്രവർത്തനങ്ങളാണ് ഉത്തർപ്രദേശിനെ വർഗ്ഗീയ സംഘട്ടനങ്ങളുടെ വിളനിലമാക്കിയതെന്നാണ് പൊലീസ് ഇന്റലിജൻസ് റിപ്പോർട്ട്. യു പിയിലെ ഇന്റലിജൻസ് ഡയറക്ടർ ജനറൽ എസ് വി എം ത്രിപാഠി തയ്യാറാക്കിയതും പൊലീസ് ഡയറക്ടർ ജനറൽ പ്രകാശ് സിംഹും ആഭ്യന്തരവകുപ്പു സെക്രട്ടറി പ്രഭാത്കുമാറും അംഗീകരിച്ചതുമായ റിപ്പോർട്ടിൽ അടിവരയിട്ടു പറയുന്നത് യു പിയിൽ വർഗ്ഗീയ സംഘർഷവ്യാപനത്തിനുള്ള പ്രധാന കാരണം എൽ കെ അദ്വാനിയുടെ രഥയാത്രയും മുരളിമനോഹർജോഷിയുടെ ഏകതായാത്രയുമായിരുന്നു എന്നാണ്. അതുപോലെത്തന്നെ സംസ്ഥാന ഗവൺമെന്റ് രാമജന്മഭൂമി-ബാബറി മസ്ജിദ് സമുച്ചയത്തിനു സമീപം അക്വയർ ചെയ്ത 2.77 ഏക്കർ ഭൂമി വിശ്വഹിന്ദുപരിഷത്തിന്റെ നിയന്ത്രണത്തിലുള്ള രാമജന്മഭൂമി ന്യാസ് എന്ന ട്രസ്റ്റിനെ ഏല്പിച്ചതും വർഗ്ഗീയ സംഘർഷങ്ങൾ വ്യാപിക്കുവാനിടയാക്കിയ കാരണങ്ങളിലൊന്നാണെന്നും റിപ്പോർട്ട് വിരൽ ചൂണ്ടുന്നു (*സൺഡേ വാരിക*, ജൂൺ 28-ജൂലായ് 4, 92, പേജ് 24). ബുദ്ധഗയയിലെ ബൗദ്ധക്ഷേത്രത്തിന്മേൽ ഉന്നയിച്ച അവകാശവാദവും അവിടെനിന്ന് ബുദ്ധഭിക്ഷുക്കളേയും സന്ന്യാസിമാരേയും ആട്ടിപ്പായിക്കുവാനുള്ള ശ്രമവും ഹൈന്ദവയാഥാസ്ഥിതികത്വത്തിന്റെ മറ്റൊരു ഭീകരമുഖമാണ്. ഇന്ത്യാചരിത്രത്തെ മുഴുവൻ തിരുത്തി സമ്പൂർണ്ണമായി 'ഹൈന്ദവ'മാക്കി അവതരിപ്പിക്കുവാനുള്ള പരിശ്രമങ്ങളും ഹൈന്ദവയാഥാസ്ഥിതികത്വം ആരംഭിച്ചിട്ടുണ്ട്. അങ്ങനെ ഹൈന്ദവത്വത്തിലെ ലിബറൽ ചിന്താഗതിയെ അടിച്ചമർത്താനും യാഥാസ്ഥിതികത്വത്തെ അതിന്റെ എല്ലാ ഭീകരതകളോടുംകൂടി അടിച്ചേല്പിക്കുവാനുമുള്ള സംഘടിതശ്രമമാണ് ഹൈന്ദവ യാഥാസ്ഥിതികത്വം നടത്തിക്കൊണ്ടിരിക്കുന്നത്.

ഈ യാഥാസ്ഥിതികത്വം ഏതാണ്ട് എല്ലാ മതങ്ങളിലുമുണ്ട്. സിഖുമതത്തിലെ യാഥാസ്ഥിതികത്വത്തിന്റെ അഴിഞ്ഞാട്ടമാണ് തീവ്രവാദത്തിന്റെ പേരിൽ കഴിഞ്ഞ കുറേ നാളുകളായി പഞ്ചാബിൽ നടന്നുകൊണ്ടിരിക്കുന്നത്. കശ്മീരിലും മറ്റു പല സംസ്ഥാനങ്ങളിലും രൂപംകൊണ്ടിട്ടുള്ള വിവിധ മുസ്ലിം മതമൗലികവാദ സംഘടനകൾ ഇസ്ലാം മതത്തിലെ യാഥാസ്ഥിതികത്വത്തിന്റെ ബഹിർപ്രകടനങ്ങളാണ്. കേരളത്തിൽ കൊല്ലം ജില്ല

യിലെ ഇരവിപുരത്ത് ഒരു ചെറിയ തർക്കത്തിന്റെ പേരിൽ ക്രിസ്ത്യൻ സമൂഹത്തിലെ ഒരു വിഭാഗം ഒരു ഹിന്ദുക്ഷേത്രം ആക്രമിച്ചത് ക്രൈസ്തവസമൂഹത്തിലെ യാഥാസ്ഥിതികത്വത്തിന്റെ രംഗപ്രവേശമാണ്.

ഇന്ത്യയിൽ പ്രവർത്തിക്കുന്ന എല്ലാ മതങ്ങളിലും യാഥാസ്ഥിതിക ത്വവും ലിബറൽ ചിന്താഗതിയും തമ്മിലുള്ള ഏറ്റുമുട്ടലുകൾ ഉണ്ടെങ്കിലും അവ യഥാർത്ഥത്തിൽ ഹൈന്ദവസമൂഹത്തിലെ ഏറ്റുമുട്ടലിന്റെ പ്രതി ഫലനം മാത്രമാണ്. അതുകൊണ്ട് ഹൈന്ദവസമൂഹത്തിലെ യാഥാസ്ഥിതി കത്വത്തെ കീഴടക്കി ലിബറൽ ചിന്താഗതി വിജയം വരിച്ചെങ്കിൽ മാത്രമേ എല്ലാ യാഥാസ്ഥിതികത്വത്തിനും അറുതി വരുത്താനാവുകയുള്ളൂ. ആയതിനാൽ യാഥാസ്ഥിതികത്വത്തിന്റെ കൈകളിൽനിന്ന് ഹിന്ദുത്വത്തെ രക്ഷിക്കുകയാണ് വേണ്ടത്.

എന്താണ് ഹിന്ദുത്വം?

വേദങ്ങളിലോ ഉപനിഷത്തുകളിലോ പുരാണേതിഹാസങ്ങളിലോ ഹിന്ദു എന്നൊരു വാക്കില്ല. സിന്ധുനദീതടത്തിൽ അധിവസിച്ചിരുന്ന ജന വിഭാഗങ്ങളെ വിശേഷിപ്പിക്കുവാൻവേണ്ടി പേർഷ്യക്കാരും അറബികളും ഉപയോഗിച്ചിരുന്ന വാക്കാണ് അത്. ഹൈന്ദവ യാഥാസ്ഥിതികത്വം വാദി ക്കുന്നതുപോലെ ഒരു മതത്തെ വിശേഷിപ്പിക്കുവാൻവേണ്ടി ഉപയോഗി ച്ചിരുന്ന വാക്കായിരുന്നില്ല ഹിന്ദു എന്നത്. മതം എന്നതുതന്നെ വളരെ വിശാലമായ അർത്ഥത്തിലായിരുന്നു പുരാതനകാലം തൊട്ടേ ഇന്ത്യയിൽ ഉപയോഗിച്ചിരുന്നത്. ആഗമാനന്ദസ്വാമികൾ ഒരു പ്രഭാഷണത്തിൽ പറഞ്ഞു: 'മതം എന്ന വാക്കിന് സംസ്കൃതത്തിൽ രൂഢമായ അർത്ഥം അഭിപ്രായം എന്നാണ്. ആദ്ധ്യാത്മികവിഷയത്തെപ്പറ്റിയുള്ള അഭിപ്രായം മാത്രമല്ല എല്ലാ വിഷയത്തിലുമുള്ള അഭിപ്രായം എന്നർത്ഥം. വൈദ്യത്തിൽ ചരകമതം, സുശ്രുതമതം, വാഗ്ഭടമതം ഇത്യാദി പ്രയോഗമുണ്ട്. ജ്യോ തിഷത്തിൽ വരാഹമിഹിരമതം, ആര്യഭടമതം, സ്കന്ദമതം, യവനമതം എന്നും മറ്റുമുണ്ട്.... ഇതനുസരിച്ച് ക്രിസ്തുമതം, മുഹമ്മദ് മതം, ബുദ്ധ മതം, ജൈനമതം മുതലായവ സാർത്ഥകങ്ങളാണ്. അക്കൂട്ടത്തിൽ 'ഹി ന്ദുമതം' എന്നു പറയുന്നത് ശരിയല്ല. ഹിന്ദു എന്നൊരാളിന്റെ മതമല്ല. സിന്ധുനദീതടവാസികളുടെ ഇടയിൽ പ്രചരിച്ചിരുന്ന ആത്മീയവിഷയ ങ്ങളെപ്പറ്റിയുള്ള അഭിപ്രായം എന്ന അർത്ഥത്തിൽ മാത്രമാണ് ഹിന്ദുമതം എന്നു പറയാവുന്നത്' (വീരവാണി പേജ് 47).

ഇങ്ങനെ 'സിന്ധുനദീതടവാസികളുടെ ഇടയിൽ പ്രചരിച്ചിരുന്ന ആത്മീയവിഷയങ്ങളെപ്പറ്റിയുള്ള അഭിപ്രായ (മത)ത്തിൽ' ആത്മീയേതര വിഷയങ്ങളെപ്പറ്റിയുള്ള അഭിപ്രായങ്ങളും ഉൾപ്പെട്ടിരുന്നു എന്ന് നേരത്തെ ഉദ്ധരിച്ച ഡോ. രാധാകൃഷ്ണന്റെ വാക്കുകളിൽനിന്ന് വ്യക്തമായ താണല്ലോ. ആത്മീയേതര വിഷയങ്ങളെക്കുറിച്ച് ചിന്തിച്ചിരുന്നവരെയും മുനിമാരെന്നും അവരുടെ അഭിപ്രായങ്ങളെ മതമെന്നുമാണ് പുരാതന ഇന്ത്യയിൽ വിളിച്ചിരുന്നത്. നിരീശ്വരവാദിയായിരുന്ന ചാർവ്വാകൻ ചാർ

വ്വാകമുനിയും അദ്ദേഹത്തിന്റെ അഭിപ്രായങ്ങൾ ചാർവാകമതവും ആയിരുന്നു. *മഹാഭാരതം* തന്നെ പറയുന്നു: 'ഓരോ മുനിക്കുമുണ്ട് സ്വന്തം ഒരഭിപ്രായം.' ഇങ്ങനെ ഉളവായ അഭിപ്രായത്തെ (മതത്തെ) പില്ക്കാലത്ത് ചിലർ സിന്ധുമതമെന്നും സനാതനമതമെന്നും ആര്യമതമെന്നുമെല്ലാം വിശേഷിപ്പിച്ച് പലതും കൂട്ടിച്ചേർക്കുകയും പലതും ഒഴിവാക്കുകയും ചെയ്യുകയായിരുന്നു. ഇത്തരം വ്യാഖ്യാനങ്ങളെല്ലാം യഥാർത്ഥ ഹിന്ദുത്വത്തെ പ്രകാശിപ്പിക്കുവാൻ അപര്യാപ്തങ്ങളായിരുന്നു. മാത്രവുമല്ല, ഇത്തരം വ്യാഖ്യാനങ്ങൾ യഥാർത്ഥ ഹിന്ദുത്വത്തെ വ്യാഖ്യാതാക്കളുടെ സങ്കുചിതവീക്ഷണത്തിനുള്ളിൽ ഒതുക്കുകയുമായിരുന്നു. ഈ വൈഷമ്യങ്ങളെല്ലാം കണ്ടിട്ടാണ് സ്വാമി വിവേകാനന്ദൻ യഥാർത്ഥ ഹിന്ദുത്വത്തിന്റെ മതത്തെ വേദാന്തമതമെന്നു വിളിച്ചത്.

ഈ വേദാന്തമതത്തിന്റെ പ്രഭാപൂരമാണ് ഇന്ത്യ ലോകംമുഴുവൻ ചൊരിഞ്ഞത്. വേദത്തിന്റെ അന്തമാണ്, അവസാനമാണ് വേദാന്തം. വേദമെന്നാൽ ജ്ഞാനം. വേദാന്തമെന്നാൽ ജ്ഞാനത്തിന്റെ അവസാനം. സർവ്വവിധ ജ്ഞാനങ്ങളും എവിടെച്ചെന്നവസാനിക്കുന്നുവോ, ഏതു ജ്ഞാനം ലഭിച്ചാൽ വേറൊന്നും അറിയേണ്ടതായിട്ടില്ലയോ അതാണ് വേദാന്തം. വേദാന്തത്തിന് പ്രധാനമായും ദ്വൈതം, അദ്വൈതം, വിശിഷ്ടാദ്വൈതം എന്നിങ്ങനെ മൂന്നു ശാഖകളുണ്ടെങ്കിലും മൊത്തത്തിൽ വേദാന്തം പഠിപ്പിക്കുന്നത് മനുഷ്യൻ പരമാർത്ഥത്തിൽ ദേഹമല്ലെന്നും ആത്മാവാണെന്നും ആത്മാവ് വർണ്ണവർഗ്ഗപരിമിതികൾക്ക് അതീതമാണെന്നും എല്ലാം ഒന്നുതന്നെയോ ഒന്നിന്റെ അംശമോ ഒന്നിനോട് ബന്ധപ്പെട്ടതോ ആണെന്നുമാണ്.

'യസ്തു സർവ്വാണി ഭൂതാനി
ആത്മന്യേവാനുപശ്യതി
സർവ്വഭൂതേഷു ചാത്മാനം
തതോ ന വിജുഗുപ്സതേ'

(എല്ലാ ജീവികളെയും ആത്മാവിലും ആത്മാവിനെ എല്ലാ ജീവികളിലും കാണുന്നവൻ ഒന്നിനെയും നിന്ദിക്കുന്നില്ല. വെറുക്കുന്നില്ല) എന്നാണ് വേദാന്തമതം പറയുന്നത്. എല്ലാം ഈശ്വരമയമായി കാണണമെന്നും ആരെങ്കിലും അന്യനെ വെറുക്കുന്നെങ്കിൽ ആ അന്യൻ താൻ തന്നെയാകയാൽ അയാൾ തന്നെത്തന്നെ വെറുക്കുകയാണെന്നും വേദാന്തമതം പഠിപ്പിക്കുന്നു. ഇങ്ങനെ എല്ലാം ഈശ്വരമയമാണെന്നും ജാതിവർണ്ണവർഗ്ഗഭേദാതീതമാണ് താനെന്നുമുള്ള ചിന്ത എല്ലാ വർഗ്ഗീയ സ്പർദ്ധകളെയും നശിപ്പിക്കും എന്നത്രേ ആഗമാനന്ദസ്വാമികളുടെ പക്ഷം. ഇതാണ് ഉദാത്തവും ഉൽകൃഷ്ടവുമായ ശുദ്ധ ഹിന്ദുത്വം. ലിബറൽ ചിന്താഗതിയുടെ പരമകാഷ്ഠ. ലോകത്തുള്ള എല്ലാ മനുഷ്യരെയും അഥവാ സർവ്വചരാചരങ്ങളെയും ഒന്നായി കാണുന്ന ഒന്നിന്റെ അംശങ്ങളായി കാണുന്ന വിശാലമായ മനുഷ്യസ്നേഹമാണ് യഥാർത്ഥ ഹിന്ദുത്വം.

ഈ വേദാന്തമതത്തിന്റെ, ശുദ്ധ ഹിന്ദുത്വത്തിന്റെ, പ്രചാരകനായി

ട്ടായിരുന്നു സ്വാമി വിവേകാനന്ദൻ ലോകം മുഴുവൻ ചുറ്റി സഞ്ചരിച്ചത്. ലോകത്ത് സമാധാനവും ശാന്തിയും കൈവരുത്തുവാൻ സാർവ്വജനീന മായ വേദാന്തമതത്തിന് കഴിയുമെന്ന് അദ്ദേഹം വിശ്വസിച്ചിരുന്നു. അതു കൊണ്ട് ജാതീകൃതമായ ഹിന്ദുമതത്തെ അദ്ദേഹം നഖശിഖാന്തം എതിർത്തു. ഇന്നത്തെ ഹൈന്ദവ യാഥാസ്ഥിതികത്വം സ്വപ്നം കാണുന്ന ഹിന്ദുരാഷ്ട്രം ഒരിക്കലും അദ്ദേഹം അംഗീകരിക്കുകയുണ്ടായില്ല. ഈ ശുദ്ധ ഹിന്ദുത്വത്തിന്റെ ഉപാസകനായിരുന്നതുകൊണ്ടാണ് ഈശ്വരന്റെ മുന്നിൽ എല്ലാവരും തുല്യരാണെന്ന തത്ത്വം ഇസ്ലാംമതം പാലിക്കുന്നുണ്ടെന്ന് സ്വാ മിജി തുറന്നുപറഞ്ഞത്. അദ്ദേഹം എഴുതി: 'വേദാന്തദർശനം ഉയർത്തി പ്പിടിക്കുന്ന ഈ ഏകത്വചിന്താഗതി പ്രായോഗിക ജീവിതത്തിൽ ഒരു പ രിധിവരെയെങ്കിലും പാലിക്കുന്നത് ഇസ്ലാമാണ്, ഇസ്ലാം മാത്രമാണ്. അ തുകൊണ്ട് ഇന്ത്യയുടെ ഭാവിയെക്കുറിച്ചുള്ള ഏക പ്രതീക്ഷ ഇസ്ലാമി ന്റെയും ഹൈന്ദവത്വത്തിന്റെയും ഐക്യമാണ്-വേദാന്തത്തിന്റെ ബുദ്ധിയും ഇസ്ലാമിന്റെ ശരീരവും' (*കാസ്റ്റ്, കൾച്ചർ ആന്റ് സോഷ്യലിസം* - പേജ് 22, 23).

ഹിന്ദുത്വത്തിന്റെ ഈ ഔന്നത്യം കാണാതെയാണ് അഥവാ ബോധ പൂർവ്വം മറച്ചുവെച്ചുകൊണ്ടാണ് ഇന്നത്തെ ഹിന്ദുത്വവാദികൾ ഭൂരിപക്ഷ വർഗ്ഗീയതയുടെ മുഖംമൂടി അണിഞ്ഞുകൊണ്ട് ഇന്ത്യയെ ഛിന്നഭിന്നമാ ക്കുവാനുള്ള പ്രവർത്തനങ്ങളിൽ ഏർപ്പെട്ടിരിക്കുന്നത്. ഇവരുടെ 'ഹിന്ദുത്വം' തീർത്തും സങ്കുചിതവും വിഭാഗീയവുമാണ്. അതുകൊണ്ടു തന്നെയാണ് ഇവരുടെ പ്രവർത്തനങ്ങൾക്ക് മറ്റു മതവിഭാഗങ്ങളിൽനിന്ന് ശക്തമായ പ്രതികരണങ്ങളുണ്ടാവുന്നതും. ഇന്ത്യയിൽ വർഗ്ഗീയ കലാപ ങ്ങൾക്കും വിഘടനവാദത്തിനുമെല്ലാം അന്ത്യം കുറിക്കപ്പെടണമെങ്കിൽ ഹൈന്ദവസമൂഹത്തിലെ യാഥാസ്ഥിതികത്വത്തെ എന്നെന്നേക്കുമായി പരാ ജയപ്പെടുത്തി ലിബറൽ ചിന്താഗതി വിജയംവരിക്കുകതന്നെ വേണം. അതി നനുസൃതമായ രാഷ്ട്രീയ-സാമൂഹിക-സാംസ്കാരിക പ്രവർത്തനങ്ങളാണ് ഇവിടെ നടത്തേണ്ടത്. മതവികാരങ്ങൾ ഇളക്കിവിടുന്ന രാഷ്ട്രീയ പ്രവ ർത്തനം മേൽപ്പറഞ്ഞ യാഥാസ്ഥിതികത്വത്തിന്റെ തന്ത്രമാണ്. അതിനെ തിരെയുള്ള പോരാട്ടം ഗ്രാമതലങ്ങളിൽനിന്ന് തുടങ്ങി ദേശവ്യാപകമാ ക്കുവാൻ കഴിഞ്ഞാൽ നാം വിജയിച്ചു എന്നർത്ഥം.

ക്രാന്തദർശിയായിരുന്ന ഡോ. ലോഹ്യയെ ഒരിക്കൽക്കൂടി ഉദ്ധരിച്ചു കൊണ്ട് ഞാൻ ഉപസംഹരിക്കട്ടെ: 'ലിബറൽ ചിന്താഗതിക്കു മാത്രമേ ഇന്ത്യയിൽ ഐക്യം കെട്ടിപ്പടുക്കാനാവുകയുള്ളൂ. ഇന്ത്യ പുരാതനവും വിശാലവുമായ ഒരു രാജ്യമാണ്. മനുഷ്യന്റെ സ്വയംസന്നദ്ധമായ ഇച്ഛാശ ക്തിക്കല്ലാതെ മറ്റൊരു ശക്തിക്കും ഇന്ത്യയിൽ ഐക്യം ഊട്ടിയുറപ്പിക്കാ നാവില്ല. യാഥാസ്ഥിതിക ഹിന്ദുവിന് ഈ ഇച്ഛാശക്തി രൂപപ്പെടുത്തുവാൻ കഴിയില്ല. മുമ്പ് പല ഘട്ടങ്ങളിലുമെന്നപോലെ ലിബറൽ ഹിന്ദുവിനേ അതിനു കഴിയൂ. ഹൈന്ദവസമൂഹത്തിലെ യാഥാസ്ഥിതികത്വവും ലിബറൽ ചിന്താഗതിയും തമ്മിലുള്ള യുദ്ധത്തെ രാജ്യത്തിന്റെ ഐക്യത്തിനുവേ

ണ്ടിയും വിഘടനത്തിനുവേണ്ടിയുമുള്ള പരസ്പരവിരുദ്ധമായ പ്രക്രിയ
കൾ തമ്മിലുള്ള പോരാട്ടമായിത്തന്നെ കാണണം.... അയ്യായിരത്തിലേറെ
വർഷങ്ങളായി തുടരുന്ന ഈ യുദ്ധം ഹൈന്ദവ സമൂഹത്തിലെ ലിബറൽ
ചിന്താഗതി യാഥാസ്ഥിതികത്വത്തിനെതിരെ നേടുന്ന വിജയത്തെ ആശ്ര
യിച്ചു മാത്രമാണ്. ഇന്ത്യൻ ജനതയ്ക്ക് ഒരു രാഷ്ട്രീയ സമൂഹമെന്ന നില
യിലും രാഷ്ട്രമെന്ന നിലയിലും നിലനില്പുള്ളൂ എന്ന് നിർണ്ണയിക്കുന്ന
ഘട്ടത്തിലേക്ക് പ്രവേശിച്ചിരിക്കുകയാണ്' (*പൊളിറ്റിക്കൽ തിങ്കേഴ്സ് ഓഫ്
മോഡേൺ ഇന്ത്യ*, നമ്പർ 9, ഡോ. റാംമനോഹർ ലോഹ്യ. പേജ് 297-303).

- *മാതൃഭൂമി ആഴ്ചപ്പതിപ്പ്*, 1992 ആഗസ്ത് 9-15
(*ബുദ്ധന്റെ ചിരി*, മാതൃഭൂമി ബുക്സ്)

ഇന്ത്യൻ വർഗ്ഗീയതയുടെ മുഖങ്ങൾ

കഴിഞ്ഞ ഏതാനും വർഷങ്ങളിലായി രാമജന്മഭൂമി-ബാബറി മസ്ജിദ് പ്രശ്നത്തിന്റെ പശ്ചാത്തലത്തിൽ ഭൂരിപക്ഷ വർഗ്ഗീയതയ്ക്കുണ്ടായ അഭൂതപൂർവ്വമായ വളർച്ചയും സ്വാധീനവും അതിനെതിരെയുള്ള സമരം അനിവാര്യമാക്കുന്നു. ഭൂരിപക്ഷ വർഗ്ഗീയതയ്ക്കെതിരെ ആശയപരമായി കരുത്ത് നേടാൻ സഹായിക്കുന്ന അനിഷേദ്ധ്യങ്ങളായ ചരിത്രസത്യങ്ങളുമായി നാം പരിചയപ്പെടേണ്ടതുണ്ട്. അതിനുപകരിക്കുന്ന ശ്രദ്ധേയമായ ഒരു ഗ്രന്ഥമാണ് മനോഹർ പബ്ലിക്കേഷൻ പ്രസിദ്ധീകരിച്ച *കമ്യൂണലിസം ഇൻ ഇന്ത്യ*.

പ്രശസ്ത ചരിത്രകാരനും ഗ്രന്ഥകാരനുമായ കെ എൻ പണിക്കരാണ് ഇത് സമാഹരിച്ചിരിക്കുന്നത്. പതിനാല് പ്രബന്ധങ്ങളിൽ പതിനൊന്നും 1990 മാർച്ച് 29 മുതൽ 31 വരെ ഡൽഹിയിൽ "സോഷ്യൽ സയന്റിസ്റ്റ്" സംഘടിപ്പിച്ച വർഗ്ഗീയവിരുദ്ധ സെമിനാറിൽ അവതരിപ്പിക്കപ്പെട്ടവയാണ്. റൊമില ഥാപ്പർ, ബിപിൻചന്ദ്ര, രൺധീർ സിങ്, സി പി ബാംബ്റി തുടങ്ങിയ ചരിത്രഗവേഷകരടക്കമുള്ളവരുടെ പ്രബന്ധങ്ങളുടെ സമാഹാരമായതിനാൽ ഈ ഗ്രന്ഥത്തിന് അസാധാരണമായ വിശ്വാസ്യതയും ചരിത്രപരമായ ആധികാരികതയുമുണ്ട്. പ്രബന്ധങ്ങളിലേക്ക് വെളിച്ചം വീശിക്കൊണ്ട് കെ എൻ പണിക്കർ എഴുതിയിട്ടുള്ള പ്രൗഢോജ്ജ്വലമായ അവതാരിക ഈ സമാഹാരത്തിന് മിഴിവും മികവും ഏകുന്നു.

ഒരു കിനാവള്ളി കണക്കെ ഇന്ത്യൻ സമൂഹത്തിന്റെ ഓരോ അവയവത്തെയും പിടികൂടാൻ തുടങ്ങിയിരിക്കുന്ന ഭൂരിപക്ഷവർഗ്ഗീയതയുടെ വികാസപരിണാമചരിത്രത്തിലേക്ക് ഒരു വിഹഗവീക്ഷണം നടത്തുന്ന അവതാരിക, ഇന്ത്യാചരിത്രത്തിലെ മുസ്ലിം കാലഘട്ടമെന്ന് ബ്രിട്ടീഷ് ചരിത്രകാരന്മാരും മദ്ധ്യകാലഘട്ടമെന്ന് ദേശീയവാദികളായ ചരിത്രകാരന്മാരും

വിശേഷിപ്പിച്ച കാലയളവിൽ നിരവധി ഹൈന്ദവക്ഷേത്രങ്ങൾ കൊള്ളയടിക്കപ്പെടുകയും തകർക്കപ്പെടുകയും ചെയ്തതിനാൽ അവയുടെ ഭൂതകാല അവസ്ഥ വീണ്ടെടുക്കുകയാണ് ഇന്നത്തെ കടമയെന്ന ഭൂരിപക്ഷവർഗ്ഗീയതയുടെ വാദത്തെ, ലോകചരിത്രത്തിന്റെയും ഇന്ത്യാചരിത്രത്തിന്റെയും ഏടുകളിൽനിന്ന് നിരവധി ഉദാഹരണങ്ങൾ എടുത്തുവെച്ചുകൊണ്ട് ഖണ്ഡിക്കുന്നു. മുസ്ലിം കാലഘട്ടത്തിൽ മതത്തിന്റെ പേരിലായിരുന്നു ഈ ക്ഷേത്രങ്ങളെല്ലാം തകർത്തതെന്ന ഭൂരിപക്ഷവർഗ്ഗീയതയുടെ വാദം ചരിത്രത്തെ വളച്ചൊടിക്കൽ മാത്രമല്ല, ഭൂരിപക്ഷസമുദായത്തെ ഇതിന്റെപേരിൽ ഏകോപിപ്പിക്കുവാനുള്ള ബോധപൂർവ്വമായ ശ്രമംകൂടിയാണ്. സാമ്രാജ്യവിസ്താരണത്തിന്റെയും ഭരണമേധാവിത്വം ഉറപ്പിക്കുന്നതിന്റെയും ഖജനാവ് വീർപ്പിക്കുന്നതിന്റെയും ഭാഗമായിട്ടായിരുന്നു ഇത്തരം കൊള്ളയടിക്കലുകൾ നടന്നിരുന്നതെന്ന് അവതാരികാകാരൻ ചൂണ്ടിക്കാട്ടുന്നു. മുസ്ലിംരാജാക്കന്മാർ മാത്രമല്ല, ഹിന്ദു രാജാക്കന്മാരും ഇത്തരം ക്ഷേത്രാക്രമണങ്ങൾ നടത്തിയിരുന്നു. 11-ാം നൂറ്റാണ്ടിൽ കാശ്മീരിലെ രാജാവായിരുന്ന ഹർഷദേവൻ നിരവധി ഹൈന്ദവക്ഷേത്രങ്ങൾ കൊള്ളയടിച്ച് ഖജനാവിന് മുതൽക്കൂട്ടിയിട്ടുണ്ട്. ഇങ്ങനെ ക്ഷേത്രങ്ങൾ കൊള്ളയടിച്ച് സ്വത്തുകൾ കണ്ടുകെട്ടുന്നതിന് അദ്ദേഹം ഒരു പ്രത്യേക ഉദ്യോഗസ്ഥനെത്തന്നെ നിയമിച്ചിരുന്നു. 12-ാം ശതകത്തിൽ ഗുജറാത്തിലെ പരമാര വംശജനായിരുന്ന സുഭഗവർമ്മൻ നിരവധി ജൈനക്ഷേത്രങ്ങൾ തകർത്തതായി പണിക്കർ വെളിപ്പെടുത്തുന്നു. ഔറംഗസേബ് പോലും അത്തരം നടപടികൾ സ്വീകരിച്ചത് രാഷ്ട്രീയലക്ഷ്യം വെച്ചുകൊണ്ടായിരുന്നു എന്നും അദ്ദേഹം സമർത്ഥിക്കുന്നു.

അക്ബറും മഹാറാണ പ്രതാപും തമ്മിൽ രാഷ്ട്രീയലക്ഷ്യങ്ങൾക്കു വേണ്ടി നടത്തിയ യുദ്ധങ്ങൾ മതാധിപത്യം സ്ഥാപിക്കാൻ വേണ്ടിയായിരുന്നു എന്നാണ് ഭൂരിപക്ഷവർഗ്ഗീയത ഇന്ന് വ്യാഖ്യാനിക്കുന്നത്. എന്നാൽ ഇന്ത്യയിലെ മുസ്ലിം ഭരണാധികാരികൾ തമ്മിൽത്തമ്മിലും ഹൈന്ദവരാജാക്കന്മാർ തമ്മിൽത്തമ്മിലും നിരവധി യുദ്ധങ്ങൾ നടന്നിട്ടുണ്ട് എന്ന ചരിത്രസത്യം അവർ സൗകര്യപൂർവ്വം വിസ്മരിക്കുകയാണ്. മുഗൾ ചക്രവർത്തിമാർ ഡക്കാണിലെ മുസ്ലിം ഭരണാധികാരികളുമായി നിരന്തരം പടവെട്ടിയിരുന്നു. മറാത്തരും രജപുത്രരും തമ്മിൽ നിതാന്തശത്രുതയിലായിരുന്നു. രജപുത്രർ മറാത്തർക്കെതിരെ ഔറംഗസേബുമായി കൂട്ടുചേർന്ന് യുദ്ധം ചെയ്തിട്ടുണ്ട്. അംബറിലെ മഹാരാജാവ് അക്ബറുമായി ചേർന്ന് മഹാറാണാ പ്രതാപിനെ നേരിട്ടിട്ടുണ്ട്. ബാബർക്കെതിരെ യുദ്ധം ചെയ്ത റാണാസിംഗയെ സഹായിച്ചിരുന്നവരായിരുന്നു സുൽത്താൻ അഹമ്മദ് ലോദിയും ഹസ്സൻഖാൻ മേവാതിയും. ഇബ്രാഹിം ലോദിയെ തോല്പിച്ചുകൊണ്ടായിരുന്നു ബാബർ മുഗൾ സാമ്രാജ്യംതന്നെ സ്ഥാപിച്ചത്.

ആരാധനാലയങ്ങൾ തകർക്കൽ ലോകത്തിലെ മറ്റുപല സമൂഹങ്ങളിലും നടന്നിട്ടുള്ളതിന് തെളിവുകൾ അവതാരികാക്കാരൻ ഹാജരാക്കുന്നുണ്ട്. ലാറ്റിനമേരിക്കയെ സ്പെയിൻ കീഴടക്കിയപ്പോൾ മെക്സിക്കോ,

ഗ്വാട്ടിമാല, കോസ്റ്ററിക്കാ എന്നിവിടങ്ങളിലെ മായൻ-ആസ്ടെക്ക് പിരമിഡുകളുടെ മേൽഭാഗം തകർത്ത് ക്രിസ്ത്യൻ ദേവാലയങ്ങൾ നിർമ്മിക്കുകയുണ്ടായി. അന്നാട്ടുകാരുടെ ആരാധന ഈ പിരമിഡുകളുടെ മുന്നിലായിരുന്നു. അവ തകർത്ത് ക്രിസ്ത്യൻ ദേവാലയങ്ങൾ പണിത നടപടി സ്പെയിനിന്റെ അധീശത്വവും രാഷ്ട്രീയാധികാരവും അംഗീകരിപ്പിക്കുന്നതിന്റെ ഭാഗമായിരുന്നു.

ലോകചരിത്രത്തിലെയും ഇന്ത്യാചരിത്രത്തിലെയും അനിഷേധ്യ വസ്തുതകൾ ഇതായിരിക്കെ ഇന്ത്യയുടെ ഭാവിതലമുറയുടെ പിഞ്ചുമനസ്സുകളിൽ ഹിന്ദുത്വത്തിന്റെ വിത്തു പാകുവാൻ പാഠപുസ്തകങ്ങളെയും അച്ചടിമാധ്യമത്തെയും ഭൂരിപക്ഷവർഗ്ഗീയത ഉപയോഗിക്കുന്നതിന്റെ അപകടത്തിലേക്കും അവതാരികാകാരൻ വിരൽചൂണ്ടുന്നു.

പുരാതന ഇന്ത്യയുടെ ചരിത്രത്തിൽനിന്ന് വേണ്ടത്ര തെളിവുകൾ നിരത്തിവെച്ചുകൊണ്ട് ഹിന്ദുമതം പുരാതനകാലം മുതൽ ഏകശിലാഖണ്ഡംപോലെ തുടർന്നുവരുന്നതാണെന്ന വാദത്തിന്റെ മുനയൊടിക്കുന്നതാണ് റൊമിലാ ഥാപ്പറിന്റെ പ്രബന്ധം. ഹിന്ദുമതം ഒരു പ്രവാചകനെ ആധാരമാക്കി സ്ഥാപിതമായതല്ലെന്നും നിരവധി സ്വതന്ത്രചിന്താധാരകളും സമാന്തരസമ്പ്രദായങ്ങളും കൂടിച്ചേർന്നുണ്ടായതാണെന്നും ഥാപ്പർ സമർത്ഥിക്കുന്നു. അതുപോലെ കണ്വ-കപില-കണാദാദികളുടെ ഭൗതികവാദവും ചാർവ്വാകന്റെ നിരീശ്വരവാദവും ബൗദ്ധജൈനമത ദർശനങ്ങളും ക്രിസ്ത്യൻ, മുസ്ലിം, പേർഷ്യൻ തുടങ്ങിയ സെമറ്റിക് മതങ്ങളുടെ ചിന്താധാരകളുംകൊണ്ട് സമ്പന്നവും സമ്പുഷ്ടവുമാക്കപ്പെട്ട ഒരു സങ്കരസംസ്കാരമാണ് ഇന്ത്യൻ സംസ്കാരമെന്നും അതുകൊണ്ടുതന്നെ അതിന്റെ മുഖമുദ്ര സമന്വയമാണെന്നും അവർ ചൂണ്ടിക്കാട്ടുന്നു. ഇന്നത്തെ തങ്ങളുടെ നിലപാടിനെ സാധൂകരിക്കുവാൻ ഭൂരിപക്ഷവർഗ്ഗീയത ഒരു ഭാവനാധിഷ്ഠിത ഭൂതകാലത്തെ (Imagined past) സൃഷ്ടിക്കുകയാണ്. ഇന്ത്യാചരിത്രത്തിൽ ബ്രിട്ടീഷ് ചരിത്രകാരന്മാർ, വിശേഷിച്ച് ജയിംസ്മിൽ നടത്തിയ ഹിന്ദു-മുസ്ലിം-ബ്രിട്ടീഷ് എന്ന ഘട്ടവല്ക്കരണ (Periodisation) മാണ് ഹിന്ദു-മുസ്ലിം വൈരുദ്ധ്യത്തിന് കാരണമായതെന്നും അന്ന് ബീജാവാപം ചെയ്യപ്പെട്ട ദ്വിരാഷ്ട്രവാദമാണ് ഇന്ന് ഭൂരിപക്ഷവർഗ്ഗീയത മുതലെടുക്കുന്നതെന്നും ഥാപ്പർ സ്ഥാപിക്കുന്നു.

ഭൂരിപക്ഷവർഗ്ഗീയതയെ പ്രത്യയശാസ്ത്രപരമായി നേരിടണമെന്ന വാദമാണ് ബിപിൻചന്ദ്ര തന്റെ പ്രബന്ധത്തിലൂടെ ഉന്നയിക്കുന്നത്. പ്രത്യയശാസ്ത്രപരമായ ഈ സമരത്തെ വമ്പിച്ച ബഹുജനമുന്നേറ്റമായി വളർത്തിയെടുക്കണമെന്നും അദ്ദേഹം അഭിപ്രായപ്പെടുന്നു. ഭൂരിപക്ഷവർഗ്ഗീയത ഭരണകൂടത്തിന്റെ പടിവാതില്ക്കലിൽ എത്തിനില്ക്കുന്ന സാഹചര്യത്തിൽ ഈ സമരം തികച്ചും അനിവാര്യമാണ്. ഹെഡ്ഗെവാർ ജന്മശതാബ്ദിയുടെയും ശിലാപൂജ, ശിലാന്യാസം എന്നിവയുടെയും ഭാഗമായി ആർ എസ് എസിന് ഭൂരിപക്ഷവർഗ്ഗീയതയുടെ സന്ദേശം ഓരോ ഗ്രാമത്തിലുമെത്തിക്കാൻ കഴിഞ്ഞതുപോലെ വർഗ്ഗീയവിരുദ്ധ പ്രത്യയശാസ്ത്രത്തെയും ഗ്രാമ

തലങ്ങളിൽ എത്തിക്കാൻ കഴിയണം. ബുദ്ധിജീവികൾക്ക് ഈ സമരത്തിൽ വലിയ പങ്കുണ്ട്. അതിനായി അവർ സാധാരണജനങ്ങളുമായി ഇടപഴകുകയും അവർക്ക് മനസ്സിലാകുന്ന ഭാഷയിൽ എഴുതുകയും വേണം.

തീർത്തും മാർക്സിസ്റ്റ് വീക്ഷണകോണിലൂടെ ഈ പ്രശ്നത്തെ വിലയിരുത്തുകയാണ് രൺധീർ സിങ്. ഫ്യൂഡൽബന്ധങ്ങളുടെയും പഴഞ്ചൻ ഉല്പാദന സമ്പ്രദായങ്ങളുടെയും ഭാരവും ദുരിതവും പേറുന്ന ഇന്ത്യൻ സമൂഹത്തിൽ അവയ്ക്ക് അറുതി വരുത്താതെ മുതലാളിത്തവികസന മാർഗ്ഗം അടിച്ചേല്പിച്ചതിന്റെ ഫലമായുണ്ടായ വൈരുദ്ധ്യങ്ങളാണ് ഭൂരിപക്ഷവർഗ്ഗീയതയ്ക്ക് വളരാൻ സാഹചര്യമൊരുക്കിയത്. അതുകൊണ്ട് വർഗ്ഗീയതയ്ക്കെതിരായ സമരത്തെ സമൂഹത്തെ ആകെ മാറ്റിമറിക്കുന്നതിനുള്ള സമരവുമായി കൂട്ടിയിണക്കണം എന്നദ്ദേഹം വാദിക്കുന്നു.

കാലാകാലങ്ങളിൽ ഇന്ത്യൻ ഭരണാധികാരിവർഗ്ഗം സ്വന്തം നിലനില്പിനുവേണ്ടി ഭൂരിപക്ഷ-ന്യൂനപക്ഷ വർഗ്ഗീയതകളെ സൗകര്യംപോലെ ആശ്രയിച്ചതിന്റെ ചരിത്രമാണ് സോയാഹസ്സൻ പറയുന്നത്. 1977 ൽ നഷ്ടപ്പെട്ട അധികാരം തിരിച്ചുപിടിക്കുവാൻവേണ്ടി ഇന്ദിരാഗാന്ധി തുടങ്ങിവെച്ച ഈ നയം, രാജീവ്ഗാന്ധി മുസ്ലിംവനിതാ ബില്ലിലൂടെയും, അയോദ്ധ്യയിലെ മുസ്ലിംപള്ളി ഹിന്ദുക്കൾക്കായി തുറന്നുകൊടുക്കുകയും അവിടെ ശിലാന്യാസം അനുവദിക്കുകയും ചെയ്തതിലൂടെയും 1989 ലെ കോൺഗ്രസിന്റെ തിരഞ്ഞെടുപ്പ് പ്രചാരണം 'രാമരാജ്യം സ്ഥാപിക്കലാണ് ലക്ഷ്യം' എന്ന് പ്രഖ്യാപിച്ചുകൊണ്ട് അയോദ്ധ്യയിൽനിന്ന് തുടങ്ങിയതിലൂടെയും എങ്ങനെ വികസിപ്പിച്ച് പൂർണ്ണമാക്കി എന്നതിന്റെ ചരിത്രമാണ് അദ്ദേഹം വരച്ചുകാട്ടുന്നത്. ഇത്തരം സംഭവപരമ്പരകളിലൂടെ ഭൂരിപക്ഷത്വം (Majoritarianism) എന്ന ആശയം എങ്ങനെ രൂഢമൂലമായിത്തീർന്നു എന്നും അദ്ദേഹം വിശദമാക്കുന്നുണ്ട്.

ഹിന്ദിയെ ഒരു ഭാഷയാക്കി വളർത്തുവാനും തുടർന്ന് അതിനെ രാഷ്ട്രഭാഷയാക്കി ഉയർത്തുവാനും 'ഹൈന്ദവജ്വരം' ബാധിച്ച ദേശീയനേതാക്കളും ഹിന്ദിപ്രേമികളും ഉത്തര-മദ്ധ്യേന്ത്യയിൽ നടത്തിയ ശ്രമങ്ങളാണ് കൃഷ്ണകുമാറിന്റെ പ്രബന്ധവിഷയം. ദയാനന്ദസരസ്വതിയുടെ ആര്യസമാജവും മദനമോഹന മാളവ്യയുടെ ബനാറസ് ഹിന്ദു സർവ്വകലാശാലയും മറ്റും ഉർദ്ദുവിനെ നിഷ്കാസനം ചെയ്ത് ശുദ്ധഹിന്ദി വളർത്തിയെടുക്കുവാൻ സ്വീകരിച്ച നടപടികൾ പ്രബന്ധത്തിൽ വിവരിക്കുന്നുണ്ട്. ഭരണഘടനാ നിർമ്മാണസഭയിൽ ഹിന്ദുസ്ഥാനിക്കു പകരം ഹിന്ദി രാഷ്ട്രഭാഷയാക്കണമെന്ന പ്രമേയം ഒരൊറ്റ വോട്ടിന് പാസായതും അങ്ങനെ ഹിന്ദുസ്ഥാനി രാഷ്ട്രഭാഷയാകണമെന്ന ഗാന്ധിജിയുടെ സ്വപ്നത്തെ പുരുഷോത്തംദാസ് ഠണ്ഡനെപ്പോലുള്ളവർ എപ്രകാരം തകർത്തു എന്നതും പ്രബന്ധത്തിൽ പരാമർശിക്കപ്പെട്ടിട്ടുണ്ട്.

കൊളോണിയൽ ബംഗാളിൽ നടന്ന വർഗ്ഗീയകലാപങ്ങളെപ്പറ്റിയുള്ള സുൻജൻദാസിന്റെയും പി കെ ദത്തയുടെയും പ്രബന്ധങ്ങളും വിഭജനാനന്തരം ഇന്ത്യൻ സമൂഹവുമായി താദാത്മ്യം പ്രാപിക്കുവാൻ മുസ്ലിങ്ങൾ

നടത്തിയ ശ്രമങ്ങളെ വിവരിക്കുന്ന മുഷിറുൽ ഹസ്സന്റെ പ്രബന്ധവും ശ്രദ്ധേ
യങ്ങളും പഠനാർഹങ്ങളുമാണ്. സി പി ബാംബ്റി, ദീപാങ്കർഗുപ്ത,
സുധീർചന്ദ്ര, രാജീവ് ഭാർഗ്ഗവ, സുകുമാർ മുരളീധരൻ, കൃഷ്ണ ഭരദ്വാജ്
എന്നിവരുടെ പ്രബന്ധങ്ങൾ വർഗ്ഗീയതയെ വിവിധ വശങ്ങളിൽനിന്ന് പഠി
ക്കുവാൻ സഹായിക്കുന്നവയാണ്.

മുസ്ലിംവർഗ്ഗീയത അപകടകരമാണെങ്കിലും അതിനൊരിക്കലും
ഇന്ത്യയെ കീഴടക്കുവാനും ഫാസിസം കൊണ്ടുവരാനുമാവില്ലെന്നും
ഹൈന്ദവ വർഗ്ഗീയതയ്ക്കേ അതിനു കഴിയൂ എന്നും അതിനാൽ മറ്റെന്തി
നെക്കാളുമുപരി ഹൈന്ദവ വർഗ്ഗീയതയെ എതിർത്തു തോല്പിക്കണമെ
ന്നുമുള്ള ആശയഗതിയാണ് ഈ സമാഹാരത്തിൽ അന്തർദ്ധാരയായി വർ
ത്തിക്കുന്നത്.

വർഗ്ഗീയതയെന്ന മഹാവിപത്തിനെ നേരിടുന്നതിൽ താല്പര്യവും
പ്രതിജ്ഞാബദ്ധതയുമുള്ളവരും നമ്മുടെ ജനാധിപത്യവും മതേതരത്വവും
നിലനില്ക്കണമെന്നാഗ്രഹിക്കുന്നവരും അവശ്യം വായിച്ചിരിക്കേണ്ടതാണ്
ഈ സമാഹാരം. സാധാരണക്കാരുടെ കൈകളിൽ എത്തിപ്പെടുന്നതിനായി
ഇതിന്റെയൊരു 'പോപ്പുലർ എഡിഷൻ' ഉണ്ടാകുന്നത് അഭികാമ്യമായി
രിക്കും.

– 1995,
(രാമന്റെ ദുഃഖം)

എന്നിൽ ഇന്നും ജീവിക്കുന്ന എ കെ ജി

ആയിരത്തി തൊള്ളായിരത്തി അമ്പത്തിയൊന്നിൽ പൊതുതിര ഞ്ഞെടുപ്പ് നടക്കുന്ന കാലം. ജനറൽ സീറ്റും പട്ടികജാതി സംവരണ സീ റ്റുമുള്ള വയനാട് ദ്വയാംഗ നിയോജകമണ്ഡലമാണ്. വളരെ വിശാലം. എന്നുവെച്ചാൽ ഇന്നത്തെ പാർലമെന്റ് നിയോജകമണ്ഡലത്തേക്കാൾ വ ലുത്. പേരാവൂർ മുതൽ കുന്നമംഗലം വരെയായിരുന്നു അതിന്റെ വ്യാപ് തി. വയനാട്ടിലെ സോഷ്യലിസ്റ്റ് പാർട്ടിയുടെ സ്ഥാനാർത്ഥികൾ എന്റെ പിതാവ് പത്മപ്രഭാഗൗഡരും സി വെളുക്കനുമായിരുന്നു. മദിരാശി സം സ്ഥാന മന്ത്രിസഭയിൽ നിയമമന്ത്രിയായ കോഴിപ്പുറത്ത് മാധവമേനോ നും മദുരയുമായിരുന്നു കോൺഗ്രസ് സ്ഥാനാർത്ഥികൾ. ഇന്നത്തെ തമി ഴ്‌നാടും ആന്ധ്രപ്രദേശും മലബാറും തെക്കൻ കർണാടകവും അടങ്ങു ന്നതായിരുന്നു അന്ന് മദിരാശി സ്റ്റേറ്റ്.

അക്കാലത്താണ് കമ്യൂണിസ്റ്റ് പാർട്ടി, തിരഞ്ഞെടുപ്പിനെ നേരിടാൻ ഐക്യമുന്നണി രാഷ്ട്രീയതന്ത്രത്തിന് രൂപംനല്കിയത്. എന്നാൽ സോഷ്യ ലിസ്റ്റ് പാർട്ടി വേറൊരു തട്ടിലായിരുന്നു. വയനാട്ടിൽ തിരഞ്ഞെടുപ്പ് പ്രചാ രണങ്ങൾ കൊണ്ടുപിടിച്ച് നടക്കുകയാണ്. പരസ്പരവൈരുദ്ധ്യ നിലപാ ടുകൾ സ്വീകരിച്ച കമ്യൂണിസ്റ്റ് പാർട്ടിയും സോഷ്യലിസ്റ്റ് പാർട്ടിയും ഒന്നിച്ച് നില്ക്കേണ്ട രാഷ്ട്രീയ കാലാവസ്ഥയായിരുന്നു വയനാട്ടിൽ. സോഷ്യലിസ്റ്റ് പാർട്ടി, കമ്യൂണിസ്റ്റ് പാർട്ടിയുടെ സഹായവും വോട്ടുമൊന്നും അഭ്യർത്ഥി ച്ചില്ലെങ്കിലും സോഷ്യലിസ്റ്റ് സ്ഥാനാർത്ഥികളായ അച്ഛനും വെളുക്കനും തങ്ങൾ വോട്ടു ചെയ്യുമെന്ന് അവർ പ്രഖ്യാപിച്ചു. തിരഞ്ഞെടുപ്പ് തീയതി അടുത്തുവരുന്തോറും നിയോജകമണ്ഡലത്തിലുടനീളം ആവേശം തിര തല്ലി. അക്കാലത്ത് ഞാൻ എസ് എസ് എൽ സിക്ക് പഠിക്കുകയായിരുന്നു. രാഷ്ട്രീയത്തിലും സോഷ്യലിസ്റ്റ് പാർട്ടി പ്രവർത്തനത്തിലും എനിക്ക്

അന്നേ വലിയ താല്പര്യമുണ്ടായിരുന്നു.

കല്പറ്റയിൽ കമ്യൂണിസ്റ്റ് പാർട്ടിയുടെ ഒരു തിരഞ്ഞെടുപ്പ് യോഗം നടക്കുകയാണ്. സഖാവ് എ കെ ഗോപാലൻ കല്പറ്റയിൽ പ്രസംഗിക്കാൻ വരുന്നുവെന്നറിഞ്ഞതോടെ ആ പ്രദേശം ഇളകിമറിഞ്ഞു. ഗ്രാമാന്തരങ്ങളിൽനിന്നുപോലും കല്പറ്റയിലേക്ക് ആളുകളെത്തി. കൃഷിക്കാരുടെയും ആദിവാസികളുടെയും പ്രവാഹം. അന്നുതന്നെ എ കെ ജി. ജനങ്ങൾക്ക് വളരെ പ്രിയങ്കരനാണ്. ആവേശകരമാണ് അദ്ദേഹത്തിൻെറ പ്രസംഗം. സാധാരണക്കാർക്ക് മനസ്സിലാകുന്ന ഭാഷ. പൊടിപ്പും തൊങ്ങലും വെച്ച് ജനങ്ങളെ ചിരിച്ചും ചിന്തിപ്പിച്ചും അദ്ദേഹത്തിൻെറ പ്രസംഗം കത്തിക്കയറുമ്പോൾ 'ഹിയർ' വിളികളും കൈയടികളും മുഴങ്ങുകയായി. കല്പറ്റയിലെ പ്രസംഗവും അതിഗംഭീരമായിരുന്നു. അന്നാണ് ഞാൻ ആദ്യമായി എ കെ ജിയെ കാണുന്നതും അദ്ദേഹത്തിൻെറ പ്രസംഗം കേൾക്കുന്നതും. ഞാൻ കേട്ട അദ്ദേഹത്തിൻെറ ആദ്യപ്രസംഗം തന്നെ എ കെ ജിയോടുള്ള എന്റെ ആദരവ് വർദ്ധിപ്പിച്ചു. പില്ക്കാലത്ത് അദ്ദേഹത്തോടുള്ള സ്നേഹാദരങ്ങൾ കൂടുക മാത്രമേ ചെയ്തിട്ടുള്ളൂ. കാലം കുറെ കഴിഞ്ഞപ്പോൾ പല വിതാനങ്ങളിലും ഞങ്ങൾക്ക് ബന്ധപ്പെടേണ്ടിവന്നു. എല്ലാ ഔപചാരികതകളെയും ഉല്ലംഘിച്ചുകൊണ്ട് ആ ജനനേതാവുമായി ഞാൻ അടുക്കുകയായിരുന്നു.

1965 ൽ സോഷ്യലിസ്റ്റ് പാർട്ടിയും മാർക്സിസ്റ്റ് കമ്യൂണിസ്റ്റ് പാർട്ടിയും ലീഗും മറ്റു ചില പാർട്ടികളും സഹകരിച്ചു പ്രവർത്തിക്കാൻ തീരുമാനമായി. കേരളത്തിൽ വിശാലമായൊരു ഐക്യമുന്നണി രൂപപ്പെട്ടു. ലീഗിനെ വർഗ്ഗീയകക്ഷിയെന്നു മുദ്രകുത്തി സി പി ഐ മുന്നണിയിൽ ചേർത്തില്ല. ചൈനാപ്രശ്നത്തെ തുടർന്ന് നിരവധി മാർക്സിസ്റ്റ് പാർട്ടി പ്രവർത്തകർ കരുതൽതടങ്കൽ നിയമമനുസരിച്ച് ജയിലുകളിലായതിനാൽ ഞാനടക്കമുള്ളവർക്ക് ധാരാളം യോഗങ്ങളിൽ പ്രസംഗിക്കേണ്ടിവന്നു. അക്കാലത്ത് നിരവധി വേദികൾ എ കെ ജിയുമായി പങ്കുവെക്കാൻ എനിക്കവസരം ലഭിച്ചു. ഭിന്നാഭിപ്രായങ്ങളുണ്ടായാൽ പോലും അദ്ദേഹത്തിന് എന്നോട് പ്രത്യേക പരിഗണനയുണ്ടായിരുന്നു. എന്നിൽ അതുണ്ടാക്കിയ ആഹ്ലാദാഭിമാനങ്ങൾ വിവരിക്കാവതല്ല. രാഷ്ട്രീയ ചേരിതിരിവുകൾ ഉണ്ടായപ്പോൾ പോലും ഞങ്ങളുടെ അടുപ്പത്തിന് ഒരു പോറൽ പോലും ഏല്ക്കാതിരുന്നത് എ കെ ജിയുടെ മനസ്സിൻെറ വലിപ്പം കൊണ്ടായിരുന്നുവെന്ന് ഇന്നും ഞാൻ വിശ്വസിക്കുന്നു.

1971 ൽ പൊതുതിരഞ്ഞെടുപ്പു നടന്നു. അതിനിടെ ദേശീയതലത്തിൽ കോൺഗ്രസിനെതിരെ ഒരു മഹാസഖ്യം രൂപമെടുത്തിരുന്നു. സംഘടനാ കോൺഗ്രസ്, ജനസംഘം, സംയുക്ത സോഷ്യലിസ്റ്റ്പാർട്ടി (എസ് എസ് പി) ഭാരതീയക്രാന്തിദൾ, സ്വതന്ത്രപാർട്ടി എന്നീ കക്ഷികളായിരുന്നു മഹാസഖ്യത്തിലെ ഘടകകക്ഷികൾ.

കമ്യൂണിസ്റ്റ് മാർക്സിസ്റ്റ് പാർട്ടി, മഹാസഖ്യത്തിൽ അംഗമായതിന്റെ പേരിൽ എസ് എസ് പിയുമായി എല്ലാ ബന്ധങ്ങളും വിച്ഛേദിച്ചു. കോഴി

ക്കോട് പാർലമെന്റ് നിയോജകമണ്ഡലത്തിൽ കെ ടി പി, കെ എസ് പി, എസ് എസ് പി എന്നിവ ഉൾക്കൊള്ളുന്ന സോഷ്യലിസ്റ്റ് മുന്നണിയുടെ സ്ഥാനാർത്ഥിയായി ഞാനാണ് ആ തിരഞ്ഞെടുപ്പിൽ മത്സരിച്ചത്. മുസ്ലിം ലീഗ് സ്ഥാനാർത്ഥി ഇബ്രാഹിം സുലൈമാൻ സേഠും, മാർക്സിസ്റ്റ് പാർട്ടിയുടെ സ്വതന്ത്ര സ്ഥാനാർത്ഥി പി കെ കോയയും ആയിരുന്നു. എൻെറ കന്നിമത്സരമായിരുന്നു അത്. വിജയപ്രതീക്ഷ ഒട്ടുമില്ലായിരുന്നുവെങ്കിലും പ്രചാരണപ്രവർത്തനങ്ങൾക്ക് കുറവൊന്നുമുണ്ടായിരുന്നില്ല. വോട്ടെണ്ണി ഫലപ്രഖ്യാപനം കഴിഞ്ഞപ്പോൾ ഞാൻ ദയനീയമായി പരാജയപ്പെട്ടിരുന്നു. എനിക്കു കിട്ടിയത് 44,758 വോട്ടുകൾ മാത്രം. സേട്ടിന് 1,95,206, പി കെ കോയയ്ക്ക് 1,23,130 ഉം. എനിക്ക് കെട്ടിവെച്ച പണം പോയി. പരാജയം പ്രതീക്ഷിച്ചിരുന്നതിനാൽ വലിയ നിരാശയൊന്നും തോന്നിയില്ല.

തിരഞ്ഞെടുപ്പിന്റെ ബഹളമൊക്കെ കഴിഞ്ഞശേഷം ഞാൻ ഡൽഹിയിൽ പോയി. എ കെ ജിയെ അദ്ദേഹത്തിൻെറ വസതിയിൽ പോയിക്കണ്ടു. ഡൽഹിയിൽ പോകുമ്പോഴൊക്കെ ഞാനദ്ദേഹത്തെ പോയി കാണാറുണ്ട്. രാഷ്ട്രീയമായി വിഭിന്ന ചേരിയിലാണെങ്കിലും എ കെ ജിക്ക് ഞാൻ സ്വന്തക്കാരൻ തന്നെയായിരുന്നു. വ്യക്തിബന്ധങ്ങൾക്ക് ഇത്രയേറെ വിലകല്പിച്ചവരെ ഞാൻ വളരെയധികമൊന്നും കണ്ടിട്ടില്ല. സോഷ്യലിസ്റ്റ് നേതാവായിരുന്ന ഡോ. രാം മനോഹർ ലോഹ്യക്ക് എ കെ ജിയുമായി വളരെ അടുത്ത സൗഹൃദമാണുണ്ടായിരുന്നത്. " മഹാപ്രക്ഷോഭകാരി" എന്നാണ് ലോഹ്യ അദ്ദേഹത്തെ വിശേഷിപ്പിച്ചിരുന്നത്. ഉത്തരേന്ത്യയിലെവിടെയെങ്കിലും ജനിച്ചിരുന്നുവെങ്കിൽ എ കെ ജി ഇന്ത്യൻ പ്രധാനമന്ത്രിയാകുമായിരുന്നുവെന്ന് ലോഹ്യ പറയുമായിരുന്നു. അത്രയ്ക്കുണ്ടായിരുന്നു എ കെ ജി എന്ന ജനനേതാവിനോട് ആ സോഷ്യലിസ്റ്റ് ആചാര്യനുണ്ടായിരുന്ന സ്നേഹാദരങ്ങൾ.

ഒരു കാര്യംകൂടി ഞാൻ പ്രത്യേകം ഓർക്കുന്നു. കോഴിക്കോട് ഞാൻ മത്സരിച്ചപ്പോൾ എ കെ ജി അവിടെവന്ന് എനിക്കെതിരെ പ്രസംഗിക്കുകയുണ്ടായില്ല. എ കെ ജി. മത്സരിച്ചിരുന്നത് പാലക്കാടായിരുന്നു. അവിടെ അദ്ദേഹത്തെ സംയുക്ത സോഷ്യലിസ്റ്റ് പാർട്ടിയും കോൺഗ്രസും അടക്കമുള്ള എല്ലാ കക്ഷികളും എതിർത്തു. എന്നോട് പാലക്കാട്ടുപോയി എ കെ ജിക്കെതിരെ പ്രചാരണ പ്രവർത്തനം നടത്താൻ പാർട്ടി ആവശ്യപ്പെട്ടു. എ കെ ജിക്ക് വോട്ടുചെയ്യരുതെന്ന് പറയാൻ എനിക്കാവില്ലെന്ന് നേതൃത്വത്തോട് തുറന്നു പറഞ്ഞു. എന്നെ പാലക്കാട്ടെ പ്രചാരണപ്രവർത്തനങ്ങളിൽനിന്ന് പാർട്ടി ഒഴിവാക്കുകയും ചെയ്തു.

എന്റെ തിരഞ്ഞെടുപ്പു പരാജയത്തിനുശേഷം ഞാൻ അദ്ദേഹത്തെ ചെന്നു കണ്ടു. അവസരം വരുമ്പോൾ രാജ്യസഭയിലേക്ക് മത്സരിക്കണമെന്ന് എന്നോട് എ കെ ജി പറഞ്ഞു. എന്നാൽ എന്റെ പാർട്ടിയുടെ ഭരണഘടന അതംഗീകരിക്കുന്നില്ലെന്ന് ഞാൻ ചൂണ്ടിക്കാട്ടി. ഒരു പൊതു തിരഞ്ഞെടുപ്പിൽ മത്സരിച്ച് പരാജയപ്പെട്ടാൽ രണ്ടു വർഷം പൂർത്തിയാകുന്നതുവരെ മറ്റ് സ്ഥാനങ്ങൾ നേടാൻ ശ്രമിക്കരുതെന്നാണ് ചട്ടമെന്നും

അതുകൊണ്ട് രാജ്യസഭയിലേക്ക് മത്സരിക്കാനാവില്ലെന്നും ഞാൻ അദ്ദേഹത്തെ അറിയിച്ചു. “നിന്റെ പാർട്ടി എന്തു പാർട്ടിയാണെടോ” എന്നായിരുന്നു എ കെ ജിയുടെ നർമ്മത്തിൽ പൊതിഞ്ഞ പ്രതികരണം.

ജനനായകനാണ് എ കെ ജി എന്നത് ഒരു വെറും ആലങ്കാരികപ്രയോഗമല്ല. എല്ലാ അർത്ഥത്തിലും അദ്ദേഹം ജനങ്ങളുടെ നേതാവായിരുന്നു. ജനങ്ങളെ കണ്ടാൽ എ കെ ജിക്ക് ആവേശമാണ്; എ കെ ജിയെ കണ്ടാൽ ജനങ്ങൾക്കും. ആ പാരസ്പര്യം അത്രയും തീവ്രമായി അധികം നേതാക്കളിൽ കാണാൻ കഴിഞ്ഞിട്ടില്ല. എ കെ ജിയുടെ കൂടെ സഞ്ചരിക്കാൻ അവസരം ലഭിച്ചപ്പോഴും അദ്ദേഹം സംബന്ധിച്ച പൊതുയോഗങ്ങളിൽ പങ്കെടുത്തപ്പോഴും എനിക്ക് ബോദ്ധ്യപ്പെട്ട കാര്യമാണിത്. ഇ എം എസ് പട്ടാമ്പിയിൽ മത്സരിച്ച തിരഞ്ഞെടുപ്പിന്റെ പ്രചാരണപരിപാടി ഓർക്കുന്നു. ഇ എം എസിന്റെ എതിർ സ്ഥാനാർത്ഥി സി പി ഐ നേതാവ് ഇ പി ഗോപാലനായിരുന്നു. പൊരിഞ്ഞ പോരാട്ടമാണ് പട്ടാമ്പിയിൽ നടന്നത്.

ഒരുദിവസം തിരഞ്ഞെടുപ്പുപ്രചാരണത്തിനായി എ കെ ജി പട്ടാമ്പിയിലെത്തി. ഞാനും അവിടെയുണ്ടായിരുന്നു. അദ്ദേഹം എത്തുന്നിടത്തൊക്കെ ജനങ്ങൾ തടിച്ചുകൂടി. സഞ്ചരിച്ച വഴികളിലും ആരാധകരെത്തി. അവരെ കണ്ടാൽ എ കെ ജി വണ്ടിനിർത്തും. അവരോട് സംസാരിക്കും. ആൾക്കൂട്ടം കുറച്ച് വലിയതാണെങ്കിൽ പ്രസംഗിക്കും. പരിപാടിയിൽ ഇതൊന്നും ഉൾപ്പെടുത്തിയിട്ടുണ്ടാവില്ല. ഇതിൻെറ ഫലമായി നേരത്തെ തീരുമാനിച്ച യോഗങ്ങളിൽ പങ്കെടുക്കാൻ അദ്ദേഹം എത്തുന്നത് വൈകും. അദ്ദേഹം വരുന്നതുവരെ ജനങ്ങൾ കാത്തിരിക്കും. മണിക്കൂറുകൾ തന്നെ വൈകിയാലും അവർ ക്ഷമയോടെയിരിക്കും. എ കെ ജി യോഗസ്ഥലത്തെത്തുന്നതോടെ പുരുഷാരം ഇളകിമറിയുകയായി. അത് അനുഭവിച്ചറിയുകതന്നെ വേണം. പട്ടാമ്പിയിൽ എ കെ ജിയുടെ പ്രചാരണ പരിപാടി അവസാനിച്ചശേഷം ഞങ്ങൾ മടങ്ങിയത് പുലർച്ചെ മൂന്നുമണിക്കായിരുന്നു. ഇ എം എസ് തിരഞ്ഞെടുപ്പുയോഗങ്ങളിലും മറ്റും പ്രസംഗിക്കുവാൻ പോകുമ്പോൾ സമയനിഷ്ഠ കൃത്യമായി പാലിക്കുമായിരുന്നു. എ കെ ജിക്കാകട്ടെ, സമയനിഷ്ഠ ഒരിക്കലും പാലിക്കാനും കഴിഞ്ഞില്ല. അതുപോലുള്ള പല നിഷ്ഠകളും ജനങ്ങളുടെ ഇടയിൽപ്പെട്ടാൽ അദ്ദേഹം മറക്കുമായിരുന്നു.

ഒരിക്കൽ കേരളത്തിൽ സർക്കാർ ജീവനക്കാരും അദ്ധ്യാപകരും പണിമുടക്കിയ സമയമായിരുന്നു. ശാരീരിക അസ്വസ്ഥതകളെത്തുടർന്ന് എ കെ ജിയെ കോഴിക്കോട്ട് ഒരു സ്വകാര്യആസ്പത്രിയിൽ പ്രവേശിപ്പിച്ചു. പൊതുപരിപാടികളിൽ പങ്കെടുക്കരുതെന്ന് ഡോക്ടർമാർ വിലക്കി. സമരത്തിൽ എ കെ ജി സജീവമായിരുന്നു. അങ്ങനെയാണെങ്കിൽ സമരം കഴിഞ്ഞാവാം ചികിത്സയെന്നു പറഞ്ഞ് എ കെ ജി ആശുപത്രിവിട്ടു സമരമുഖത്തെത്തി. അതാണ് എ കെ ജിയുടെ പ്രസ്ഥാനത്തോടുള്ള പ്രതിബദ്ധത. പൊതുപ്രവർത്തനത്തിൽ അദ്ദേഹം പ്രകടിപ്പിച്ച ആത്മാർത്ഥതയും

സത്യസന്ധതയും അർപ്പണബോധവും അനന്യസാധാരണമായിരുന്നു.

വേറൊരു സംഭവം ഓർക്കുന്നത് ഗൂഡല്ലൂരിൽ തമിഴ്നാട് ഗവൺമെന്റ് 5000 കർഷകകുടുംബങ്ങളെ കുടിയിറക്കിയതിനെത്തുടർന്നുണ്ടായ പ്രശ്നങ്ങളാണ്. പ്രതിഷേധവും സമരവുമൊക്കെയായി. ഫാദർ വടക്കൻ കുടിയിറക്കിയവർക്കുവേണ്ടി സുൽത്താൻ ബത്തേരിയിലെ ചീരാലിൽ നിരാഹാരസത്യാഗ്രഹം തുടങ്ങി. കുടിയേറ്റപ്രശ്നത്തെക്കുറിച്ച് നേതാക്കളൊക്കെ നിരന്തരം പ്രസംഗിച്ചുനടന്നു. പ്രശ്നം പരിഹരിക്കാതെ ഫാദർ വടക്കൻ നിരാഹാരമവസാനിപ്പിക്കുന്ന പ്രശ്നമേയില്ലെന്നും ലക്ഷ്യം നേടാൻ, വേണ്ടിവന്നാൽ, മരണംവരെ അദ്ദേഹം നിരാഹാരം തുടരുമെന്നും മറ്റും ഞങ്ങൾ ആവേശപൂർവ്വം പലേടങ്ങളിലും പ്രസംഗിച്ചു.

ഫാദർ വടക്കന്റെ ആരോഗ്യനില വഷളായിക്കൊണ്ടിരുന്നു. ഒരു ദിവസം രാവിലെ എ കെ ജി വയനാട്ടിൽ എൻെറ വസതിയിലെത്തി. "എന്താണ്, ഫാദർ വടക്കനെ കൊല്ലാനാണോ നിങ്ങളുടെയൊക്കെ പരിപാടി? നിരാഹാരം അവസാനിപ്പിക്കേണ്ടേ? വടക്കന്റെ ജീവൻ രക്ഷിക്കേണ്ടേ? എന്തെങ്കിലും ഒത്തുതീർപ്പുവേണ്ടേ സമരത്തിന്?" ഫാദർ വടക്കന്റെ ജീവന് അപകടം സംഭവിച്ചേക്കുമോ എന്ന ഭയമായിരുന്നു എ കെ ജിക്ക്. അന്ന് തമിഴ്നാട് മുഖ്യമന്ത്രിയായിരുന്ന കരുണാനിധിയുമായി എ കെ ജി പുളിയാർമലയിൽനിന്ന് ഫോണിൽ സംസാരിച്ചു. ഞങ്ങൾ വയനാട്ടിൽനിന്ന് നേരെ ഗൂഡല്ലൂരിലേക്കു പോയി. അധികൃതരുമായും രാഷ്ട്രീയ നേതാക്കളുമായും മറ്റും ബന്ധപ്പെട്ടു. സുദീർഘ ചർച്ചകൾ നടത്തി. പിന്നീടദ്ദേഹം ബത്തേരിയിലെ ഫാദർ വടക്കന്റെ നിരാഹാരപന്തലിലെത്തി ഒത്തുതീർപ്പുവ്യവസ്ഥകൾ അദ്ദേഹത്തെ ധരിപ്പിച്ചു. ഫാദർ വടക്കൻ നിരാഹാര സമരമവസാനിപ്പിക്കാൻ സമ്മതിച്ചു. അദ്ദേഹത്തിന് നാരങ്ങാനീര് നല്കിയശേഷമേ എ കെ ജി തിരിച്ചുപോയുള്ളൂ.

വയനാടുമായും എൻെറ കുടുംബവുമായും എ കെ ജിക്ക് വളരെക്കാലത്തെ ബന്ധമുണ്ട്. വയനാട്ടിലെ ധർമ്മരാജയ്യരും എൻെറ പിതാമഹൻ കൃഷ്ണഗൗഡരുമെല്ലാം അവിടത്തെ ആദ്യകാല കോൺഗ്രസ് നേതാക്കളായിരുന്നു. നെഹ്റു ബാരിസ്റ്ററായശേഷം അദ്ദേഹം ആദ്യമായി പങ്കെടുത്ത മദിരാശി അഖിലേന്ത്യാകോൺഗ്രസ് സമ്മേളനത്തിൽ മലബാറിൽനിന്ന് പങ്കെടുത്ത അഞ്ചുപേരിൽ ധർമ്മരാജയ്യരും കൃഷ്ണഗൗഡരുമുണ്ടായിരുന്നു. എ കെ ജിക്ക് അവരെയൊക്കെ നന്നായറിയാമായിരുന്നു. എന്റെ അച്ഛന് എ കെ ജിയോട് വലിയ സ്നേഹാദരങ്ങളുണ്ടായിരുന്നു. തലമുറകൾ നീണ്ടുനിന്ന ബന്ധമായിരുന്നു എന്റെ കുടുംബവുമായി അദ്ദേഹത്തിനുണ്ടായിരുന്നത്.

ഒരിക്കൽ ഞങ്ങൾ തിരുവനന്തപുരത്തേക്കു പോവുകയായിരുന്നു. കാറിലായിരുന്നു യാത്ര. എ കെ ജി പല കാര്യങ്ങളെക്കുറിച്ചും സംസാരിച്ചുകൊണ്ടിരുന്നു. ഗുരുമുഖത്തുനിന്നുള്ള വാക്കുകൾ ഒരു ശിഷ്യൻ കേൾക്കുന്ന അതേ അനുസരണഭാവത്തിൽ ഞാൻ അദ്ദേഹം പറയുന്നത് ശ്രദ്ധിച്ചുകൊണ്ടിരുന്നു. അപ്പോഴാണ് റോഡിൽ ചുവന്ന കൊടികുത്തി കുറെ

ആളുകൾ ഇരിക്കുന്നത് ശ്രദ്ധയിൽപ്പെട്ടത്. എ കെ ജി വണ്ടി നിർത്താൻ പറഞ്ഞു. തിരുവനന്തപുരത്ത് വേഗത്തിൽ എത്തേണ്ടതുണ്ടായിരുന്നതിനാൽ വണ്ടി നിർത്തണോ എന്ന് ഞങ്ങൾ ശങ്കിച്ചു. വണ്ടി നിർത്താൻ അദ്ദേഹം നിർബ്ബന്ധിച്ചു. ഞങ്ങളിറങ്ങി. സമരക്കാരുടെ അരികിലേക്കു നടന്നു. ചില പ്രാദേശിക പ്രശ്നങ്ങളുടെ പേരിൽ എന്റെ പാർട്ടിയിൽപ്പെട്ടവർ നടത്തുന്ന സമരമായിരുന്നു അതെന്ന് അപ്പോഴാണ് മനസ്സിലായത്. എ കെ ജിയെയും എന്നെയും കണ്ടപ്പോൾ അവർക്ക് വലിയ സന്തോഷമായി. സമരക്കാരുടെ ആവേശം വർദ്ധിച്ചു. ഉറക്കെ ഇൻക്വിലാബ് വിളികളുയർന്നു. ഞങ്ങളവരോട് സംസാരിച്ചു. പിന്നീട് യാത്ര തുടർന്നു. സമരക്കാർ കരുതിയിരിക്കുക ഞാൻ എ കെ ജിയെ അവിടെ ഇറക്കി സമരക്കാരെ കാണിച്ചതാണെന്നായിരിക്കുമെന്ന് എ കെ ജി തമാശ പറഞ്ഞു. 'നിനക്ക് വലിയ ക്രെഡിറ്റായിപ്പോയി' എന്നും അദ്ദേഹം കൂട്ടിച്ചേർത്തു.

എ കെ ജിയെക്കുറിച്ച് എഴുതിയാലും എഴുതിയാലും തീരാത്ത ഓർമ്മകളുണ്ട് എനിക്ക്. 1975 ജൂൺ 25-ാം തീയതി അന്നത്തെ പ്രധാനമന്ത്രി ഇന്ദിരാഗാന്ധി രാജ്യത്ത് അടിയന്തരാവസ്ഥ പ്രഖ്യാപിച്ചു. ബഹുജനപ്രസ്ഥാനങ്ങളുടെ പ്രവർത്തനങ്ങൾ സൂക്ഷ്മനിരീക്ഷണത്തിന് വിധേയമായി. എല്ലായിടത്തും ഭീതി ഇരുൾപരത്തി. ആർക്കും ആരെയും വിശ്വാസമില്ലാത്ത അവസ്ഥ. ജൂലായ് 5-ാം തീയതി കോഴിക്കോട് മിഠായിതെരുവിലെ കിഡ്സൺ ടൂറിസ്റ്റ് ഹോമിൽ പ്രതിപക്ഷ പാർട്ടികളുടെ യോഗം ചേർന്നു. ഞാനന്ന് പ്രതിപക്ഷ ഏകോപനസമിതി കൺവീനറും സോഷ്യലിസ്റ്റ് പാർട്ടിയുടെ അഖിലേന്ത്യാ സെക്രട്ടറിയുമായിരുന്നു. ഇ എം എസ്, എ കെ ജി, കെ ശങ്കരനാരായണൻ, കെ എം മാണി, ആർ ബാലകൃഷ്ണപിള്ള, അരങ്ങിൽ ശ്രീധരൻ, കെ ചന്ദ്രശേഖരൻ, ഞാൻ തുടങ്ങി പലരും ആ യോഗത്തിൽ സംബന്ധിച്ചിരുന്നു. ജൂലായ് 9-ാം തീയതി മുതൽ പ്രത്യക്ഷ സമരപരിപാടികൾക്ക് രൂപംനല്കി. യോഗാനന്തരം എല്ലാവരും പിരിഞ്ഞുപോയി. ഹോട്ടലിനു ചുറ്റും കനത്ത പൊലീസ് കാവലുണ്ടായിരുന്നു. ആരൊക്കെയാണ് യോഗത്തിൽ പങ്കെടുത്തത്, ആർ എവിടെ പോകുന്നു തുടങ്ങിയ കാര്യങ്ങളൊക്കെ രഹസ്യപൊലീസ് ശ്രദ്ധിക്കുന്നുമുണ്ടായിരുന്നു.

എ കെ ജി എന്നോടദ്ദേഹത്തെ ചെന്നുകാണാൻ പറഞ്ഞു. കോഴിക്കോട്ടു വന്നാൽ കുഞ്ഞിരാമപ്പൊതുവാളിൻെറ വീട്ടിലാണ് അദ്ദേഹം താമസിക്കുക പതിവ്. ഞാൻ പൊതുവാളിന്റെ വീട്ടിലെത്തി. സമരപരിപാടികളെക്കുറിച്ചൊക്കെ എ കെ ജി വിശദമായി സംസാരിച്ചു. "ഏതായാലും നീ സമരം ചെയ്ത് ജയിലിൽ പോകേണ്ട. ഒളിവിൽ പോയാൽ മതി" എന്നദ്ദേഹം നിർദ്ദേശിച്ചു. എനിക്ക് ഒളിവുജീവിതത്തെക്കുറിച്ച് യാതൊന്നും അറിഞ്ഞുകൂടെന്ന് ഞാൻ പറഞ്ഞു. സത്യമായിരുന്നു. എങ്ങനെയാണ് ഒളിവിൽ കഴിഞ്ഞുകൂടുക എന്നതിനെക്കുറിച്ചെനിക്ക് ഒരു ധാരണയും ഉണ്ടായിരുന്നില്ല. ആരാണ് ഒളിവുസങ്കേതം ഒരുക്കിത്തരിക, എന്തൊക്കെ നിഷ്ഠകളാണ് പാലിക്കേണ്ടിവരിക, എന്തെല്ലാം ദൗത്യങ്ങളാണ് നിർവ്വഹിക്കേണ്ടിവരിക തുടങ്ങി ഒന്നിനെക്കുറിച്ചും രൂപമില്ലാതെ എങ്ങനെയാണ്

ഒളിവിൽ പോവുക എന്നായിരുന്നു എന്റെ മനസ്സിൽ. എന്റെ പാർട്ടിക്ക് ഒളിവുപ്രവർത്തനങ്ങൾ സംഘടിപ്പിച്ച പരിചയമില്ലായിരുന്നു. യാതൊരു പരിഭ്രമവും വേണ്ടെന്നും എന്നെ സഹായിക്കാമെന്നും ഇങ്ങനെയൊക്കെത്തന്നെയാണ് പുതിയ സമരമുറകൾ പഠിക്കുകയെന്നും എ കെ ജി എന്നെ ധൈര്യപ്പെടുത്തി. അങ്ങനെ ഞാൻ ഒളിവിൽ പോയി.

ഒളിവുജീവിതത്തിനിടയ്ക്ക് ഞാനൊരിക്കൽ എ കെ ജിയെ മദ്രാസ് സെൻട്രൽ സ്റ്റേഷനടുത്തുനിന്ന് കണ്ടു. സ്റ്റേഷനിൽ നിറയെ പൊലീസുകാരുണ്ടായിരുന്നു. ജീവനോടെയോ അല്ലാതെയോ എന്നെ പിടിച്ചുകൊടുക്കുന്നവർക്ക് സർക്കാർ ഇനാം പ്രഖ്യാപിച്ചിട്ടുണ്ട്. കൂടാതെ വയനാട്ടിലെ എന്റെ എല്ലാ സ്വത്തുവകകളും കണ്ടുകെട്ടിയിട്ടുമുണ്ട്. എന്റെ വീട് സദാ പൊലീസിന്റെ നിരീക്ഷണത്തിലാണ് എന്നൊക്കെ എനിക്ക് വിവരം കിട്ടിയിരുന്നു. റെയിൽവേസ്റ്റേഷനിൽ പൊലീസുകാരുടെ മുന്നിൽവെച്ച് എന്നോടൊന്നുംതന്നെ അദ്ദേഹം പറഞ്ഞില്ല. കണ്ടതായ ഭാവംപോലും കാണിച്ചുമില്ല. ഒളിവുജീവിതത്തിലെ ഓരോ പാഠങ്ങളായിരുന്നു അതൊക്കെ.

പിന്നീടൊരിക്കൽ അപകടകരമല്ലാത്ത ഒരു സാഹചര്യത്തിൽ ഞാനദ്ദേഹത്തെ കണ്ടു. ഒളിവുജീവിതത്തെക്കുറിച്ച് താല്പര്യപൂർവ്വമന്വേഷിച്ചു. ഞാൻ അനുഭവങ്ങൾ അദ്ദേഹവുമായി പങ്കുവെച്ചു. എന്നെ ധൈര്യപ്പെടുത്താൻ എ കെ ജി മറന്നില്ല. ജോർജ് ഫെർണാണ്ടസിന്റെ വിവരങ്ങൾ അദ്ദേഹം പ്രത്യേകിച്ചും എന്നോട് തിരക്കിയത് ഞാനോർക്കുന്നു. അക്കാലത്ത് ജോർജ് അടിയന്തരാവസ്ഥയ്ക്കെതിരെയുള്ള സമരത്തിൽ മുന്നണിപ്പോരാളിയായിരുന്നു. പിന്നീട് എ കെ ജിയെ കാണുന്നത് ഈറോഡിൽനിന്നാണ്. വണ്ടിയിൽ കയറുവാൻ കണ്ണുകൊണ്ട് എനിക്ക് സംജ്ഞ തന്നു. ഞാൻ വണ്ടിയിൽ കയറി. എ കെ ജിയുടെ കൂടെ സഹധർമ്മിണി സുശീലാഗോപാലനും ഉണ്ടായിരുന്നു. എന്നോട് പലകാര്യങ്ങളും അദ്ദേഹം അന്വേഷിച്ചു. എൻെറ വീട്ടിൽ പോയതും അമ്മയെ കണ്ട് സമാശ്വസിപ്പിച്ചതും പറഞ്ഞു. പുളിയാർ മലയിൽ പ്രശ്നങ്ങളൊന്നുമില്ലെന്ന് എന്നെ സമാധാനിപ്പിക്കുകയും ചെയ്തു. ഇ എം എസും അക്കാലത്ത് എന്റെ വീട്ടിൽ പോവുകയും അമ്മയെ ആശ്വസിപ്പിക്കുകയും ചെയ്തിരുന്ന കാര്യവും ഇവിടെ ഓർക്കട്ടെ. ഒരു ജ്യേഷ്ഠസഹോദരന്റെ സ്നേഹവും വാത്സല്യവുമാണ് എ കെ ജിയുടെ നോക്കിലും വാക്കിലും ഞാൻ അനുഭവിച്ചത്. അടിയന്തരാവസ്ഥയെക്കുറിച്ചും അദ്ദേഹം വാചാലനായി. ആ ഇരുണ്ടകാലഘട്ടം അധികകാലം തുടരില്ലെന്നും അത് അടിച്ചേല്പിച്ചവർക്ക് കാലം തിരിച്ചടി നല്കുമെന്നും എ കെ ജി ആവേശപൂർവ്വം പറഞ്ഞു. അവിസ്മരണീയമായിരുന്നു ഈറോഡിലെ ആ സംഗമം. ഒളിവുജീവിതത്തിനിടയ്ക്ക് അദ്ദേഹമെനിക്ക് ചെലവിനും മറ്റുമായി പണം തന്നത് ഇന്നും ഞാൻ മനസ്സിൽ സൂക്ഷിക്കുന്ന വലിയ കാര്യമാണ്.

കുറെ കഴിഞ്ഞപ്പോൾ ഞാൻ ജയിലിലായി - കണ്ണൂർ സെൻട്രൽ ജയിലിൽ. രാഷ്ട്രീയത്തടവുകാരായി കുറെ പേരുണ്ടായിരുന്നു അവിടെ. പുറത്തുനടക്കുന്ന കാര്യങ്ങളെക്കുറിച്ചുള്ള വർത്തമാനങ്ങൾ കുറെ

യൊക്കെ ഞങ്ങൾക്ക് കിട്ടിക്കൊണ്ടിരുന്നു. ഒരിക്കൽ അറിഞ്ഞത് എ കെ ജി ഏതോ ഒരു പ്രശ്നത്തെച്ചൊല്ലി പൊലീസുമായി കയർത്തതാണ്. മുണ്ടും മടക്കിക്കുത്തി പൊലീസിനെ വെല്ലുവിളിച്ചുകൊണ്ട് അദ്ദേഹം അവരുടെ ഇടയിലേക്ക് കയറിച്ചെന്നുവത്രെ. എ കെ ജി ധീരതയുടെ പര്യായമായിരുന്നു. ജനങ്ങളുടെ പ്രശ്നത്തേക്കാൾ വലുതായിരുന്നില്ല അദ്ദേഹത്തിനൊന്നും തന്നെ. അവരുടെ കൂടെ ക്ഷോഭിച്ചും പ്രക്ഷോഭിച്ചും ചിരിച്ചും കരഞ്ഞും അവരുടെ സ്വന്തത്തിൽ സ്വന്തമായ ആളായി എ കെ ജി ജീവിച്ചു. ഒരതികായനായി അവരോടൊപ്പം നടന്നു-സാധാരണക്കാരുടെയും തൊഴിലാളികളുടെയും കൃഷിക്കാരുടെയും താല്പര്യങ്ങളെ ഹനിക്കുന്നവർക്കെതിരെ അടിപതറാത്ത വെല്ലുവിളിയായി.

അടിയന്തരാവസ്ഥക്കാലത്ത് അതിനെതിരെ എ കെ ജി പാർലമെന്റിൽ ഐതിഹാസികമായൊരു പ്രസംഗം ചെയ്തു. എല്ലാവരും അടിയന്തരാവസ്ഥയെ പാടിപ്പുകഴ്ത്തുന്ന കാലമായിരുന്നു അത്. എ കെ ജിയുടെ വാക്കുകൾ പാർലമെന്റിൽ മുഴങ്ങി. അടിയന്തരാവസ്ഥയുടെ അന്ത്യത്തിന്റെ മുന്നോടിയായിരുന്നു അത്. അവസാനം അടിയന്തരാവസ്ഥയ്ക്ക് തിരശ്ശീല വീണു. വീണ്ടും സ്വാതന്ത്ര്യത്തിന്റെ ഉദയം. പക്ഷേ, അതു കാണാൻ എ കെ ജിക്ക് കഴിയാതെ പോയി. അദ്ദേഹം ഒരുവശം തളർന്ന് തിരുവനന്തപുരം മെഡിക്കൽ കോളേജിലെ അതിതീവ്രപരിചരണ വിഭാഗത്തിൽ അർദ്ധബോധാവസ്ഥയിലായിരുന്നു. അടിയന്തരാവസ്ഥക്കാലത്ത് ഉയർന്നുവന്ന ഇന്ദിരാഗാന്ധിയടക്കമുള്ള ശക്തിഗോപുരങ്ങൾ 1977 മാർച്ചിൽ നടന്ന പൊതുതിരഞ്ഞെടുപ്പിൽ കടപുഴങ്ങി വീണുകൊണ്ടിരുന്ന വാർത്തകൾ വന്നുകൊണ്ടിരുന്നു. തിരഞ്ഞെടുപ്പിൽ ഇന്ദിരാഗാന്ധി പരാജയപ്പെട്ടുവെന്നും അടിയന്തരാവസ്ഥ പിൻവലിച്ചുവെന്നുമുള്ള വാർത്തകൾ തല്ക്കാലം എ കെ ജിയെ അറിയിക്കേണ്ടെന്നായിരുന്നു ഡോക്ടർമാരുടെ ഉപദേശം. ഒരുപക്ഷേ, ആ വിവരങ്ങളറിഞ്ഞാൽ അതദ്ദേഹത്തിൽ വികാരവിക്ഷോഭങ്ങളുണ്ടാക്കിയേക്കുമെന്നും അതു കൂടുതൽ അപകടകരമായേക്കാമെന്നുമായിരുന്നു അവരുടെ നിഗമനം. അതുകൊണ്ട് എ കെ ജി കേൾക്കുവാൻ ഏറ്റവും കൂടുതലാഗ്രഹിച്ച ആ വർത്തമാനം അദ്ദേഹത്തെ അറിയിച്ചില്ല. നിമിഷങ്ങൾക്കകം ആ അർദ്ധബോധാവസ്ഥ, ജനനായകന്റെ അന്ത്യനിദ്രയായി. 1977 മാർച്ച് 22-ാം തീയതി എ കെ ജി ഈ ലോകത്തോട് വിടപറഞ്ഞു.

വിവരമറിഞ്ഞ് ഞങ്ങൾ വിതുമ്പി. നേതാക്കളുടെ നേതാവായ എ കെ ജിയുടെ ഭൗതികശരീരം അവസാനമായി കാണാൻ ജനസഹസ്രങ്ങൾ ഒഴുകിയെത്തി. പുളിയാർമലയിലെ എൻെറ വീട്ടിലേക്ക് ഞാൻ വിവരം വിളിച്ചു പറഞ്ഞു. എൻെറ അമ്മയ്ക്ക് വലിയ ദുഃഖമായി എ കെ ജിയുടെ ദേഹവിയോഗ വാർത്ത. അമ്മയും കരഞ്ഞു. അദ്ദേഹത്തെ അവസാനമായൊരു നോക്കു കാണാൻ വന്ന ജനങ്ങൾ ദുഃഖസാഗരമായി. പൊട്ടിക്കരഞ്ഞും തേങ്ങലടക്കിപ്പിടിച്ചും അവർ ആ അതിമാനുഷന് അന്തിമാഞ്ജലികളർപ്പിച്ചു.

താൻ മരിച്ചാൽ തന്റെ അമ്മ അന്ത്യവിശ്രമം കൊള്ളുന്ന പെരളശ്ശേരിയിലെ തറവാട്ടുവളപ്പിൽ തന്നെയും സംസ്കരിക്കണമെന്ന് എ കെ ജി ആഗ്രഹംപ്രകടിപ്പിച്ചിരുന്നു. അതനുസരിച്ച് അവിടെയാണ് ശവസംസ്കാരം നടന്നത്. എ കെ ജിയുടെ ചിതയ്ക്ക് തീകൊളുത്തിയശേഷം അനുശോചനയോഗം ചേർന്നു. കക്ഷിവ്യത്യാസം മറന്ന് എല്ലാവരും യോഗത്തിൽ സംബന്ധിച്ചു. എവിടെയും ദുഃഖം ഘനീഭവിച്ചുനിന്നു. എ കെ ജിയെക്കുറിച്ച് രണ്ടുവാക്കു സംസാരിക്കാൻ ഇ കെ നായനാർ എഴുന്നേറ്റു. അദ്ദേഹത്തിന്റെ തൊണ്ടയിടറി. പെട്ടെന്നതൊരു പൊട്ടിക്കരച്ചിലായി. ആ വലിയ മനുഷ്യനെ സ്നേഹിക്കുന്നവരുടെയൊക്കെ പ്രതീകമായി നായനാർ തന്റെ ഇരിപ്പിടത്തിൽ തളർന്നിരുന്നു.

ഡോ. രാംമനോഹർ ലോഹ്യയുടെ അന്ത്യക്രിയകൾക്കുശേഷം നീലം സഞ്ജീവറെഡ്ഡി പറഞ്ഞത് "സാമ്രാജ്യങ്ങൾക്ക് തീ കൊടുത്ത ലോഹ്യ ചിതയിൽ എരിഞ്ഞടങ്ങുന്നു" എന്നായിരുന്നു. സഖാവ് എ കെ ജിയെക്കുറിച്ചും പറയാവുന്ന വാചകമാണിത്. എ കെ ജിയുടെ നിര്യാണം ഒരു കാലഘട്ടത്തിന്റെ അന്ത്യംകുറിച്ചു. കാലത്തിൻെറ കരുത്തായി, ഗദ്ഗദമായി ആ ധീരസഖാവിന്റെ സ്മരണ ജനഹൃദയങ്ങളിൽ എന്നും നിലനില്ക്കും.

– 2004,

(സ്മൃതിചിത്രങ്ങൾ)

ചൈതന്യവത്തായ ജെ പി സ്മരണ

ആയിരത്തിതൊള്ളായിരത്തി അമ്പത്തൊന്നിൽ പൊതുതിരഞ്ഞെടുപ്പു നടക്കുന്ന കാലം. ഞാനന്ന് എസ് എസ് എൽ സി വിദ്യാർത്ഥിയാണ്. കോൺഗ്രസിലെ ഉല്പതിഷ്ണുക്കൾ 'സോഷ്യലിസ്റ്റ് പാർട്ടി' യെന്ന പേരിൽ ഒരു സംഘടന രൂപീകരിച്ച് പ്രവർത്തനമാരംഭിച്ചുകഴിഞ്ഞിരുന്നു. വയനാട്ടിൽ സോഷ്യലിസ്റ്റ് പാർട്ടിയുടെ സ്ഥാനാർത്ഥി എന്റെ അച്ഛൻ പത്മപ്രഭാ ഗൗഡരായിരുന്നു. തിരഞ്ഞെടുപ്പു പ്രചാരണത്തിന്റെ ഭാഗമായി പാർട്ടി ജനറൽ സെക്രട്ടറി ജയപ്രകാശ് നാരായൺ കോഴിക്കോട്ടു വരുന്നുവെന്ന വാർത്ത അണികളിൽ വലിയ ആവേശമുണർത്തി. അദ്ദേഹം കോഴിക്കോട് കടപ്പുറത്താണ് പ്രസംഗിച്ചത്. വയനാട്ടിൽനിന്നും ഒരു വലിയ വാഹനജാഥയെത്തി. ജാഥാംഗങ്ങളിൽ ഭൂരിഭാഗവും സമൂഹത്തിന്റെ അടിത്തട്ടിലുള്ള ആദിവാസികളായിരുന്നു. ഞാനും അച്ഛന്റെ കൂടെ കോഴിക്കോട്ടെത്തി. ഖദർ വസ്ത്രധാരിയായി ആജാനുബാഹുവായ ജെ പി വേദിയിൽ പ്രത്യക്ഷപ്പെട്ടപ്പോൾ പുരുഷാരം ഇളകി മറിഞ്ഞു. ജെ പിക്ക് ജയ് വിളികളുയർന്നു. 'എന്തുകൊണ്ട് സോഷ്യലിസം' എന്ന വിഷയത്തെ പുരസ്കരിച്ചാണ് അദ്ദേഹം പ്രസംഗിച്ചത്. കേരളത്തിലെ പ്രമുഖ സോഷ്യലിസ്റ്റ് നേതാവായ കരുണാകരൻ നമ്പ്യാരാണ് ജെ പിയുടെ പ്രസംഗം പരിഭാഷപ്പെടുത്തിയത്.

ജെ പി താമസിച്ച ട്രാവലേഴ്സ് ബംഗ്ലാവിൽ അച്ഛന്റെ കൂടെ ഞാനുമെത്തി. ജയപ്രകാശുമായി എൻെറ ആദ്യത്തെ കൂടിക്കാഴ്ചയായിരുന്നു അത്. കുശലാന്വേഷണങ്ങൾക്കിടയിൽ എന്റെ പുറത്തുതട്ടി, "എന്താണ് ചെറുപ്പക്കാരാ, നിനക്ക് വേണ്ടത്?"എന്നദ്ദേഹം ചിരിച്ചുകൊണ്ട് എന്നോടാരാഞ്ഞു. "സോഷ്യലിസ്റ്റ് പാർട്ടിയിൽ എനിക്കൊരു അംഗത്വം വേണ"

മെന്ന് ഞാൻ ഉത്തരം പറഞ്ഞു. "അതിന് നീ ചെറുതല്ലേ?" എന്നായി ജയപ്രകാശ് നാരായൺ. എന്റെ മുഖമല്പം വാടി. "അവൻ വലുതാകുമല്ലോ" എന്ന് അച്ഛൻ പറഞ്ഞു. ഒരു ഉറുപ്പിക കൊടുത്ത് ഞാൻ ജയപ്രകാശ് നാരായണിൽനിന്നും സോഷ്യലിസ്റ്റ് പാർട്ടിയുടെ അംഗത്വം നേടി. എന്റെ പൊതുജീവിതത്തിലെ അവിസ്മരണീയമായ സംഭവമായിരുന്നു അത്; ഒരു യാത്രയുടെ തുടക്കവും.

വലിയ പ്രതീക്ഷയോടെയാണ് ജെ പിയും മറ്റു സോഷ്യലിസ്റ്റ് നേതാക്കളും പൊതുതിരഞ്ഞെടുപ്പിനെ നേരിട്ടത്. എന്നാൽ സോഷ്യലിസ്റ്റ് പാർട്ടിക്ക് പാർലമെന്റിൽ 15 ൽ താഴെ സീറ്റുകൾ മാത്രമേ കിട്ടിയുള്ളു എന്നത് ജയപ്രകാശിനെയും മറ്റും നിരാശരാക്കി. കാലാന്തരത്തിൽ സോഷ്യലിസ്റ്റ് പ്രസ്ഥാനത്തിൽ വിള്ളലുകളുണ്ടായി. പുതിയ സംഘടനകളും പ്രസ്ഥാനങ്ങളും രൂപപ്പെട്ടു. ജയപ്രകാശ് സോഷ്യലിസ്റ്റ് പാർട്ടിവിട്ട് വിനോബഭാവെയുടെ നേതൃത്വത്തിൽ രൂപമെടുത്ത ഭൂദാനപ്രസ്ഥാനത്തിൽ ചേർന്നു. കേരളത്തിൽ കെ കേളപ്പനും ഇക്കണ്ടവാരിയരുമൊക്കെ ആ പ്രസ്ഥാനത്തിൽ ജെ പിയുടെ കൂടെ സജീവമായി പ്രവർത്തിച്ചവരായിരുന്നു.

വർഷങ്ങൾക്കുശേഷം ജെ പി വീണ്ടും കേരളത്തിൽ വന്നു. ഞാനക്കാലത്ത് കോളേജിൽ പഠിക്കുകയായിരുന്നു. അച്ഛൻ ജയപ്രകാശിന്റെ ക്യാമ്പിൽത്തന്നെയായിരുന്നു അപ്പോഴും. വിനോബാജിയുടെ ഭൂദാനപ്രസ്ഥാനത്തിന് സമൂഹത്തെ മാറ്റിമറിക്കാനാവില്ലെന്നും അധികാരം കൂടി ഉണ്ടായാൽ മാത്രമേ സാമൂഹികമാറ്റം പ്രായോഗികമാവുകയുള്ളു എന്നുമായിരുന്നു ഞങ്ങളുടെ വിശ്വാസം. ജെ പി കോഴിക്കോട്ടെത്തിയപ്പോൾ സ്വീകരിക്കാൻ അച്ഛൻ വയനാട്ടിൽനിന്നും വന്നു. ജെ പിയുടെ പത്നി പ്രഭാവതീദേവിയും കൂടെയുണ്ടായിരുന്നു. അവർ വയനാട്ടിൽ വന്നു. ഞങ്ങളുടെ വീട്ടിലാണ് ജെ പി താമസിച്ചത്. എന്റെ കൈയിൽ അക്കാലത്ത് ഒരു ക്യാമറയുണ്ടായിരുന്നു. ജെ പി അത് വാങ്ങി കൗതുകപൂർവ്വം നോക്കിയത് ഞാനിന്നും ഓർക്കുന്നു. ലാളിത്യത്തിന്റെയും നിഷ്കളങ്കതയുടെയും പ്രതീകമായിരുന്നു അദ്ദേഹം.

ജയപ്രകാശിനെപ്പോലെ ആദർശങ്ങളോട് പ്രതിബദ്ധത പുലർത്തിയ നേതാക്കൾ ദേശീയരാഷ്ട്രീയത്തിൽ ഏറെയില്ല. വളരെ ചെറുപ്പത്തിലേ ദേശീയരാഷ്ട്രീയത്തിൽ പ്രവർത്തനമാരംഭിച്ച വ്യക്തിയാണദ്ദേഹം. 1942 ലെ ക്വിറ്റ് ഇന്ത്യാപ്രസ്ഥാനത്തിൽ പങ്കെടുത്ത് അറസ്റ്റ് ചെയ്യപ്പെട്ട് ജയിലിലായതോടെയാണ് അദ്ദേഹം ശ്രദ്ധേയനായത്. തുടർന്ന് രാഷ്ട്രീയയജ്ഞങ്ങളായിരുന്നു ജെ പിയുടെ ജീവിതം മുഴുവൻ. അനീതിക്കും അക്രമത്തിനുമെതിരായി അദ്ദേഹം എന്നും നിലകൊണ്ടു. വൈദേശികാധിപത്യത്തിൽനിന്ന് ഭാരതം സ്വാതന്ത്ര്യം നേടിയശേഷം ദേശീയ ഭൂപ്രഭുത്വത്തിനെതിരെയായി അദ്ദേഹത്തിന്റെ സമരം. ആദർശങ്ങളിൽ വിട്ടുവീഴ്ച ചെയ്തുകൊണ്ടുള്ള ഒരു തരത്തിലുള്ള ഒത്തുതീർപ്പിനും ജെ പി തയ്യാറായിരുന്നില്ല.

അധികാരരാഷ്ട്രീയത്തിന്റെ പ്രലോഭനങ്ങളിൽ അദ്ദേഹം ഒരിക്കലും ആകൃഷ്ടനായതുമില്ല.

പിന്നീട് ഞാൻ ജയപ്രകാശുമായി ബന്ധപ്പെടുന്നത് അദ്ദേഹം പ്രഖ്യാപിച്ച സമ്പൂർണ്ണവിപ്ലവത്തിന്റെ കാലഘട്ടത്തിലാണ്. പ്രധാനമന്ത്രി ഇന്ദിരാ ഗാന്ധിയുടെ നേതൃത്വത്തിലുള്ള കേന്ദ്ര ഗവൺമെന്റിന്റെ ജനദ്രോഹ നയങ്ങളിലും ഭരണഘടനാബാഹ്യശക്തികളുടെ ഇടപെടലുകളിലും മനസ്സുമടുത്ത ജനങ്ങളുടെ നേതൃത്വം 'ലോക്നായക്' ജയപ്രകാശ്നാരായൺ ഏറ്റെടുത്തു. സമ്പൂർണ്ണ വിപ്ലവത്തിന്റെ സന്ദേശം ഇന്ത്യയിലുടനീളം അലയടിച്ചുയർന്നു. ഗ്രാമീണ ജനത ജെ പിയുടെ പിന്നിൽ അണിനിരന്നു.

സമ്പൂർണ്ണവിപ്ലവ പ്രസ്ഥാനകാലത്ത് പാട്നയിൽ വെച്ച് അദ്ദേഹത്തിന് പൊലീസിന്റെ ക്രൂരമായ ലാത്തിയടി ഏല്ക്കേണ്ടിവന്നു. സ്വാതന്ത്ര്യസമരത്തിനുശേഷം ഒരു രാജ്യത്തെ മുഴുവൻ ഇളക്കിമറിച്ച ഏക ഇന്ത്യൻനേതാവ് ജെ പിയായിരുന്നു എന്നു പറയുന്നതിൽ തെറ്റില്ല. ഒരിക്കൽ ഡോ. രാംമനോഹർ ലോഹ്യ പറഞ്ഞത് ജെ പിക്ക് മാത്രമേ ഇന്ത്യയിൽ ശക്തമായ ഒരു പ്രസ്ഥാനം നയിക്കാൻ കഴിയൂ എന്നായിരുന്നു. പക്ഷേ, അതു കാണാൻ ലോഹ്യയ്ക്ക് വിധിയുണ്ടായില്ല.

സമ്പൂർണ്ണ വിപ്ലവത്തിന്റെ ഭാഗമായി ജയപ്രകാശ് ഡൽഹിയിൽ ഒരു വമ്പിച്ച റാലി നയിച്ചു. കേരളത്തിൽനിന്ന് ഞാനടക്കമുള്ള സോഷ്യലിസ്റ്റ് പ്രവർത്തകരും പ്രതിപക്ഷകക്ഷിനേതാക്കളുമൊക്കെ തലസ്ഥാന നഗരിയിലെത്തി. റാലിയെ അഭിസംബോധന ചെയ്ത് ജെ പി നടത്തിയ പ്രസംഗം ഭാരതത്തിന്റെ മനഃസാക്ഷിയെ തൊട്ടുണർത്തുന്നതായിരുന്നു. അന്നാണ് ജെ പിയുടെ അത്യന്തം ആവേശകരമായ പ്രസംഗം ഞാൻ കേട്ടത്. ഭാരതത്തിന്റെ മനഃസാക്ഷിയെ തൊട്ടുണർത്തിയ പ്രസംഗമായിരുന്നു അത്. പിന്നീട് ജയപ്രകാശ് കോഴിക്കോട്ടും വന്നു. സോഷ്യലിസ്റ്റ് പാർട്ടിയുടെ സംസ്ഥാന കമ്മിറ്റി യോഗത്തിലേക്ക് ഞങ്ങൾ ജെ പിയെ ക്ഷണിച്ചു. അദ്ദേഹം കമ്മിറ്റിയിൽ സംബന്ധിച്ച് സംസാരിച്ചു. ആവേശകരമായ അനുഭവമായിരുന്നു അത്. യോഗത്തിനിടെ ജെ പി എന്നെ കണ്ടു. എന്റെ പുറത്തുതട്ടി. കുശലാന്വേഷണങ്ങൾക്കിടയിൽ എന്നോട് ചോദിച്ചു: "വീരേന്ദ്രകുമാർ, നിന്റെ പഴയ ക്യാമറ ഇപ്പോഴും നിന്റെ കൈയിലുണ്ടോ?" ആഹ്ലാദാഭിമാനങ്ങൾ നിറഞ്ഞ ഒരു നിമിഷമായിരുന്നു അത്. യോഗത്തിൽ അരങ്ങിൽ ശ്രീധരൻ, പി ആർ കുറുപ്പ്, ചന്ദ്രശേഖരൻ, കുഞ്ഞിരാമക്കുറുപ്പ് തുടങ്ങിയ സോഷ്യലിസ്റ്റ് നേതാക്കൾ പങ്കെടുത്തിരുന്നു. അന്നുതന്നെ മാനാഞ്ചിറ മൈതാനിയിൽ ഒരു പൊതുസമ്മേളനവും നടന്നു. കോഴിക്കോടിന്റെ പ്രാന്തപ്രദേശങ്ങളിൽനിന്നും സമീപസ്ഥമായ മറ്റു ജില്ലകളിൽ നിന്നും ആയിരങ്ങൾ ജെ പിയുടെ പ്രസംഗം കേൾക്കാൻ മാനാഞ്ചിറയിലെത്തിയിരുന്നു.

അലഹബാദ് ഹൈക്കോടതി വിധി വന്നതോടെ തന്റെ അധികാരം

നിലനിർത്താൻ മറ്റു മാർഗ്ഗമില്ലെന്നു കണ്ട് അന്നത്തെ പ്രധാനമന്ത്രി ഇന്ദിരാഗാന്ധി 1975 ജൂൺ 25-ാം തീയതി രാജ്യത്ത് അടിയന്തരാവസ്ഥ പ്രഖ്യാപിച്ചു. 'ആഭ്യന്തരസുരക്ഷിതത്വം' മുൻ നിർത്തി പ്രഖ്യാപിക്കപ്പെട്ട അടിയന്തരാവസ്ഥ പൗരവാകാശങ്ങൾ പൂർണ്ണമായും എടുത്തുകളഞ്ഞു. പത്രങ്ങളുടെയും മറ്റു മാധ്യമങ്ങളുടെയുംമേൽ ഗവൺമെന്റ് കർശനമായ സെൻസർഷിപ്പും ഏർപ്പെടുത്തി "നിയമവിരുദ്ധമാണെങ്കിൽ പൊലീസിന്റെയും പട്ടാളത്തിന്റെയും ആജ്ഞകൾ അനുസരിക്കേണ്ടതില്ലെ"ന്ന് ജയപ്രകാശ് പ്രഖ്യാപിച്ചു. അദ്ദേഹത്തെയും മറ്റു നേതാക്കളെയും അറസ്റ്റുചെയ്തു ജയിലിലടച്ചു. "വിനാശകാലേ വിപരീത ബുദ്ധി" എന്നാണ് ജയപ്രകാശ് പ്രതികരിച്ചത്. രാജ്യത്തുടനീളം ആയിരക്കണക്കിന് അറസ്റ്റുകൾ നടന്നു. ചന്ദ്രശേഖർ, മോഹൻധാരിയ, രാംധൻ, കൃഷ്ണകാന്ത് തുടങ്ങിയ കോൺഗ്രസിലെ 'യുവതുർക്കി'കളും അറസ്റ്റ് ചെയ്യപ്പെട്ടു. കൂടാതെ മധുലിമായെ, എൽ കെ അദ്വാനി തുടങ്ങിയ അസംഖ്യം പ്രതിപക്ഷ നേതാക്കളും ജയിലിലായി.

1977 ൽ തിരഞ്ഞെടുപ്പ് പ്രഖ്യാപിച്ചപ്പോൾ തങ്ങൾക്ക് അധികാരത്തിൽ തിരിച്ചുവരുവാൻ കഴിയുമെന്ന ആത്മവിശ്വാസം ഇന്ദിരാഗാന്ധിക്കുണ്ടായിരുന്നു. അടിയന്തരാവസ്ഥയ്ക്കെതിരെ അടരാടിയ സോഷ്യലിസ്റ്റ് പാർട്ടി, ഭാരതീയ ജനസംഘം, ക്രാന്തിദൾ, സ്വതന്ത്രാപാർട്ടി, സംഘടനാകോൺഗ്രസ് എന്നീ കക്ഷികൾ 'ജനതാപാർട്ടി'യെന്ന ഒരൊറ്റകക്ഷിയായി കോൺഗ്രസിനെതിരെ മത്സരിച്ചപ്പോൾ വടക്കെ ഇന്ത്യയിൽ ഒരു സീറ്റു മാത്രമേ കോൺഗ്രസിന് ലഭിച്ചുള്ളു. കോൺഗ്രസിലെ തലമുതിർന്ന നേതാവ് ജഗ്ജീവൻറാമും ഇന്ദിരയുടെ നയങ്ങൾക്കെതിരെ തിരിഞ്ഞിരുന്നു. ജെ പിയുടെ നേതൃത്വത്തിൽ നടന്ന ജനകീയമുന്നേറ്റമാണ് ഇന്ത്യയിൽ നടന്ന ഈ നിശ്ശബ്ദവിപ്ലവത്തിന് മുഖ്യകാരണമായത്.

അടിയന്തരാവസ്ഥക്കാലത്തെ ജയിൽജീവിതം ജെ പിയുടെ ആരോഗ്യം പാടെ തകർത്തിരുന്നു. അതേക്കുറിച്ച് അക്കാലത്ത് നിരവധി വിവാദങ്ങളുമുണ്ടായി. മൊറാർജി ദേശായി അടക്കമുള്ള തിരഞ്ഞെടുപ്പിൽ വിജയിച്ച ജനതാപാർട്ടി അംഗങ്ങൾ മഹാത്മജിയുടെ അന്ത്യവിശ്രമസ്ഥാനമായ രാജ്ഘട്ടിൽ പ്രത്യേകം സത്യപ്രതിജ്ഞ ചെയ്തു. പ്രതിജ്ഞാവാചകം ചൊല്ലിക്കൊടുത്തത് ജയപ്രകാശ് നാരായണായിരുന്നു. വീണ്ടും അദ്ദേഹത്തിന്റെ ആരോഗ്യനില വഷളായി. ഒരിക്കൽ പാർലമെന്റ് കൂടിക്കൊണ്ടിരുന്നപ്പോൾ ജെ പി മരിച്ചുവെന്ന വാർത്തയെത്തി. പ്രധാനമന്ത്രി മൊറാർജി ദേശായി അനുശോചനം രേഖപ്പെടുത്തുകവരെ ചെയ്തു. സഭയിൽ റഫറൻസുമുണ്ടായി. എന്നാൽ അന്ന് ജെ പി മരിച്ചില്ല. കുറച്ചുകൂടി കഴിഞ്ഞ് 1979 ഒക്ടോബർ 8-ാം തീയതിയാണ് അദ്ദേഹം ഇഹലോകവാസം വെടിഞ്ഞത്. ഇന്ത്യൻ രാഷ്ട്രീയത്തിലെ ഒരതികായനായിരുന്നു ജയപ്രകാശ് നാരായൺ. തന്റെ സമ്പൂർണ്ണവിപ്ലവം പൂർത്തീകരിക്കാൻ അദ്ദേഹത്തിന് കഴിഞ്ഞില്ല. ഇന്ത്യൻ രാഷ്ട്രീയം ഇന്നും ഒരു വഴിത്തിരിവിലാണല്ലോ.

തിരുവനന്തപുരത്ത് ജയപ്രകാശ് നാരായണൻ സ്മാരകസാംസ്കാ
രികകേന്ദ്രം സ്തുത്യർഹമായി പ്രവർത്തിക്കുന്നുവെന്നറിയുന്നത് സന്തോ
ഷമുളവാക്കുന്നു. കേന്ദ്രത്തിന് സ്വന്തമായി ഒരു മന്ദിരം നിർമ്മിക്കാനാ
യതും അഭിമാനാർഹമായ കാര്യം തന്നെ. ജെ പി സ്മരണ നമുക്ക് രാഷ്ട്ര
പുനർനിർമ്മാണത്തിന് കരുത്തും ആവേശവും നല്കുമാറാകട്ടെ.

- 2004,
(സ്മൃതിചിത്രങ്ങൾ)

തൊഴിലാളിപ്രസ്ഥാനത്തിന്റെ മുന്നണിപ്പടയാളി

പ്രസിദ്ധ ഗ്രന്ഥകാരനായ ജോൺ ഗന്തർ എഴുതിയ ഒരു കൃതിയുണ്ട് - *മരണമേ, അഹംഭാവിയാവാതേ*. സ്വന്തം പുത്രന്റെ അകാലനിര്യാണത്തിൽ മനംനൊന്ത് എഴുതിയ ഒരു കൃതിയാണിത്. ക്ഷണിക്കപ്പെടാതെ ഒരതിഥിയായി കടന്നുവന്ന്, ദുഃഖം വാരിവിതച്ച് തിരിച്ചുപോകുന്ന മരണത്തിനെ വ്രണിതമായ ഹൃദയങ്ങളിൽ വെല്ലുവിളിക്കാനല്ലെങ്കിൽ ഒരു താക്കീതെങ്കിലും നല്കാൻ ഇതേപോലെ ഒരുമ്പെട്ടുപോകുന്ന സന്ദർഭങ്ങളുണ്ട്. എന്നാൽ, ഇത്തരം സന്ദർഭങ്ങൾപോലും ജീവിതത്തിൽ ഉണങ്ങാത്ത മുറിവുകളുമായി അവശേഷിക്കുമെന്നുള്ളതുകൊണ്ടാവാം മനുഷ്യന് പ്രകൃതി ഒരസാമാന്യസിദ്ധി കനിഞ്ഞുനല്കിയത്- വിസ്മരിക്കുക എന്ന സിദ്ധി. പ്രത്യേക സാഹചര്യങ്ങളിൽ വരുന്ന ദുഃഖം വിസ്മരിക്കപ്പെടാതെ നിന്നാൽ മനുഷ്യന്റെ അസ്തിത്വംപോലും അവതാളത്തിലായിപ്പോവും.

അതേസമയം ചില വ്യക്തികളുടെ വേർപാടുകൾ, വിസ്മരിച്ചുവെന്ന് നാം എത്രയെത്ര കരുതിയാലും ഇടയ്ക്കിടെ നമ്മുടെ ഓർമ്മയിലേക്കു കടന്നുവരാറുണ്ട്. അവരുടെ ജീവിതം, അവരുടെ പ്രവർത്തനമണ്ഡലം, അവരുമായി ബന്ധപ്പെട്ട മറ്റു കാര്യങ്ങൾ - ഇതെല്ലാം നമ്മുടെ സ്മൃതിപഥത്തിൽ കാലാകാലങ്ങളിൽ ഉയിർത്തെഴുന്നേല്ക്കുന്നു. അവരുടെ വ്യക്തിത്വം നമ്മളിലേല്പിച്ച സ്വാധീനംതന്നെയാണ് ഈ സ്മരണപുതുക്കലിനു നിദാനം. അത്തരത്തിലൊരു വ്യക്തിത്വത്തെക്കുറിച്ചാണ് ഞാനിപ്പോൾ പറയുന്നത് - സഖാവ് അഴീക്കോടൻ രാഘവനെക്കുറിച്ച്.

1972 സെപ്തംബറിലാണ്. സോഷ്യലിസ്റ്റ് പാർട്ടിയും മാർക്സിസ്റ്റ് കമ്യൂണിസ്റ്റ് പാർട്ടിയും ഒരേ ചേരിയിലായിരുന്നിട്ടും പാനൂർ മേഖലയിൽ രണ്ടു പാർട്ടിക്കാരും തമ്മിലുള്ള സംഘട്ടനങ്ങൾ തുടർച്ചയായി നടക്കുന്ന കാലം. അഴീക്കോടൻ അന്ന് പ്രതിപക്ഷ ഏകോപനസമിതി കൺവീ

നറാണ്. സംഘർഷങ്ങൾക്കു പരിഹാരം കാണാൻ എ കെ ജി, സി എച്ച് കണാരൻ എന്നിവരുമായി ഞാൻ തലശ്ശേരിയിൽവെച്ച് സംഭാഷണംനടത്തി. 23-ാം തീയതി തൃശൂരിൽ സോഷ്യലിസ്റ്റ് പാർട്ടിയുടെ സംസ്ഥാന കമ്മിറ്റി ചേരുന്നുണ്ട്. അന്ന് അഴീക്കോടനും അവിടെയുണ്ടാവും. സംസ്ഥാന കമ്മിറ്റിക്കുശേഷം അഴീക്കോടനുമായി സംസാരിച്ച് ഒരു പരിഹാരമുണ്ടാക്കാമെന്ന തീരുമാനത്തിലെത്തി.

23 ന് വൈകുന്നേരം കമ്മിറ്റി കഴിഞ്ഞ് ഞാൻ ധൃതിയിൽ തൃശൂരിലെ പ്രീമിയർ ലോഡ്ജിലെത്തി. എറണാകുളത്തായിരുന്ന അഴീക്കോടൻ സംഭാഷണത്തിന് അവിടെ വരാമെന്നാണ് പറഞ്ഞിരുന്നത്. ഞാൻ കാറിറങ്ങിയതും ആരോ ഓടിവന്നു പറഞ്ഞു: 'അഴീക്കോടനെ കുത്തി!' ഇടിമിന്നലേറ്റതുപോലെ ഞാൻ സ്തംഭിച്ചുപോയി. പിന്നെ പോസ്റ്റോഫീസ് റോഡിലേക്കു ചെന്നു. അവിടവിടെ ആൾക്കൂട്ടം. ഒരു പൊലീസ് വാഹനം. 'കേട്ടത് ശരിയാണോ?' ഞാൻ ആൾക്കാരോടു ചോദിച്ചു. ഒരാൾ വിരൽ ചൂണ്ടിക്കാണിച്ചു. ഒരു കമ്പിക്കാലിനു താഴേ രക്തത്തിൽ കുതിർന്നുകിടക്കുന്ന മൃതശരീരം.

ബസിറങ്ങി പ്രീമിയർ ലോഡ്ജിലേക്കു വരികയായിരുന്നു അഴീക്കോടൻ രാഘവൻ. ആ ചിന്ത എന്നെ വീണ്ടും തളർത്തി. ഞാൻ വിയർപ്പിൽക്കുളിച്ചിരുന്നു. എന്റെ അപ്പോഴത്തെ നില കണ്ട് ചില സഖാക്കൾ നിർബ്ബന്ധിച്ച് എന്നെ കാറിൽ കയറ്റി. പ്രീമിയർ ലോഡ്ജിലേക്കും അവിടെനിന്ന് മാർക്സിസ്റ്റ് പാർട്ടി ഓഫീസിലേക്കുമാണ് ഞാൻ പോയത്. അവിടെ ഓഫീസ് സെക്രട്ടറി, ധർമ്മൻ ആണെന്നു തോന്നുന്നു, ഇരിക്കുന്നു. ധർമ്മനെ കണ്ട ഉടൻതന്നെ ഞാൻ ചോദിച്ചതിതാണ്: "സഖാവേ, അഴീക്കോടൻ മരിച്ചത് ശരിയാണോ?"

പിന്നെ, അർദ്ധരാത്രി ഞാൻ കണ്ണൂരിലേക്കു തിരിച്ചു. വഴിയിലെല്ലാം ആൾക്കൂട്ടവും റോഡ് തടയലും ഉണ്ടായിരുന്നു. പക്ഷേ, എനിക്കു വഴി തടസ്സങ്ങൾ അവർ നീക്കം ചെയ്തുതന്നു. അന്ന് സി എച്ച് കണാരൻ രോഗബാധിതനായി രാധാനേഴ്സിങ് ഹോമിൽ ചികിത്സയിൽ കഴിയുകയായിരുന്നു. എന്നെ കണ്ടപ്പോൾ സി എച്ചിന് ഒരു കാര്യം മാത്രമേ ചോദിക്കാനുണ്ടായിരുന്നുള്ളൂ: "സഖാവിനെ കാണുമ്പോൾ മുഖത്ത് വല്ല ഭാവവ്യത്യാസവും തോന്നിയോ?"

"ഇല്ല," ഞാൻ പറഞ്ഞു.

അഴീക്കോടന്റെ വിയോഗത്തിൽ ഏറ്റവും തകർന്നുപോയത് സി എച്ച് ആയിരുന്നു. സി എച്ച് പിന്നെ അധികകാലം ജീവിച്ചിരുന്നതുമില്ല.

മാർക്സിസ്റ്റ് പാർട്ടി ഓഫീസിൽ അത്യന്തം വിവശനായി എ കെ ജിയും ഉണ്ടായിരുന്നു. സംസാരിക്കാൻപോലും വ്യഥിതമായിരുന്നു എല്ലാ ഹൃദയങ്ങളും. അണപൊട്ടിയൊഴുകിയ ദുഃഖമായിരുന്നു അന്നത്തെ വിലാപഘോഷയാത്ര. പിന്നീടൊരിക്കൽ ഞാൻ പ്രതിപക്ഷ ഏകോപന സമിതിയുടെ കൺവീനറായത് ഭയാശങ്കകളോടെയാണ്. കാരണം, അത്ര മാത്രം അനിതരസാധാരണമായ വൈഭവത്തോടെയാണ് അഴീക്കോടൻ

ആ സ്ഥാനത്തിരുന്നുകൊണ്ട് കാര്യങ്ങൾ നടത്തിയിരുന്നത്. അദ്ദേഹത്തെ ഒരുകാലത്തും കോപാകുലനായി ഞാൻ കണ്ടിട്ടില്ല. സ്ഫോടകമായ അന്തരീക്ഷത്തിൽ ചർച്ചകൾ നടക്കുമ്പോഴും പുഞ്ചിരിയോടെയാണ് അദ്ദേഹം സംസാരിക്കുക. എത്ര ഗഹനവും സങ്കീർണ്ണവുമായ പ്രശ്നങ്ങളുടെയും കുരുക്കഴിക്കാൻ അഴീക്കോടനു കഴിയുമായിരുന്നു. വിരുദ്ധശക്തികളെ, വ്യത്യസ്ത താല്പര്യങ്ങളെ സമചിത്തതയോടെ ഏകോപിപ്പിക്കാനും അദ്ദേഹം സമർത്ഥനായിരുന്നു.

പരിചയപ്പെട്ടവർക്കെല്ലാം അഴീക്കോടൻ പ്രിയങ്കരനായിത്തീർന്നതിന് ഏറ്റവും പ്രധാന കാരണം അദ്ദേഹത്തിന്റെ കറകളഞ്ഞ ആത്മാർത്ഥതയായിരുന്നു. ചുരുക്കം ആളുകളിൽ കാണുന്ന ഒരു ഗുണമാണിത്. ദരിദ്രമായ കുടുംബചുറ്റുപാടുകളിൽനിന്നാണ് അഴീക്കോടൻ രാഷ്ട്രീയത്തിലേക്കു കടന്നുവന്നത്. തൊഴിലാളിപ്രസ്ഥാനത്തിന്റെ നേതൃത്വനിരയിലേക്കുയർന്ന അദ്ദേഹത്തിനു മർദ്ദനങ്ങളും ജയിലറകളും അപരിചിതമായിരുന്നില്ല. മുഴുവൻസമയ രാഷ്ട്രീയജീവിതത്തിനിടയിൽ അദ്ദേഹം കുടുംബകാര്യങ്ങൾവരെ മറന്നുപോയിട്ടുണ്ട്. ഏതവസ്ഥയിലും തന്റെ ആദർശധീരത കൈവെടിയാൻ അഴീക്കോടൻ തയ്യാറായില്ല. ഈ 'കമിറ്റ്മെന്റ്', ഈ ആത്മാർത്ഥത താൻ വിശ്വസിച്ച വ്യവസ്ഥിതിയുടെ പിറവിക്കുവേണ്ടിയുള്ള പോരാട്ടത്തിൽ അദ്ദേഹത്തെ മുന്നണിപ്പടയാളിയാക്കി മാറ്റി. ഈ ആത്മാർത്ഥത വ്യക്തിബന്ധങ്ങളുടെ കാര്യത്തിലും അഴീക്കോടൻ വെച്ചുപുലർത്തിയിരുന്നു. 1970 ലെ പാർലമെന്റ് തിരഞ്ഞെടുപ്പ്. 'മഹാസഖ്യ'ത്തിന്റെ പേരിൽ എസ് എസ് പിയും മാർക്സിസ്റ്റ് പാർട്ടിയും വിരുദ്ധചേരികളിലാണ്. ഞാൻ കോഴിക്കോട്ട് സോഷ്യലിസ്റ്റ് മുന്നണി സ്ഥാനാർത്ഥി. എനിക്കെതിരെ സി പി എം ഒരു സ്വതന്ത്രനെ നിർത്തി. ഞാനന്ന് താമസിച്ചിരുന്നത് കെ കെ അബുവിന്റെ വീട്ടിൽ. അവിടെ അഴീക്കോടൻ ഇടയ്ക്കിടെ വരും. 'രാഷ്ട്രീയമായേ നമ്മൾ തമ്മിൽ അഭിപ്രായവ്യത്യാസമുള്ളൂ; വ്യക്തിപരമായിട്ടതില്ല... പിന്നെ, ഇന്നല്ലെങ്കിൽ നാളെ വീണ്ടും നാം ഒന്നിച്ചാവേണ്ടതല്ലേ?' അപ്പോഴൊക്കെ അദ്ദേഹം പറയുമായിരുന്നു.

നാല്പതുകളിൽ രാഷ്ട്രീയരംഗത്തു കടന്നുവന്ന് പി കൃഷ്ണപിള്ളയുടെയും എ കെ ജിയുടെയും മറ്റും കൂടെ പ്രവർത്തിക്കാൻ കഴിഞ്ഞ, തൊഴിലാളിപ്രസ്ഥാനങ്ങളിലൂടെ പാർട്ടി നേതൃത്വനിരയിലേക്കുയർന്ന അഴീക്കോടൻ രാഘവന്റെ സർവ്വാകർഷണീയമായ വ്യക്തിത്വവും അസാമാന്യമായ സംഘടനാപാടവവും നമുക്കു മറക്കാനാവില്ല. 'ഒരു വിപ്ലവകാരി വീട്ടിൽനിന്നു പുറപ്പെട്ടാൽ തിരിച്ചെത്തിയാലായി. ഇല്ലെങ്കിൽ ഇല്ല', എന്ന ചൊല്ല് അദ്ദേഹത്തിന്റെ ജീവിതത്തിൽ അന്വർത്ഥമായി. പക്ഷേ, വീട്ടിൽ തിരിച്ചെത്തിയില്ലെങ്കിലും ജനങ്ങളുടെ മനസ്സിൽ അദ്ദേഹം ജീവിക്കുന്നു.

– 1992,
(*സമന്വയത്തിന്റെ വസന്തം*)

കാതിക്കുടവും ജലാറ്റിൻ കമ്പനിയും

ചാലക്കുടിയിൽനിന്ന് എട്ടു കിലോമീറ്റർ അകലെ കാടുകുറ്റി പഞ്ചായത്തിൽ കാതിക്കുടം എന്നൊരു ഗ്രാമമുണ്ട്. ദശകങ്ങൾക്കുമുൻപ്, ആരുമേതുമറിയാത്തൊരു നാടൻപ്രദേശം. നിഷ്കളങ്ക ഗ്രാമീണതയായിരുന്നു കാതിക്കുടത്തിന്റെ മുഖമുദ്ര.

ഒരു കൊച്ചു ചായപ്പീടിക, പലചരക്കുകട, വായനശാല തുടങ്ങിയവയൊക്കെയായിരുന്നു അക്കാലത്തെ കേരളീയഗ്രാമങ്ങളിലെ പൊതു ഇടങ്ങൾ. സാമൂഹികമായും സാംസ്കാരികമായും വിദ്യാഭ്യാസപരമായും ഗ്രാമീണർ ഏറെ പിന്നണിയിലുമായിരുന്നു.

എന്നാൽ, കാതിക്കുടം ഗ്രാമത്തെ അനാദികാലംതൊട്ട് പ്രകൃതി കനിഞ്ഞനുഗ്രഹിച്ചിരുന്നു. ഗ്രാമീണവിശുദ്ധി കാതിക്കുടം കാത്തുസൂക്ഷിക്കുകയും ചെയ്തു. ചാലക്കുടിപ്പുഴയിലെ ജലസമൃദ്ധി ആ മനോഹരഗ്രാമത്തെ പച്ചപുതപ്പിച്ചു. പുഴയുടെ ശാന്തമായ ഒഴുക്ക് അവളുടെ ഹൃദയസ്പന്ദനമായി. നാനാതരം മത്സ്യങ്ങൾ നദിയിൽ നീന്തിപ്പുളച്ചു. മനുഷ്യരും പക്ഷിമൃഗാദികളും പ്രകൃതിസത്ത്വത്തിന്റെ ഹൃദയസ്പർശിയായ വൈകാരികപരതയായി. ഇത് ഗൃഹാതുരത്വമാർന്ന ഒരു പഴയ കഥ.

ചാലക്കുടിപ്പുഴയിലൂടെ വർഷങ്ങളും ദശകങ്ങളും ഒഴുകിപ്പോയി. കാതിക്കുടത്തെ രാസപരിണാമങ്ങൾ ഗ്രസിക്കാൻ തുടങ്ങി. അവളുടെ ഭാവഹാവാദികളിൽ മാറ്റങ്ങൾ വന്നുകൊണ്ടിരുന്നു. അതിനിടെ കേരള സംസ്ഥാന വ്യവസായ വികസന കോർപ്പറേഷനും (കെ എസ് ഐ ഡി സി) ജപ്പാൻ കമ്പനിയായ നിറ്റ ജലാറ്റിൻ ഇൻകോർപ്പറേറ്റഡും ചേർന്ന് 1975 ൽ ഒരു ഫാക്ടറി തുടങ്ങി. സർക്കാർ അക്വയർ ചെയ്തു നല്കിയ 16.5 ഏക്കറിലാണ് ഫാക്ടറി നിർമ്മിക്കപ്പെട്ടത്. ഇന്ത്യക്കാരും ജപ്പാൻകാരും അടങ്ങുന്ന ഡയറക്ടർബോർഡാണ് കമ്പനിയുടെ പ്രവർത്തനം നിയന്ത്രി

ക്കുന്നത്. ജപ്പാൻ, തായ്‌ലൻഡ്, കാനഡ, യു എസ് എ, ബ്രിട്ടൻ തുടങ്ങിയ രാജ്യങ്ങളിലും ജലാറ്റിൻ കമ്പനി പ്രവർത്തിക്കുന്നുണ്ട്. കേരളത്തിൽ കാതിക്കുടത്തിനു പുറമേ കാക്കനാട്ടും കമ്പനിയുടെ ഒരു പ്ലാന്റുണ്ട്.

ഓസീൻ, ലൈംഡ് ഓസീൻ എന്നിവയാണ് നിറ്റാ ജലാറ്റിൻ കമ്പനിയിൽ പ്രധാനമായും ഉല്പാദിപ്പിക്കുന്നത്. കാലിത്തീറ്റയിലും കോഴിത്തീറ്റയിലും ചേർക്കുന്ന ഡൈകാത്സ്യം ഫോസ്ഫേറ്റ് കമ്പനിയുടെ ഉപോല്പന്നമാണ്. ജലാറ്റിൻ നിർമ്മിക്കാനുള്ള അസംസ്കൃതവസ്തുവാണ് ഓസീൻ. വിവിധ സംസ്ഥാനങ്ങളിൽനിന്ന് വൻതോതിൽ ശേഖരിക്കുന്ന മൃഗങ്ങളുടെ എല്ലുകൾ ഉപയോഗിച്ചാണ് ഓസീൻ നിർമ്മിക്കുന്നത്. ടാങ്കുകളിൽ നിറച്ച ഹൈഡ്രോക്ലോറിക് ആസിഡിൽ വെട്ടിമുറിച്ച എല്ലിൻകഷണങ്ങൾ ഒരാഴ്ചയോളം മുക്കിയിടും. എല്ലുകളിലെ കാത്സ്യവും ഫോസ്ഫേറ്റും ആസിഡിൽ ലയിച്ച് പ്രത്യേകതരം പ്രോട്ടീനായ ഓസീൻ ശേഷിക്കും. തുടർന്ന് ഓസീൻ കമ്പനിയുടെ കാക്കനാട് പ്ലാന്റിൽ ജലാറ്റിനാക്കി മാറ്റും. ചെറിയ അളവ് ഓസീൻ മാത്രമേ ജലാറ്റിനായി മാറ്റുന്നുള്ളൂവെന്ന് അടുത്തിടെ പ്രസിദ്ധീകരിച്ച ഒരു റിപ്പോർട്ടിൽ പറയുന്നു.

ഒരു ദിവസം 120-150 ടൺ എല്ല് കമ്പനിയിൽ സംസ്കരിച്ചെടുക്കും. 80 ടൺ എല്ലുകൾ സംസ്കരിക്കാനുള്ള മലിനീകരണനിയന്ത്രണ ബോർഡിന്റെ അനുമതിയും കമ്പനി ലംഘിക്കുന്നെന്ന് ആരോപണമുണ്ട്. തണുത്തവെള്ളത്തിലും ചൂടുവെള്ളത്തിലും ആദ്യം എല്ലുകൾ കഴുകിയെടുക്കും. അപ്പോൾത്തന്നെ കൊഴുപ്പും മാംസാവശിഷ്ടങ്ങളും മജ്ജയും അടങ്ങിയ മാലിന്യങ്ങൾ ഉണ്ടാകും. ഇത് ഉപയോഗിച്ച് മീറ്റ് മീൽ, ബോൺ മീൽ എന്നിവ ഉല്പാദിപ്പിക്കുന്നുണ്ടെന്നാണ് കമ്പനി അവകാശപ്പെടുന്നത്. ഡൈ കാത്സ്യം ഫോസ്ഫേറ്റ്, ഓസീൻ എന്നിവയുടെ ഉല്പാദനാനന്തരം ഉണ്ടാകുന്നവയും ബോൺ-മീൽ മീറ്റ് പ്ലാന്റുകളിൽനിന്നുള്ളവയും അടങ്ങുന്നതാണ് കമ്പനി പുറത്തു തള്ളുന്ന വിഷലിപ്തമാലിന്യങ്ങൾ. ഉല്പാദനത്തിനുശേഷം ഒരു ദിവസം 80-100 ടണ്ണോളം വരുന്ന മാലിന്യങ്ങളാണ് ജലാറ്റിൻ കമ്പനി കോൺക്രീറ്റ് പൈപ്പിലൂടെ പുഴയിലേക്കു തള്ളിക്കൊണ്ടിരിക്കുന്നത്.

ഉല്പാദനം കൂടിയതോടെ കമ്പനിയിലുള്ള കമ്പോസ്റ്റ് പ്ലാന്റ് കാര്യക്ഷമമായി പ്രവർത്തിക്കുന്നില്ലെന്ന പ്രദേശവാസികളുടെ ആരോപണത്തിൽ കഴമ്പുണ്ട്. ആദ്യകാലത്ത് കമ്പനിയുടെ കോമ്പൗണ്ടിൽ 15 അടി ആഴത്തിൽ കുഴികളെടുത്ത് ടൺകണക്കിനു മാരകമാലിന്യങ്ങൾ കുഴിച്ചുമൂടിയിരുന്നു. അവ മണ്ണിലഴുകി കമ്പനിയുടെ പരിസരങ്ങളിലുള്ള വയലുകളിലേക്കും സമീപപ്രദേശങ്ങളിലെ ജലാശയങ്ങളിലേക്കും ഒലിച്ചിറങ്ങി ഗുരുതരമായ പരിസ്ഥിതി ആരോഗ്യപ്രശ്നങ്ങൾ സൃഷ്ടിച്ചിരുന്നു. ഇപ്പോൾ സർക്കാരിന്റെയും സ്വകാര്യവ്യക്തിയുടെയും ഉടമസ്ഥതയിലുള്ള ഭൂമിയിലൂടെ ഒരു കിലോമീറ്റർ നീളവും മൂന്നടി വ്യാസവുമുള്ള കൂറ്റൻ കോൺക്രീറ്റ് കുഴലിലൂടെയാണ് ഫാക്ടറിയിലെ മാരകമാലിന്യങ്ങൾ കമ്പനി പുഴയിലേക്ക് ഒഴുക്കിവിടുന്നത്.

വിവിധ പ്ലാന്റുകളിൽനിന്ന് പുറത്തെത്തുന്ന മാലിന്യങ്ങൾ നിരവധി ട്രീറ്റ്മെന്റ് പ്ലാന്റുകളിലൂടെ കടത്തിവിട്ട് സംസ്കരിച്ചശേഷം മാത്രമേ പുഴയിലേക്കു തള്ളാവൂവെന്ന് മലിനീകരണനിയന്ത്രണ ബോർഡിന്റെ നിർദ്ദേശമുണ്ട്. എന്നാൽ, അതൊന്നും പാലിക്കപ്പെടുന്നില്ല. വിഷാംശമില്ലാത്ത ശുദ്ധീകരിച്ച ജലവും മാലിന്യവുമാണ് പുഴയിലേക്കു തള്ളുന്നതെന്ന കമ്പനിയുടെ അവകാശവാദം തീർത്തും അടിസ്ഥാനരഹിതമാണ്.

സമീപത്ത് പുഴയുണ്ടായിട്ടും രൂക്ഷമായ ജലക്ഷാമമാണ് കാതിക്കുടത്തും സമീപ പഞ്ചായത്തുകളിലും അനുഭവപ്പെടുന്നത്. 'വെള്ളം വെള്ളം സർവ്വത്ര, തുള്ളികുടിപ്പാനില്ലത്രേ' എന്ന സ്ഥിതിയാണ് ഈ പ്രദേശങ്ങളിൽ. കോടിക്കണക്കിനു ലിറ്റർ പുഴവെള്ളം നിറ്റ ജലാറ്റിൻ കമ്പനി വലിച്ചെടുക്കുന്നു. ഓസീൻനിർമ്മാണത്തിനായി എല്ലിൻകഷണങ്ങൾ വെള്ളത്തിൽ കഴുകിയെടുക്കുന്നതിനാണ് കമ്പനിയിൽ വൻതോതിൽ വെള്ളം ഉപയോഗിക്കുന്നത്. ദിവസവും 62 ലക്ഷം ലിറ്റർ ജലം മാത്രമേ ഉപയോഗിക്കാവൂ എന്നാണ് മലിനീകരണനിയന്ത്രണ ബോർഡിന്റെ നിർദ്ദേശം. കമ്പനിയുടെ നേരത്തേയുള്ള ഉല്പാദനനിരക്കിന് അനുസൃതമായ കണക്കാണിത്. മുൻവർഷങ്ങളിൽ ഉല്പാദനത്തിൽ വൻതോതിൽ വർദ്ധനയുണ്ടായിട്ടുണ്ട്. അതിനാൽ പ്രതിദിനം രണ്ടു കോടി ലിറ്ററോളം ജലം ഇവിടെ ഉപയോഗിക്കുന്നു എന്നാണ് റിപ്പോർട്ടുകൾ. എല്ലുകൊത്തിയരിഞ്ഞ് ആസിഡിൽ ഇടുവാനുള്ള പടുകൂറ്റൻ ടാങ്ക് വൃത്തിയാക്കാനും ഹൈഡ്രോക്ലോറിക് ആസിഡ് നേർപ്പിക്കാനും ലക്ഷക്കണക്കിനു ലിറ്റർ ജലം ആവശ്യമുണ്ട്.

60 എച്ച് പിയുടെ രണ്ടു മോട്ടോർ ഉപയോഗിച്ചാണ് 24 മണിക്കൂറും കമ്പനി ജലമൂറ്റുന്നത്. ഒരു ലിറ്റർ വെള്ളത്തിന് ഏറ്റവും ചുരുങ്ങിയത് ഒരു രൂപ കണക്കാക്കിയാൽപ്പോലും കോടിക്കണക്കിനു രൂപയുടെ കുടിവെള്ളമാണ് നിറ്റ കമ്പനി ചൂഷണം ചെയ്യുന്നത്. ജലസേചനവകുപ്പിന്റെയും കാടുകുറ്റി ഗ്രാമപഞ്ചായത്തിന്റെയും വാട്ടർ അതോറിറ്റിയുടെയും അനുമതിയില്ലാതെയാണ് ഈ ജലമൂറ്റൽ എന്നതും എടുത്തുപറയേണ്ടതുണ്ട്. മുപ്പതിലേറെ വർഷമായി കമ്പനി ജലചൂഷണം തുടർന്നുകൊണ്ടിരിക്കുന്നു.

ഇക്കഴിഞ്ഞ ജൂലായ് 21-ാം തീയതി ഞായറാഴ്ച ജലാറ്റിൻ കമ്പനി നടത്തുന്ന പരിസര ജല മലിനീകരണത്തിനെതിരേ പ്രതിഷേധിച്ച സ്ത്രീകളും കുട്ടികളുമടങ്ങിയ ജനങ്ങൾക്കെതിരേ പൊലീസ് നടത്തിയ നിഷ്ഠുരമായ ലാത്തിച്ചാർജ്ജ് മനഃസാക്ഷിയെ നടുക്കുന്നതായിരുന്നു. ജനാധിപത്യസംവിധാനങ്ങളെ ചോദ്യംചെയ്യുകയോ ആക്രമണങ്ങൾ അഴിച്ചുവിടുകയോ ചെയ്ത ജനമുന്നേറ്റമായിരുന്നില്ല കാതിക്കുടത്ത് നടന്നത്. അതിജീവനത്തിനും ജലാറ്റിൻ കമ്പനിയുടെ മലിനീകരണം സൃഷ്ടിക്കുന്ന ആരോഗ്യപ്രശ്നങ്ങൾ പരിഹരിക്കാനുമായി വർഷങ്ങളായി നടന്നുവരുന്ന സമരത്തിന്റെ തുടർച്ച മാത്രമായിരുന്നു അത്.

ടി എൻ പ്രതാപൻ എം എൽ എ, സി ആർ നീലകണ്ഠൻ, പ്രൊഫ.

സാറാ ജോസഫ് എന്നിവരുടെ നേതൃത്വത്തിൽ ജലാറ്റിൻ കമ്പനി ചാലക്കുടിപ്പുഴയിലേക്ക് മാലിന്യമൊഴുക്കിവിടുന്ന പൈപ്പ്ലൈൻ എടുത്തുമാറ്റാനായി കെ എം അനിൽകുമാർ കൺവീനറായ ജലാറ്റിൻവിരുദ്ധ സമരസമിതിയാണ് മാർച്ച് നടത്തിയത്. കണ്ണിൽക്കണ്ടവരെയൊക്കെ പൊലീസ് അടിച്ചുവീഴ്ത്തുകയായിരുന്നു. അടുത്ത വീടുകളിലും പൊലീസ് കയറി കുട്ടികളും വയസ്സായവരുമുൾപ്പെടെയുള്ള വീട്ടുകാരെ മുഴുവൻ അടിച്ചോടിച്ചുവെന്നായിരുന്നു റിപ്പോർട്ടുകൾ.

കെ എം അനിൽകുമാർ, ആക്ഷൻ കൗൺസിൽ ചെയർമാൻ ജയൻ ജോസഫ് പട്ടത്ത്, ജയ്സൺ പാമ്പകുളം തുടങ്ങി സ്ത്രീകളടക്കമുള്ള നിരവധി പേരെ പൊലീസ് തല്ലിച്ചതച്ചു. ഗുരുതരമായി പരിക്കേറ്റ പലരും ആസ്പത്രികളിലായി. പിറ്റേന്ന് ജലാറ്റിൻ കമ്പനി നടത്തുന്ന മലിനീകരണം നേരിട്ടും പരോക്ഷമായും ബാധിക്കുന്ന കാടുകുറ്റി, അന്നമനട, പാറക്കടവ്, കുഴൂർ, മാള, പുത്തൻവേലിക്കര, കുന്നുകര എന്നീ പഞ്ചായത്തുകളിൽ ജനങ്ങൾ ഹർത്താലാചരിച്ചു. വൈകുന്നേരം കമ്പനിയിലേക്ക് സ്ത്രീകളും കുട്ടികളുമടങ്ങുന്ന നാട്ടുകാരുടെ മാർച്ചും നടന്നു. പ്രശ്നത്തിൽ സർക്കാർ ഇടപെടുന്നതുവരെ ശക്തമായ പ്രക്ഷോഭം നടത്താനാണ് ജലാറ്റിൻവിരുദ്ധ സമരസമിതിയുടെ തീരുമാനം. ഗ്രാമപഞ്ചായത്ത് പ്രസിഡന്റുമാരും കെ വേണു അടക്കമുള്ള പരിസ്ഥിതിപ്രവർത്തകരും ഈ ജനകീയമുന്നേറ്റത്തിന്റെ മുൻനിരയിലുണ്ടായിരുന്നു.

നിറ്റ ജലാറ്റിൻ കമ്പനി നടത്തുന്ന രാസമലിനീകരണത്തിനെതിരേ ജനരോഷമുയരാൻ തുടങ്ങിയിട്ട് കുറച്ചുകാലമായി. പ്രത്യക്ഷസമരപരിപാടിയിലേക്കു നയിച്ചത് അടുത്തിടെ കമ്പനിയുടെ പൈപ്പ് പൊട്ടി മാലിന്യങ്ങൾ പുഴയിലാകെ പടർന്നതിനെത്തുടർന്നാണ്. വൻതോതിൽ മാലിന്യങ്ങൾ വെള്ളത്തിൽ കലർന്നതോടെ മത്സ്യങ്ങൾ ചത്തുപൊങ്ങാൻ തുടങ്ങി. മെയ് 29-ാം തീയതി രാവിലെയാണ് പുഴയിൽ കുളിക്കാനെത്തിയ നാട്ടുകാർ ഈ ദുരന്തം ആദ്യമായി കാണുന്നത്. കമ്പനിയിൽനിന്നൊഴുക്കിവിട്ട രാസമാലിന്യങ്ങൾ ഒരു പാടപോലെ പുഴയുടെ ഉപരിതലത്തിൽ പരന്നുകിടന്നിരുന്നു. ജീവവായുവിനുവേണ്ടി നാനാതരത്തിലുള്ള മത്സ്യങ്ങൾ തല പുറത്തേക്കിട്ട് മരണവെപ്രാളത്തിൽ പിടയുന്നതാണ് പുഴയിൽ കുളിക്കാനെത്തിയ തീരദേശവാസികൾ കണ്ടത്. അന്നമനടയിലും പൂവത്തുശ്ശേരിയിലും കണക്കൻകടവിലും മറ്റുമായി വാള, ആറ്റുവാള, തൂലി, ചേറാൻ, കരിമീൻ, ചൂട, ചെമ്പല്ലി, മഞ്ഞക്കൂരി, പൂലാൻ, ചെറുപൂലാൻ, ചെമ്മീൻ, കോലി, പലതരം പരൽമീനുകൾ തുടങ്ങി ആയിരക്കണക്കിനു മത്സ്യങ്ങളാണ് ചത്തൊടുങ്ങിയത്. അവയുടെ പ്രജനനകാലമായ മഴക്കാലത്താണ് ഈ കൂട്ടഹത്യ എന്നതിനാൽ അപൂർവ്വയിനം മത്സ്യങ്ങളടക്കമുള്ള മത്സ്യസമ്പത്ത് ചാലക്കുടിപ്പുഴയ്ക്ക് എന്നെന്നേക്കുമായി നഷ്ടപ്പെട്ടേക്കുമെന്ന് വിദഗ്ദ്ധർ അഭിപ്രായപ്പെട്ടിട്ടുണ്ട്. 77 ഇനം മത്സ്യങ്ങളാൽ സമൃദ്ധമാണ് ചാലക്കുടിപ്പുഴ എന്നുകൂടിയിവിടെ ഓർക്കുക. മെയ് 29 മുതൽ ജൂൺ ഒന്നുവരെയുള്ള നാലേനാലു നാളുകൾക്കുള്ളിൽ 30-40 ലക്ഷം

രൂപയുടെ നഷ്ടമുണ്ടായിട്ടുണ്ടെന്നാണ് കണക്കുകൂട്ടൽ.

മലിനീകരണം സൃഷ്ടിക്കുന്ന മഹാവിപത്തുകൾ

നിറ്റ ജലാറ്റിൻ കമ്പനി നടത്തുന്ന ജല പരിസര മലിനീകരണം അതിഗുരുതരമായ പ്രശ്നങ്ങൾ കാതിക്കുടത്തും പരിസരപ്രദേശങ്ങളിലും സൃഷ്ടിക്കുന്നുണ്ട്. പശ്ചിമഘട്ടത്തിലെ ആനമലയിൽനിന്ന് ഉത്ഭവിക്കുന്ന 144 കിലോമീറ്റർ ദൈർഘ്യമുള്ള ചാലക്കുടിപ്പുഴ കേരളത്തിലെ ഏറ്റവും നീളം കൂടിയ നദികളിലൊന്നാണ്. പുഴയുടെ വിസ്തീർണ്ണം 1704 ചതുരശ്രമീറ്റർ. ഈ നദിക്ക് ആറ് ഉപനദികളുമുണ്ട്. പശ്ചിമഘട്ടത്തിലെ നിത്യഹരിതവനങ്ങളുടെ സൗന്ദര്യമാവാഹിച്ചുകൊണ്ട് ഈ വൻനദി ഒഴുകുന്നു.

അതിരപ്പിള്ളി, വാഴച്ചാൽ വെള്ളച്ചാട്ടങ്ങളും ഈ ജലവാഹിനിയുടെ മനോഹാരിതയ്ക്കു മാറ്റുകൂട്ടുന്നു. തൃശൂർ ജില്ലയിലെ ചാലക്കുടി പട്ടണത്തെ തഴുകിയൊഴുകുന്ന നദി കവിമനസ്സുകളെ രോമാഞ്ചമണിയിച്ച് പെരിയാറിൽ വിലയം പ്രാപിക്കുന്നതിനാൽ, ആ നദീമോഹിനിയുടെ പോഷകനദികൂടിയാണിത്. നദീതീരത്ത് 25 പഞ്ചായത്തുകളും മൂന്നു മുനിസിപ്പാലിറ്റികളുമുണ്ട്. മൊത്തം പ്രാദേശികജനസംഖ്യ പത്തു ലക്ഷത്തിലധികം വരും. അവർ കുടിവെള്ളത്തിനും കൃഷിക്കും ജീവസന്ധാരണത്തിനും ആശ്രയിക്കുന്നത് ചാലക്കുടിപ്പുഴയെയാണ്. ആ അമൃതവാഹിനിയെയാണ് നിറ്റ ജലാറ്റിൻ കമ്പനി കാളകൂടവിഷലിപ്തമായ കാളിന്ദിയാക്കുന്നത്. സന്ധിയേതുമില്ലാത്തൊരു കാളിയമർദ്ദനത്തിന് അരയും തലയും മുറുക്കി ഒരുങ്ങിയിരിക്കയാണ് ദേശവാസികൾ.

1975 ലാണ് കേരള സംസ്ഥാന വ്യവസായവികസന കോർപ്പറേഷനും (കെ എസ് ഐ ഡി സി) ജപ്പാൻ കമ്പനിയായ നിറ്റ ജലാറ്റിൻ ഇന്ത്യാ ലിമിറ്റഡും (എൻ ജി ഐ എൽ) ചേർന്ന് 'കേരള കെമിക്കൽസ് ആൻഡ് പ്രോട്ടീൻ ലിമിറ്റഡ്' എന്ന കമ്പനി സ്ഥാപിച്ചത്. ഏതാനും വർഷങ്ങൾക്കുമുൻപാണ് പ്രസ്തുതകമ്പനി 'നിറ്റ ജലാറ്റിൻ ഇന്ത്യാ ലിമിറ്റഡ്' എന്ന് പേരു മാറ്റിയത്. നിറ്റാകമ്പനികൾക്ക് അന്തർദ്ദേശീയപ്രശസ്തിയുള്ളതുകൊണ്ട് അവയുടെ ഉല്പന്നങ്ങൾ വിറ്റഴിക്കുന്നത് താരതമ്യേന എളുപ്പമായിരിക്കുമെന്നായിരുന്നു മാനേജ്മെന്റിന്റെ നിഗമനം. അത് വാസ്തവമെന്ന് തെളിയുകയും ചെയ്തു.

ജലാറ്റിൻ കമ്പനിയിൽ സംസ്ഥാന വ്യവസായവികസന കോർപ്പറേഷന് 34.07 ശതമാനം ഓഹരിയാണുള്ളത്. നിറ്റ ജലാറ്റിന്റെ ഓഹരി 46.43 ശതമാനം (നേരത്തേ മിത്സുബിഷിയുടെ പക്കലുണ്ടായിരുന്ന 12 ശതമാനം ഓഹരികൂടി ജലാറ്റിൻകമ്പനി വാങ്ങിയശേഷമുള്ള കണക്കാണിത്). കാതിക്കുടത്തിനുപുറമേ കമ്പനിക്ക് കാക്കനാട്ട് ഒരു ജലാറ്റിൻ ഡിവിഷൻ കൂടിയുണ്ട്. കൂടാതെ, കേരളത്തിനു പുറത്ത് മഹാരാഷ്ട്രയിൽ ചന്ദ്രാപുരിൽ ബാമ്നി പ്രോട്ടീൻസ് എന്ന പേരിൽ ഇവരുടെ മറ്റൊരു അനുബന്ധസ്ഥാപനവും പ്രവർത്തിക്കുന്നു. ഗുജറാത്തിലുമുണ്ട് ഇവരുടെ മറ്റൊരു കമ്പനി. ജനവാസകേന്ദ്രങ്ങളല്ലാത്ത പ്രദേശങ്ങളിലാണ് മാരകമലിനീ

കരണം സൃഷ്ടിക്കുന്ന കമ്പനികൾ പ്രവർത്തിക്കുന്നത്. അമേരിക്കയുൾപ്പെടെ മുപ്പതോളം രാജ്യങ്ങളിലേക്ക് കമ്പനിയുടെ ഉല്പന്നങ്ങൾ കയറ്റുമതി ചെയ്യപ്പെടുന്നുണ്ട്.

തൃശൂരിലെ 'ജനനീതി ഇൻസ്റ്റിറ്റ്യൂട്ട്' 2010 ൽ ജലാറ്റിൻ കമ്പനി നടപ്പാക്കിക്കൊണ്ടിരിക്കുന്ന മലിനീകരണത്തെയും ജലചൂഷണത്തെയും സംബന്ധിച്ച് അന്വേഷിക്കുകയും 'കാതിക്കുടത്തുനിന്ന് കാളകൂടത്തിലേക്ക്' എന്ന പേരിൽ വിശദമായൊരു റിപ്പോർട്ട് തയ്യാറാക്കുകയും ചെയ്തിരുന്നു. ജനനീതി നടത്തിയ അന്വേഷണത്തിൽ ഞെട്ടിപ്പിക്കുന്ന വിവരങ്ങളാണ് കണ്ടെത്തിയത്. ശുദ്ധവും സുരക്ഷിതവുമായ പരിസരങ്ങളിൽ ജീവിക്കാനുള്ള ജനങ്ങളുടെ അവകാശമാണ് കമ്പനി നിഷേധിക്കുന്നത്. കമ്പനിയുടെ കണക്കനുസരിച്ച് പ്രതിദിനം 62,90,200ലിറ്റർ വെള്ളം ചാലക്കുടിപ്പുഴയിൽനിന്ന് കമ്പനി പമ്പുചെയ്ത് എടുക്കുന്നുണ്ട്. അനധികൃതമായി ഇതിലും എത്രയോ മടങ്ങ് ജലം കമ്പനി ഊറ്റിയെടുക്കുന്നുണ്ടെന്നതാണ് വാസ്തവം. ഇതിനു തത്തുല്യമായ അളവ് മലിനജലം കമ്പനി അനുദിനം പുഴയിലേക്കു തള്ളുന്നുമുണ്ട്. ആയിരക്കണക്കിനു മനുഷ്യരുടെയും വളർത്തുമൃഗങ്ങളുടെയും മറ്റു ജീവജാലങ്ങളുടെയും നിലനില്പിനുതന്നെ കനത്ത വെല്ലുവിളിയാണിത് സൃഷ്ടിക്കുന്നത്. കാർഷികവൃത്തിയടക്കമുള്ള സമസ്തമേഖലകളെയും കമ്പനി നടത്തുന്ന മലിനീകരണം പ്രതികൂലമായി ബാധിക്കുന്നുണ്ട്.

കൂടാതെ സമീപപ്രദേശങ്ങളിലെ കിണറുകളിലെ വെള്ളം കുടിക്കാനോ ജലസേചനത്തിനോ പറ്റാത്തവിധം മലിനീകൃതമായിട്ടുണ്ട്. വായുമലിനീകരണത്തെത്തുടർന്ന് നിരവധി പരിസരവാസികൾ ഇവിടംവിട്ടുപോകാൻ നിർബ്ബന്ധിതരായി. സദാസമയവും അസഹനീയമായ നാറ്റം ഈ പ്രദേശത്തെ ഗ്രസിച്ചിരിക്കുന്നു. കാതിക്കുടത്തുനിന്ന് വിവാഹംചെയ്യാൻ ആരുംതന്നെ ഇഷ്ടപ്പെടുന്നില്ല. ബന്ധുക്കളും സുഹൃത്തുക്കളുമൊക്കെ ഈ പ്രദേശത്തെ ബഹിഷ്കരിച്ച മട്ടാണ്. സാമൂഹികമായ ഒറ്റപ്പെടലാണ് കാതിക്കുടം അനുഭവിച്ചുകൊണ്ടിരിക്കുന്നത്. ഗ്രാമീണജനതയെ സംബന്ധിച്ചിടത്തോളം, അതു സൃഷ്ടിക്കുന്ന വൈകാരികപ്രശ്നങ്ങൾ വിവരണാതീതമാണ്.

വികസനം ജനങ്ങൾക്കുവേണ്ടിയാണോ അതോ ജനങ്ങൾ വികസനത്തിനുവേണ്ടിയാണോ എന്നതാണ് കാതലായ പ്രശ്നം. പ്രകൃതിവിരുദ്ധവും മനുഷ്യത്വരഹിതവുമായ വ്യാവസായികോല്പാദനം ആത്മഹത്യാപരമാണ്. പത്തുനാല്പതു വർഷങ്ങൾ പിന്നിട്ടിട്ടും അധികൃതർക്ക് ഇക്കാര്യം ഉൾക്കൊള്ളാനായിട്ടില്ല എന്നതാണ് കാതിക്കുടത്തെ ക്രൂരമായ സത്യം. ഈ കാലയളവിനിടയിൽ പല സർക്കാരുകളും മാറിമാറി കേരളം ഭരിക്കുകയുണ്ടായി. ആർക്കുംതന്നെ ഈ പ്രകൃതി മാനവ ദുരന്തത്തിനു പരിഹാരം കാണാനായില്ലെന്നത് ഭരണഘടനാപരമായിത്തന്നെ തീരാക്കളങ്കമായി അവശേഷിക്കുന്നു.

ഫാക്ടറി പുറന്തള്ളുന്ന വിഷമയമായ അവശിഷ്ടങ്ങൾ തൃശൂരിലേ

ക്കും സമീപപ്രദേശത്തേക്കും നിലം നികത്താനും മറ്റുമായി കൊണ്ടുപോയിരുന്നു. അതിന്റെ ഫലമായി ഭൂമി വിഷലിപ്തമാവുകയും ജനങ്ങൾ മാറാരോഗങ്ങളുടെ പിടിയിലമരുകയും ചെയ്തു. വളമെന്ന പേരിൽ അവ കർഷകർക്കു വില്ക്കപ്പെട്ടിരുന്നു. അത് മണ്ണിന്റെ എല്ലാ നൈതികതയെയും നശിപ്പിക്കുകയും അതിനെ വിഷപൂരിതമാക്കുകയും ചെയ്തു. കമ്പനി പ്രവർത്തനം തുടങ്ങിയ കാലത്ത് മാലിന്യങ്ങൾ ഫാക്ടറിവളപ്പിനകത്ത് പതിനഞ്ചടി താഴ്ചയിൽ കുഴികളെടുത്ത് കുഴിച്ചുമൂടുകയായിരുന്നു പതിവ്. അതിന്റെ ഫലമായി മണ്ണും ഭൂഗർഭജലവും മറ്റു ജലസ്രോതസുകളും മലിനീകൃതമായി. 'ജനനീതി' കണ്ടെത്തിയ ഞെട്ടിക്കുന്ന വസ്തുതകളിൽ ചിലതു മാത്രമാണിവ.

130 ടൺ എല്ലിൻകഷണങ്ങൾ, 1,20,000 ലിറ്റർ ഹൈഡ്രോക്ലോറിക് ആസിഡ്, 20 ടൺ ചുണ്ണാമ്പ്, ഫെറിക് ക്ലോറൈഡ്, ആലം, കാസ്റ്റിക് സോഡ, മറ്റു രാസപദാർത്ഥങ്ങൾ തുടങ്ങിയവ ദിനംപ്രതി ജലാറ്റിൻ കമ്പനി ഉല്പാദനപ്രക്രിയകളിൽ ഉപയോഗിക്കുന്നുണ്ട്. 960 ടൺ ഹൈഡ്രോക്ലോറിക് ആസിഡ് സൂക്ഷിക്കാനുള്ള സംവിധാനം കമ്പനിയിലുണ്ട്. എന്നാൽ, ഏതെങ്കിലും തരത്തിലുള്ള അത്യാഹിതമുണ്ടായാൽ അതിനെതിരേ യാതൊരു മുൻകരുതൽ ഏർപ്പാടും ഇവിടെയില്ലതാനും. വെള്ളത്തിൽ അപായകരമായ തോതിൽ ക്ലോറൈഡിന്റെ സാന്നിദ്ധ്യമുള്ളതിനാൽ കുടിക്കാനും കുളിക്കാനും വസ്ത്രം കഴുകാനും പോലും ഇത് ഉപയോഗയോഗ്യമല്ല എന്നതാണ് നടുക്കുന്ന സത്യം.

40 ശതമാനത്തിലേറെ കിണറുകൾ ഇവിടെ ഉപയോഗശൂന്യമായിട്ടുണ്ടെന്നായിരുന്നു 2010 ലെ കണ്ടെത്തൽ. ഇപ്പോൾ അവയുടെ എണ്ണം നിശ്ചയമായും വർദ്ധിച്ചിരിക്കും. സമീപപ്രദേശത്തെ അരുവികളിലെയും കനാലുകളിലെയും വെള്ളം ജലസേചനത്തിനു കൊള്ളില്ല. മുൻകാലക്കണക്കനുസരിച്ച് ഫാക്ടറി പുറന്തള്ളുന്ന മാലിന്യം 2000ത്തിലേറെ കുടുംബങ്ങളുടെ ജീവിതം നരകതുല്യമാക്കിയിട്ടുണ്ട്. ചാലക്കുടി, കൊടുങ്ങല്ലൂർ മുനിസിപ്പാലിറ്റികളിലെയും മാള, പൊയ്യ, ചൂളൂർ, അന്നമനട, പുത്തൻചിറ, വെള്ളാങ്കല്ലൂർ, പുത്തൻവേലിക്കര, മന്ദ്ര, ചെട്ടിക്കുന്ന് തുടങ്ങിയ പഞ്ചായത്തുകളിലെയും ജനങ്ങൾ ജലാറ്റിൻ കമ്പനിയുടെ മലിനീകരണത്തിന്റെ ഇരകളാണ്. ജലസേചനം അസാദ്ധ്യമായതിനാൽ, ഇവിടെ കാർഷികവൃത്തിയുടെ നട്ടെല്ലൊടിഞ്ഞിരിക്കുന്നു. കർഷകരുടെ ജീവിതത്തിൽ അതു സൃഷ്ടിക്കുന്ന സാമ്പത്തികപ്രതിസന്ധി അതിരൂക്ഷവുമാണ്.

സുരക്ഷയുടെ കാര്യത്തിലും നിറ്റ ജലാറ്റിൻ കമ്പനിക്ക് മികച്ച റെക്കോഡല്ല ഉള്ളത്. ഏതാനും വർഷങ്ങൾക്കുമുൻപ് കമ്പനിയുടെ കോമ്പൗണ്ടിനകത്തുള്ള 15 അടി ഉയരവും 6,000 ചതുരശ്രയടി വീതിയുമുള്ള, പടുകൂറ്റൻ ബയോഗ്യാസ് പ്ലാന്റ് പൊട്ടിത്തെറിച്ച് മാരകമായ രാസമാലിന്യങ്ങളും വിഷപ്പുകയും പരിസരങ്ങളിൽ വ്യാപിക്കുകയും ഗുരുതരമായ ആരോഗ്യപ്രശ്നങ്ങൾ ഉണ്ടാക്കുകയും ചെയ്തിരുന്നു. ശ്വാസതടസ്സവും ബോധക്ഷയവും ഛർദ്ദിയും അനുഭവപ്പെട്ടതിനെത്തുടർന്ന് കുട്ടികളടക്കം കുറെയാ

ളുകൾ ആസ്പത്രിയിലായി.

മലിനീകരണനിയന്ത്രണ ബോർഡിന്റെ അനുമതിയില്ലാതെയാണ് പ്ലാന്റ് പണിതതെന്ന് ആരോപണമുണ്ടായിരുന്നു. ഗുരുതരമായ മലിനീകരണപ്രശ്നമുള്ളതിനാൽ, കാടുകുറ്റി പഞ്ചായത്ത്, കമ്പനിയുടെ ലൈസൻസ് റദ്ദുചെയ്തിരുന്നു. കമ്പനിയുടെ അശാസ്ത്രീയപ്രവർത്തനങ്ങൾക്കെതിരേ ജനങ്ങൾ പ്രതിഷേധമുയർത്തി. ഇതേകാരണം മുൻനിർത്തി പലപ്പോഴും കമ്പനിക്കുമുന്നിൽ ബഹുജനസമരങ്ങൾ മുൻപും നടന്നിട്ടുണ്ട്.

പരിസ്ഥിതിയെ മാത്രമല്ല, പ്രദേശവാസികളുടെ ആരോഗ്യത്തെയും കമ്പനി നടത്തുന്ന മലിനീകരണം കാർന്നുതിന്നുകൊണ്ടിരിക്കുന്നു. ശ്വാസകോശസംബന്ധമായ രോഗങ്ങൾ, ചർമ്മരോഗങ്ങൾ, കഠിനമായ തലവേദന, ഉദരരോഗങ്ങൾ, ഹൃദ്രോഗങ്ങൾ തുടങ്ങി പല വ്യാധികളും ചാലക്കുടിപ്പുഴയുടെ തീരങ്ങളിലും സമീപപ്രദേശങ്ങളിലും പെരുകിക്കൊണ്ടിരിക്കയാണ്. ഇതിനെക്കാളൊക്കെ ഗുരുതരമാണ് ഇവിടത്തെ ക്യാൻസർരോഗികളുടെ എണ്ണത്തിലുണ്ടായ വർദ്ധന. ഇതിനകം ഈ ദുരിതഭൂവിൽ നിരവധിയാളുകൾ കാൻസർ ബാധിച്ച് മരണമടഞ്ഞിട്ടുണ്ട്.

1989 ൽ ക്യാൻസർ രോഗബാധയെത്തുടർന്ന് അന്തരിച്ച വാളൂർ ഹൈസ്കൂൾ പ്രധാനാദ്ധ്യാപകൻ കുഞ്ഞനിയൻ തമ്പുരാൻ ഫാക്ടറി മലിനീകരണത്തിന്റെ ആദ്യ ഇരകളിലൊരാൾ മാത്രം. അദ്ദേഹത്തിന്റെ അനിയത്തി മഹേശ്വരി വർമ്മയും ക്യാൻസർ ബാധിച്ചാണ് മരണമടഞ്ഞത്. 1997 ൽ മരണപ്പെട്ട വാളൂർ ഹൈസ്കൂൾ പ്രധാനാദ്ധ്യാപകൻ പീതാംബരമേനോൻ, കല, മാണിപ്പറമ്പൻ കുട്ടൻ, സഹോദരൻ കൃഷ്ണൻകുട്ടി, കൊങ്ങാറമ്പിൽ തങ്കമ്മ, പാറംപിള്ളി പാർവ്വതിയമ്മ, പുതുശ്ശേരി മോഹനൻ, കുട്ടപ്പൻ, അമ്മു, കമല, അവരുടെ ഭർത്താവ് പ്രേംദാസ്, അയൽവാസികളായ കാർത്തു, തൈപ്പുഴ ഭാസ്കരൻ... അങ്ങനെ നീണ്ടുപോകുന്നു ജലാറ്റിൻ കമ്പനി നടത്തിക്കൊണ്ടിരിക്കുന്ന മലിനീകരണത്തിന്റെ ഫലമായുണ്ടായ ഇരകളുടെ അവസാനിക്കാത്ത ലിസ്റ്റ്.

ഏതാനും വർഷങ്ങൾക്കുമുൻപ് കാതിക്കുടത്ത് പ്രത്യക്ഷപ്പെട്ട ഒരു ബോർഡിൽ ഇങ്ങനെ കുറിച്ചിരുന്നു- 'എന്റെ ക്യാൻസർഗ്രാമത്തിലേക്ക് സ്വാഗതം!' അതിൽ പ്രദേശവാസികളുടെ നിസ്സഹായാവസ്ഥ മുഴുവൻ പ്രതിഫലിച്ചു. മാലിന്യജന്യമായ രോഗങ്ങൾ കാരണം ആയിരത്തിലധികം പേർ ഇതിനകം ഈ പ്രദേശത്ത് മരണപ്പെട്ടിട്ടുണ്ട്. ഫാക്ടറി പ്രവർത്തനമാരംഭിച്ച് ഏതാനും വർഷങ്ങൾ കഴിഞ്ഞപ്പോൾത്തന്നെ ഇവിടെ രോഗങ്ങൾ തേർവാഴ്ച തുടങ്ങിയിരുന്നു.

പരിസ്ഥിതി ജല മലിനീകരണങ്ങൾക്കെതിരേ കാതിക്കുടത്തെ ജനങ്ങൾ സമരമുഖത്തിറങ്ങിയിട്ട് മൂന്നു പതിറ്റാണ്ടിലേറെയായി. അധികൃതർ ജലാറ്റിൻ കമ്പനിയുടെ മാത്രം വാദങ്ങൾ കേൾക്കുകയും അവർക്ക് അനുകൂലമായി നടപടികൾ സ്വീകരിക്കുകയും ചെയ്തപ്പോൾ, പരിസരവാസികൾ അതിജീവനസമരത്തിനിറങ്ങി. ഒരു മാസത്തിലേറെയായി സമരസമിതിയംഗങ്ങൾ ഇവിടെ നിരാഹാരസത്യഗ്രഹമനുഷ്ഠിച്ചുവരികയാണ്.

അതുകൊണ്ടും കമ്പനിയുടമകളുടെയും അധികൃതരുടെയും കണ്ണുതുറ
പ്പിക്കാനാവാതെവന്നപ്പോഴാണ് മാലിന്യങ്ങൾ പുഴയിലേക്കൊഴുക്കിവിടുന്ന
പൈപ്പുകൾ നീക്കാൻ അവർ തീരുമാനിച്ചത്. അതാകട്ടെ, മനുഷ്യാവകാ
ശധ്വംസനങ്ങളുടെ നേർക്കാഴ്ചതന്നെയായി. ന്യായമായ അവകാശങ്ങൾ
ക്കുവേണ്ടി ശബ്ദമുയർത്തിയവരെ പൊലീസ് ക്രിമിനലുകളെപ്പോലെ അടി
ച്ചൊതുക്കുകയായിരുന്നു.

പാലക്കാട് ജില്ലയിലെ പ്ലാച്ചിമടയിൽ കൊക്കകോളാകമ്പനി നടത്തി
വന്ന ജലചൂഷണത്തിനും പരിസരമലിനീകരണത്തിനുമെതിരേ ആ പ്രദേ
ശത്തെ ആദിവാസികൾ നടത്തിയ സമരം ഐതിഹാസികമായിരുന്നു
എന്നിവിടെ സ്മരിക്കട്ടെ. അവർക്കു പിന്തുണ നല്കിക്കൊണ്ട് കേരളത്തി
ലെയും ഇതരസംസ്ഥാനങ്ങളിലെയും വിദേശനാടുകളിലെയും മനുഷ്യാ
വകാശ പരിസ്ഥിതി പ്രവർത്തകർ അണിനിരന്നു. പ്ലാച്ചിമട-കാതിക്കുടം
സമരങ്ങൾക്ക് ഏറെ സമാനതകളുണ്ട്. പ്രശസ്ത പരിസ്ഥിതി പ്രവർത്ത
കനായ രാജേന്ദ്രസിങ് അടുത്തിടെ *മാതൃഭൂമി ആഴ്ചപ്പതിപ്പിനു* നല്കിയ
ഒരു അഭിമുഖത്തിൽ, അദ്ദേഹം പറഞ്ഞ വസ്തുതകൾക്കിവിടെ കാലാ
തീതമായ പ്രസക്തിയുണ്ട്. രാജേന്ദ്രസിങ്ങിന്റെ ഏതാനും വചനങ്ങൾ:

'ഭൂമിയിലെ ആദ്യജീവൻ പിറന്നുവീണത് വെള്ളത്തിലാണ്. കടലിൽ
അമീബയുടെ രൂപത്തിൽ. നിങ്ങൾ ജലം സംരക്ഷിക്കുകയാണെങ്കിൽ,
നിങ്ങൾ ഈ ലോകത്തെ സംരക്ഷിക്കുകയാണ്; ഒപ്പം സർവ്വ ജീവജാല
ങ്ങളെയും. ജലസംരക്ഷണത്തിലൂടെ കൃഷിയെ നിങ്ങൾക്കുണർത്താം.
ഗ്രാമീണരെ അവരുടെ തൊഴിലിടങ്ങളിലേക്ക് തിരികെ കൊണ്ടുവരാം.
പലായനങ്ങൾ ഒഴിവാക്കാം. മണ്ണിനെ സംരക്ഷിക്കാം. മഴയെയും പച്ചപ്പി
നെയും തിരികെ കൊണ്ടുവരാം... 44 നദികളുടെ അനുഗ്രഹമുള്ള കേരള
ത്തിലെ ഏതെങ്കിലും നദിയിലെ വെള്ളം നിങ്ങൾ ധൈര്യത്തോടെ കുടി
ക്കുമോ? നല്ല കാടും ജലവും അരുവികളും നിങ്ങൾക്കുണ്ട്. പക്ഷേ, കൈ
യേറ്റങ്ങളും മലിനീകരണവും മണ്ണെടുപ്പുംമൂലം ശുദ്ധജലം കേരളത്തിൽ
ഇല്ലാതാവുകയാണ്.'

-2013 ജൂലായ് 26
(വിചിന്തനങ്ങൾ സ്മരണകൾ)

എൻഡോസൾഫാൻ: സത്വരം വേണം നീതി

കാസർഗോട്ടു നടന്ന എൻഡോസൾഫാൻവിരുദ്ധ ഒപ്പുശേഖരണപരിപാടിയിൽ പങ്കെടുക്കണമെന്നഭ്യർത്ഥിച്ച് 2011 ഏപ്രിൽ 21-ാം തീയതി അംബികാസുതൻ മാങ്ങാട് എന്നെ വിളിച്ചു. ജനീവയിൽ നടന്ന അഞ്ചാം സ്റ്റോക്ഹോം ഉടമ്പടിസമ്മേളനത്തിന്റെ മുൻപായിരുന്നു അത്. ഞാൻ മൂകാംബികയിലേക്കു പോവുകയായിരുന്നു. കാസർഗോട് ബസ് സ്റ്റാന്റിനു തൊട്ടടുത്ത് ദേശീയപാതയിൽ 'ഒപ്പുമരം' (Signature Tree) ഉദ്ഘാടനം ചെയ്തത് കാറഡുക്കയിൽനിന്നുള്ള ഗാന്ധിയൻ മാധവനും എൻഡോസൾഫാൻ ദുരിതബാധിത ഉമ്മൈബത്ത് ശാരിയുടെ അമ്മ ഹാജിറയും ചേർന്നായിരുന്നു. അടുത്ത ദിവസം ഡോ. വന്ദന ശിവയും എൻഡോസൾഫാൻ വിരുദ്ധപരിപാടിയിൽ സംബന്ധിച്ചു.

എന്റെ മടക്കയാത്രയിൽ, എൻഡോസൾഫാൻ ദുരിതബാധിതർക്കു വേണ്ടി താൻ സേവനമനുഷ്ഠിക്കുന്ന കൃഷിവകുപ്പിനെതിരേ ഒറ്റയാൾ പ്പോരാട്ടത്തിനിറങ്ങിത്തിരിച്ച ലീലാകുമാരിയമ്മയെ ഞാൻ സന്ദർശിക്കുകയുണ്ടായി. അവരാണ് ഈ മാരകമായ കീടനാശിനി വിഷവർഷം തുടങ്ങി രണ്ടുപതിറ്റാണ്ടിനുശേഷം, 1998 ഒക്ടോബർ 18-ാം തീയതി ഹോസ്ദുർഗ് മുൻസിഫ് കോടതിയിൽനിന്ന് കേരള പ്ലാന്റേഷൻ കോർപ്പറേഷൻ (പി സി കെ) ആകാശത്തുനിന്ന് എൻഡോസൾഫാൻ തളിക്കുന്നതിനെതിരേ സ്റ്റേ സമ്പാദിച്ചത്. 2000 ഒക്ടോബറിൽ ഈ സ്റ്റേ നീക്കിക്കൊണ്ട് കോടതി അന്തിമവിധി പറയുകയും ചെയ്തു.

ക്രൂരമായ ഈ വിധിയുടെ ദുരിതങ്ങളനുഭവിക്കുന്ന, അശരണരായ പാവപ്പെട്ടവർക്കുവേണ്ടി നടത്തിയ പോരാട്ടത്തിന്റെ കഥ ലീലാകുമാരിയമ്മ വിവരിച്ചപ്പോൾ, എനിക്കോർമ്മ വന്നത് പ്ലാച്ചിമടയിലെ മയിലമ്മയെയാണ്. തന്റെ നാട്ടുകാർക്കു കുടിവെള്ളം ലഭ്യമാക്കാനാണ് ഒരു ബഹു

രാഷ്ട്രകുത്തകയ്ക്കെതിരെ അവർ സന്ധിയില്ലാസമരം നയിച്ചത്. മഹാത്മജിയുടെ ഇന്ത്യ, പഴയ സാമ്രാജ്യത്വഭരണാധികാരികളെപ്പോലെത്തന്നെ, സ്വന്തം ജനതയെ പീഡിപ്പിക്കുന്നുവെന്ന് *മാതൃഭൂമി ബുക്സ്* അടുത്തിടെ സംഘടിപ്പിച്ച ഒരു ചടങ്ങിൽ സംബന്ധിച്ചു സംസാരിക്കവേ ലീലാകുമാരിയമ്മ വിലപിക്കുകയുണ്ടായി. അഹിംസയിലധിഷ്ഠിതമായ സമരമാർഗ്ഗത്തിലൂടെ മയിലമ്മയും പങ്കിട്ടത് ഗാന്ധിയൻപാരമ്പര്യംതന്നെയാണ്.

പിന്നീട്, അംബികാസുതനും പരിസ്ഥിതിവിദഗ്ദ്ധൻ പ്രൊഫ. ഇ കുഞ്ഞികൃഷ്ണനനും സുഹൃത്തുക്കളും ഭൗമദിനത്തിൽ സംഘടിപ്പിച്ച ഒരു ചടങ്ങിൽ ഞാനും പങ്കെടുത്തു. ചന്ദ്രഗിരിപ്പുഴയുടെ തീരത്തുള്ള ചെമ്മനാട്ടുവെച്ചായിരുന്നു വികാരനിർഭരമായ പ്രസ്തുതപരിപാടി. സന്ധ്യാവേളയിൽ, സ്ത്രീകളും കുട്ടികളുമടങ്ങുന്ന ഒരു ചെറുസംഘം നദിയിലൊഴുക്കിയ മൺചിരാതുകൾ, ഇരുളിനുമീതെ പ്രകാശം നേടുന്ന വിജയത്തിന്റെ ഉജ്ജ്വലപ്രതീകമായി മാറി. ആക്സൽ മുൻതേയുടെയും കാർലോ ലെവിയുടെയും പാരമ്പര്യമുൾക്കൊണ്ട്, ആതുരശുശ്രൂഷയെ വെറുമൊരു തൊഴിൽ എന്നതിനപ്പുറം കണ്ട ഡോ. ഖദീജാ മുംതാസും ചടങ്ങിൽ സംബന്ധിച്ചിരുന്നു. വാക്കുകൾക്കനുസൃതമാകണം പ്രവൃത്തിയെന്നു വിശ്വസിക്കുന്ന സാമൂഹികപ്രവർത്തകയും എഴുത്തുകാരിയുമാണ് ഈ മനുഷ്യസ്നേഹിയായ ഡോക്ടർ.

കോഴിക്കോട് മെഡിക്കൽ കോളേജിലെ, പതിനേഴാം ബാച്ചിലെ ഡോക്ടർമാരായ ഖദീജാ മുംതാസും സി കെ വാസുവും കെ വി പ്രഭാകരനും വേലായുധനും എൻഡോസൾഫാൻ ദുരിതബാധിതയായ ബാലന്തോടിലെ പതിനാലുവയസ്സുകാരിയായ രേവതിക്ക് നല്ലൊരു തുക സഹായധനമായി നല്കി. ആസ്പത്രി വിട്ടെങ്കിലും ഡയാലിസിസ് ഒഴിവാക്കാനാവാത്ത അവസ്ഥയിലാണ് കടുത്ത ദാരിദ്ര്യമനുഭവിക്കുന്ന രേവതി.

രേവതി കോഴിക്കോട് മെഡിക്കൽ കോളേജിൽ ചികിത്സയിൽ കഴിയുമ്പോൾ, ഒരു ഔദ്യോഗികപരിപാടിയുടെ ഭാഗമായി മുൻ ആരോഗ്യമന്ത്രി മണിക്കൂറുകളോളം കോളേജിലുണ്ടായിരുന്നിട്ടും, ആ കുട്ടിയെ ഒന്നു ചെന്നു കാണാൻപോലും, അവർ സന്മനസ്സ് കാട്ടിയില്ല. ഇതൊക്കെയോർക്കുമ്പോഴാണ്, സാമൂഹികപ്രതിബദ്ധതയുള്ള ഈ ഡോക്ടർമാരുടെ സ്നേഹവായ്പിന്റെ പ്രാധാന്യം ബോദ്ധ്യമാവുക.

എൻഡോസൾഫാൻ പ്രയോഗം കാരണം രോഗബാധിതരായെന്ന് ഡോ. മുഹമ്മദ് അഷീലിന്റെ നേതൃത്വത്തിലുള്ള വിദഗ്ദ്ധസംഘം കണ്ടെത്തിയ 4,273 പേർക്കും സർക്കാർ വാഗ്ദാനം ചെയ്ത എല്ലാ ആനുകൂല്യങ്ങളും അടിയന്തരമായി നല്കാൻ നടപടിയുണ്ടാകണം. 1995 മുതൽ 2008 ഡിസംബർവരെ മാരകമായ ഈ കീടനാശിനിപ്രയോഗം കാരണം മരണമടഞ്ഞവരുടെ കുടുംബാംഗങ്ങൾ 50,000 രൂപ വീതമുള്ള നഷ്ടപരിഹാരത്തിന് അർഹരാണെന്ന് വി എസ് അച്യുതാനന്ദന്റെ നേതൃത്വത്തിലുള്ള മുൻസർക്കാർ തീരുമാനിച്ചിരുന്നു. എന്നാൽ 2002 ൽ മകനെ നഷ്ടപ്പെട്ട അന്നൂരിൽനിന്നുള്ള വി പി നാരായണപ്പൊതുവാളിന് അധികൃതരിൽനി

ന്ന് കിട്ടിയ മറുപടി 2003 നുശേഷം മരണമടഞ്ഞവർക്കു മാത്രമേ നഷ്ടപരിഹാരത്തിനുള്ള അർഹതയുള്ളൂ എന്നാണ്!

ഉമ്മൻചാണ്ടിയുടെ നേതൃത്വത്തിലുള്ള യു ഡി എഫ് സർക്കാർ, എൻഡോസൾഫാൻ ദുരിതബാധിതർക്കുള്ള നഷ്ടപരിഹാരം ഒരു ലക്ഷം രൂപയാക്കി വർദ്ധിപ്പിച്ചിട്ടുണ്ട്. 2008 നുശേഷം മരണമടഞ്ഞവരുടെ പട്ടികയും തയ്യാറാക്കുന്നുണ്ട്. ഈ കീടനാശിനി കാരണം 1995 നു മുൻപു മരണമടഞ്ഞവരുടെ മാതാപിതാക്കൾക്കുള്ള നഷ്ടപരിഹാരവും കണക്കിലെടുക്കേണ്ടതുണ്ട്. ഉറ്റവരുടെ മരണം സൃഷ്ടിക്കുന്ന മാനസികവ്യഥ അപരിഹാര്യമാണെങ്കിലും, ജീവിക്കാനും കുടുംബജീവിതം നയിക്കാനുമുള്ള അവകാശം നിഷേധിക്കപ്പെട്ട ഹതഭാഗ്യർക്ക് ചുരുങ്ങിയത് പത്തു ലക്ഷം രൂപയെങ്കിലും നഷ്ടപരിഹാരമായി ലഭിക്കേണ്ടതാണ്.

നമ്മുടെ ആദിവാസിപാരമ്പര്യത്തിന്റെ ഭാഗമായ കൊറഗരുടെയും മോഗരുടെയും ബക്കുഡരുടെയും മലക്കുടിയാരുടെയും കൊപ്പാളരുടെയും പുനരധിവാസത്തിനു മുൻഗണന നല്കേണ്ടതുണ്ട്. 1965 മുതൽ 1987 വരെ പ്ലാന്റേഷൻ കോർപ്പറേഷനിലെ താല്ക്കാലികജീവനക്കാരനായിരുന്ന രാവണേശ്വരത്തെ അറുപത്തിരണ്ടുകാരനായ അപ്പക്കുഞ്ഞി, വായിൽ അർബ്ബുദം ബാധിച്ച് ഇന്നും നരകയാതനയനുഭവിക്കുകയാണ്. അദ്ദേഹത്തെപ്പോലെ എൻഡോസൾഫാന്റെ ഇരകളാകേണ്ടിവന്നവരുടെ പുനരധിവാസവും സർക്കാറിന്റെ അടിയന്തരശ്രദ്ധ അർഹിക്കുന്നു.

പ്രത്യേകപരിചരണം ആവശ്യമുള്ള രോഗികളുടെ കുടുംബങ്ങൾക്ക് നേരിട്ടു പണം നല്കുന്നതിനു പകരം, സമീപസ്ഥമായ മംഗലാപുരത്തെ ഏതാനും മികച്ച ആസ്പത്രികളുമായി ചേർന്ന് ചികിത്സാസംവിധാനം ഏർപ്പെടുത്താവുന്നതല്ലേ? ആസ്പത്രികൾ ചെലവാക്കുന്ന പണം സർക്കാറിന് പിന്നീട് തിരിച്ചുനല്കാവുന്നതുമാണ്. ഈ ദുരന്തത്തിൽ സർക്കാറിനുകൂടി പങ്കുണ്ട് എന്നതിനാൽ, കാസറഗോട്ട് മികച്ച ചികിത്സാസംവിധാനം ഏർപ്പെടുത്തുന്നതുവരെ, കോഴിക്കോട് മെഡിക്കൽകോളേജിൽ സൗജന്യചികിത്സയ്ക്കുള്ള ഏർപ്പാടുകൾ സത്വരം ഏർപ്പെടുത്തണം. ചികിത്സാവശ്യത്തിനായി വേണ്ടിവരുന്ന യാത്രാച്ചെലവും മറ്റും സർക്കാർ ദുരിതബാധിതർക്ക് തിരിച്ചുനല്കണം. ആവശ്യമെങ്കിൽ, അലോപ്പതി കൂടാതെ ഇവർക്കു മറ്റു വൈദ്യശാസ്ത്രശാഖകളിൽനിന്നുള്ള ചികിത്സ ലഭ്യമാക്കുന്ന കാര്യവും പരിഗണിക്കണം.

സ്ത്രീകളെ ബാധിക്കുന്ന രോഗങ്ങൾക്കുള്ള ചികിത്സ ഈ പദ്ധതിയിൽ പെടുത്തിയിട്ടില്ല എന്ന പരാതിയെക്കുറിച്ച് അടിയന്തരമായി അന്വേഷിക്കേണ്ടതുണ്ട്. ആകാശത്തുനിന്ന് കീടനാശിനി തളിക്കുന്നത് നിർത്തിയശേഷം ഒരു പതിറ്റാണ്ടു പിന്നിട്ടുകഴിഞ്ഞിട്ടും അംഗവൈകല്യമുള്ള കുഞ്ഞുങ്ങൾ ജനിക്കുന്നതിനെപ്പറ്റി പഠിക്കണമെന്ന അഡൂർ നിവാസികളുടെ പരാതി അത്യന്തം ഗൗരവമുള്ളതാണ്. ഉയർന്ന പ്രദേശങ്ങളിൽ കുഴിച്ചുമൂടിയ എൻഡോസൾഫാൻ വിഷാംശം ഒലിച്ചിറങ്ങുന്നതിനാലാണ് ഇങ്ങനെ സംഭവിക്കുന്നതെന്ന് അവർ പറയുന്നു. ഇതോടൊപ്പം രാജപുരം,

ചീമേനി, പെരിയ എന്നിവിടങ്ങളിലായുള്ള 1,548 ലിറ്റർ എൻഡോസൾഫാൻ ഉടൻ നശിപ്പിക്കുകയും വേണം.

അർഹതയുള്ളവർക്ക് വീടിൻമേലുള്ള കടബാദ്ധ്യതകൾ ഒഴിവാക്കിക്കൊടുക്കേണ്ടതും ന്യായമായൊരു ആവശ്യമാണ്. ശാരീരികാവശതകളനുഭവിക്കുന്നവർക്ക് മാസംതോറും ഉപഭോക്തൃവിലസൂചികയെ അടിസ്ഥാനമാക്കി യുക്തിസഹമായ പെൻഷൻ അനുവദിക്കണം. കേരള പ്ലാന്റേഷൻ കോർപ്പറേഷൻ തങ്ങളുടെ ലാഭത്തിന്റെ സിംഹഭാഗവും (2010-11 സാമ്പത്തികവർഷത്തിൽ കോർപ്പറേഷന്റെ വിറ്റുവരവ് 120 കോടിയും ലാഭം 50 കോടിയുമായിരുന്നു) ദുരിതബാധിതരുടെ ക്ഷേമത്തിനായി മാറ്റിവെക്കണം. നേരത്തെ പരാമർശിച്ച പുഞ്ചിരി ക്ലബ്ബ് 1998 ൽ ആകാശത്തുനിന്നുള്ള എൻഡോസൾഫാൻപ്രയോഗത്തിനെതരെ ആദ്യമായി പ്രതിഷേധിച്ചപ്പോൾ, ഒരു തൊഴിലാളിസംഘടനയുടെ പ്രവർത്തകർ അവരുടെ സമരപ്പന്തൽ നശിപ്പിച്ച കാര്യം ഇവിടെ ഓർക്കട്ടെ.

എൻഡോസൾഫാൻ ദുരിതബാധിതർക്കായി പി സി കെ അഞ്ചു കോടി രൂപ നീക്കിവെച്ചപ്പോൾ, അതിനെതിരെ തിരഞ്ഞെടുപ്പുകമ്മീഷനെ സമീപിക്കുകവഴി തങ്ങളുടെ അസഹിഷ്ണുത ഇപ്പോഴും നിലനില്ക്കുന്നുവെന്ന് ആ തൊഴിലാളിസംഘടന തെളിയിക്കുകയും ചെയ്തു. കഴിഞ്ഞ ഡിസംബറിൽ പി സി കെ ഹൈക്കോടതിയിൽ സമർപ്പിച്ച സത്യവാങ്മൂലത്തിൽ, ഇരകൾക്കുള്ള നഷ്ടപരിഹാരത്തിന്റെ കാര്യം ഒഴിവാക്കിയത് അന്നത്തെ കൃഷിമന്ത്രിയുടെകൂടി അറിവോടെയാണെന്ന കാര്യം പിന്നീട് മാധ്യമങ്ങളിലൂടെ വെളിപ്പെട്ടു.

വനസംരക്ഷണവകുപ്പിലെ മുഖ്യവനപാലകൻ നല്കിയ ശുപാർശയിൽ പറയുന്നതുപോലെ പി സി കെയ്ക്കു നല്കിയ രാജപുരം എസ്റ്റേറ്റിന്റെ പാട്ടം റദ്ദാക്കുകയും അത് വനംവകുപ്പ് തിരിച്ചെടുക്കുകയും വേണം. 2009 നവംബർ 16 ന് നല്കിയ ശുപാർശ, അന്നത്തെ വനംമന്ത്രിയുടെ ശ്രദ്ധയിൽപ്പെട്ടത് ഈ വർഷം ഏപ്രിലിൽ മാത്രമാണത്രേ!

പ്രത്യേകശ്രദ്ധ ആവശ്യമുള്ള കുട്ടികൾക്കും സ്ത്രീകൾക്കുമായി അഭയകേന്ദ്രം തുടങ്ങുന്ന കാര്യം സർക്കാർ ഗൗരവമായി ആലോചിക്കണം. അച്ഛനമ്മമാർ നഷ്ടപ്പെട്ടവർക്ക് ആശ്വാസമേകാൻ അതുവഴി കഴിയും. പി സി കെയുടെ കൈവശമുള്ളതും നിയമത്തിന്റെ നൂലാമാലകളിലൊന്നും പെട്ടിട്ടില്ലാത്തതുമായ ഭൂമി ഇതിനുവേണ്ടി ഏറ്റെടുക്കാവുന്നതാണ്. ഈ അഭയകേന്ദ്രത്തിൽ കുടിൽവ്യവസായങ്ങൾ തുടങ്ങുന്ന കാര്യവും പരിഗണിക്കാവുന്നതാണ്. മികച്ച ഡോക്ടർമാരുള്ള സൂപ്പർ സ്പെഷ്യാലിറ്റി ആസ്പത്രിയും അടിയന്തരപ്രാധാന്യമുള്ളതാണ്. പുറത്തുനിന്നുള്ള ദുരിതബാധിതർക്കും ശാരീരികാവശതകളൊന്നുമില്ലാത്തവർക്കും പഠിക്കാവുന്ന രീതിയിൽ ഒരു സ്കൂളും അത്യാവശ്യമാണ്. എൻഡോസൾഫാൻ പ്രയോഗം കാരണം ശാരീരികവൈകല്യം ബാധിച്ച ഗോവിന്ദപുരം അംബേദ്കർ കോളനിയിലെ ശക്തിവേലിന് മുതലമട മഹാഗണപതി എൽ പി സ്കൂളിൽ ക്രൂരമായ വിവേചനവും അവഗണനയും അനുഭവിക്കേണ്ടിവന്നു.

തുടർന്നുണ്ടായ കടുത്ത മാനസികസംഘർഷം നിമിത്തം, അദ്ധ്യയനവർഷത്തിന്റെ തുടക്കത്തിൽത്തന്നെ ആ കുട്ടിക്ക് പഠനം ഉപേക്ഷിക്കേണ്ടി വന്നു എന്ന ദുരവസ്ഥയുടെ വെളിച്ചത്തിൽ, എല്ലാ കുട്ടികൾക്കും ഒരുമിച്ചിരുന്നു പഠിക്കാൻ സൗകര്യമൊരുക്കേണ്ടതിന്റെ അനിവാര്യത വ്യക്തമാകും.

ഇത്തരമൊരു ബൃഹദ്പദ്ധതിക്കുള്ള പണം കണ്ടെത്താൻ പല മേഖലകളിലും നിശ്ചിതകാലത്തേക്ക് സെസ് ചുമത്തുന്നത് സഗൗരവം പരിഗണിക്കണം. ഇതുവഴി ഭരണകൂടത്തിന്റെ അനാസ്ഥകാരണമുണ്ടായ ഈ കൊടിയ മാനുഷികദുരന്തത്തിനു പരിഹാരം കാണുന്നതിൽ മൊത്തം സമൂഹത്തെയും ഭാഗഭാക്കാക്കാൻ സാധിക്കും.

ഇതിനെല്ലാമുപരി, സ്റ്റോക്ഹോം ഉടമ്പടിരാഷ്ട്രങ്ങളുടെ ആറാം ഉച്ചകോടി 2013 ൽ നടക്കുമ്പോൾ, ഔദ്യോഗികപ്രതിനിധിസംഘത്തെ അയക്കാൻ സർക്കാർ ഉറച്ച നടപടി സ്വീകരിക്കണം. ജനങ്ങളോട് പ്രതിബദ്ധതയുള്ള ഒരു സർക്കാർ, തങ്ങളുടെ നിലപാട് സ്വയം ഉയർത്തിപ്പിടിക്കുന്നതിനുപകരം സ്വകാര്യ ഏജൻസികളെ ആശ്രയിക്കുന്ന സമീപനം ഭൂഷണമല്ലെന്നു മാത്രമല്ല, അപമാനകരവുമാണ്.

രാഷ്ട്രീയഭിന്നതകൾ മറന്ന്, പ്രതിപക്ഷത്തുള്ളവരടക്കം എല്ലാ രാഷ്ട്രീയകക്ഷികളെയും വിശ്വാസത്തിലെടുത്തും ലീലാകുമാരിയമ്മയും ശ്രീപദ്രെയും ഡോ. വൈ എസ് മോഹൻകുമാറും നടത്തിയ ഐതിഹാസികപോരാട്ടങ്ങളുടെ തുടർച്ചയുൾക്കൊണ്ടുമാകണം സർക്കാർ ഇക്കാര്യത്തിൽ തുടർനടപടി സ്വീകരിക്കേണ്ടത്. ദുരിതബാധിതരെയെല്ലാം പുനരധിവസിപ്പിക്കാനും അവർക്കു നഷ്ടപരിഹാരം നല്കാനുമുള്ള ഈ ജീവകാരുണ്യപ്രവർത്തനത്തെ മഹത്തരമായ മാനുഷികപ്രവർത്തനമായി മാറ്റാൻ നമുക്കു കഴിയണം. പഴിചാരലും പകവീട്ടലും നേട്ടമാർക്കെന്നു തർക്കിക്കലും അടക്കമുള്ള നിഷേധാത്മകപ്രവർത്തനങ്ങൾ നമുക്കു മാറ്റിവെക്കാം. ഇത്തരമൊരു മാനുഷികദൗത്യമേറ്റെടുക്കുമ്പോൾ, മഹാത്മാഗാന്ധിയായിരിക്കണം നമ്മുടെ പ്രേരണാശക്തി. നമുക്കുമുന്നിൽ അദ്ദേഹം പ്രാവർത്തികമാക്കിയ ത്യാഗനിർഭരമായ മാതൃകയുണ്ട്.

ദ സ്പിരിറ്റ് ഓഫ് പ്രാഗി ൽ ഐവാൻ ക്ലീമയുടെ വാക്കുകൾ ഈ സാഹചര്യത്തിൽ വളരെ പ്രസക്തമാണെന്നു തോന്നുന്നതുകൊണ്ട്, അവയിവിടെ കുറിക്കട്ടെ: 'ശക്തരുടെ വിജയം ചിലപ്പോഴൊക്കെ അവരുടെ പരാജയത്തിന്റെ മുൻസൂചനയാകാറുണ്ട്; ദുർബ്ബലരുടെ പരാജയമോ മരണമോ അവരുടെ നിലപാടിന്റെയോ വിശ്വാസത്തിന്റെയോ വിജയത്തിന്റെ മുൻസൂചനയുമാകാറുണ്ട്.'

കേരള പ്ലാന്റേഷൻ കോർപ്പറേഷൻ വരുത്തിവെച്ച ഈ വൻ വിനാശത്തിന്റെ അധികബാദ്ധ്യത ഏറ്റെടുക്കാനുള്ള ധാർമ്മിക ഉത്തരവാദിത്വം 'ശക്തമായ' ഭരണകൂടത്തിന്റേതാണ്. മൃത്യുവിനു മാത്രമേ നിഷ്കളങ്കമായ ഒരു തലമുറയ്ക്ക് തീരാദുരിതത്തിൽനിന്ന് മുക്തി നല്കാനാവൂ എന്ന അവസ്ഥ അചിന്തനീയമാണ്. ജപ്പാനിലെ ഹിരോഷിമയിലെയും നാഗസാ

ക്കിയിലെയും 'ഹിബാകുഷ'കൾ അമേരിക്കൻ പൈശാചികതയുടെ സൃഷ്ടിയായിരുന്നുവെങ്കിൽ, ആകാശത്തുനിന്ന് പെയ്തിറങ്ങിയ എൻഡോസൾഫാൻ വിഷമഴ കാസർഗോട്ടെ മനുഷ്യരുടെ മേൽ ദുരന്തം വർഷിച്ചതിനു ത്തരവാദി നമ്മുടെതന്നെ സർക്കാരായിരുന്നു.

ബഹുമാനപ്പെട്ട മുഖ്യമന്ത്രി കാസർഗോട്ട് വിളിച്ചുചേർക്കുന്ന സുപ്രധാന യോഗത്തിന്റെ പശ്ചാത്തലത്തിലാണ് ഈ കുറിപ്പ്.

-2011 ജൂൺ 2
(വിചിന്തനങ്ങൾ സ്മരണകൾ)

www.ingramcontent.com/pod-product-compliance
Lightning Source LLC
Chambersburg PA
CBHW021621270326
41931CB00008B/804

* 9 7 8 9 3 8 8 4 8 5 5 0 0 *